माझी पदवी माझे करिअर

प्रा. विजय नवले

सकाळ प्रकाशन

सकाळ प्रकाशन

Mazi Padvi: Maze Career

माझी पदवी : माझे करिअर

प्रथम आवृत्ती	:	जून २०२६
प्रकाशक	:	सकाळ मीडिया प्रा. लि. ५९५, बुधवार पेठ, पुणे ४११ ००२
संपादन	:	कमलेश ढवळीकर
मुखपृष्ठ	:	मधुमिता शिंदे
मांडणी	:	संदीप घावरे
ISBN	:	978-81-69355-04-9
संपर्क	:	९८८१५ ९८८१५ / ८८८८८ ४९०५० sakalprakashan@esakal.com

अर्पणपत्रिका

'मला कार्यक्षेत्राकडून काय मिळणार?'
यापेक्षा...
'मी माझ्या कार्यक्षेत्राला काय देणार?'
असे मानून उत्तम करिअर करणाऱ्या सर्वांसाठी...

अस्वीकरण : या पुस्तकामध्ये वाचकांना विविध पदव्या, त्यांचे अभ्यासक्रम, प्रवेशप्रक्रिया, पात्रता, भविष्यातील संधी आणि करिअरविषयक अन्य माहिती मार्गदर्शनाच्या हेतूने देण्यात आलेली आहे. माहिती संकलित करताना अचूकता, अद्ययावतता आणि विश्वासार्हता राखण्याची काळजी घेतलेली असली, तरी शैक्षणिक धोरणे, प्रवेशविषयक नियम, कोर्सेसची रचना, शुल्क, पात्रतेचे निकष तसेच सरकारी अथवा विद्यापीठांचे नियम वेळोवेळी बदलू शकतात. त्यामुळे या पुस्तकातील माहिती ही प्राथमिक मार्गदर्शन ह्या स्वरूपाची समजावी. अंतिम निर्णय घेण्यापूर्वी संबंधित विद्यापीठाचे/सरकारी संकेतस्थळ, अधिकृत अधिसूचना किंवा प्रवेश प्राधिकरण याद्वारे दिली जाणारी अद्ययावत माहिती पडताळून घेणे आवश्यक आहे. या पुस्तकाचा उद्देश विद्यार्थ्यांना, पालकांना आणि मार्गदर्शकांना करिअरविषयक माहिती अधिक व्यापक आणि सुलभ स्वरूपात उपलब्ध करून देणे, हा आहे.

अनुक्रम

बीई/बीटेक

केवळ इंजिनिअरिंग (अभियांत्रिकी) आणि मेडिकल (वैद्यकीय) म्हणजेच करिअर नाही, असे कोणीही कितीही म्हणाले, तरी करिअरचा एक आश्वासक आणि व्यवहार्य पर्याय म्हणून इंजिनिअरिंगकडे आजही पाहिले जाते. चांगल्या पगाराची नोकरी, परदेशात जाण्याची संधी, स्पर्धापरीक्षा, संशोधन, तंत्रशिक्षणातील तसेच व्यवस्थापन क्षेत्रातील उच्च शिक्षणाचे पर्याय, संरक्षण दलांतील संधी, उद्योजकता अशा असंख्य उत्तम करिअर्सकडे घेऊन जाणारे शिक्षण म्हणजे इंजिनिअरिंग आहे, हे समाजातील जवळपास सर्व घटकांना पटले आहे. त्यामुळे बारावीनंतरचा (सायन्स) एक दर्जेदार पर्याय म्हणून बहुसंख्य विद्यार्थी इंजिनिअरिंगच्या पदवीचा— म्हणजेच बीईचा (बॅचलर ऑफ इंजिनिअरिंग) किंवा बीटेकचा (बॅचलर ऑफ टेक्नॉलॉजी)— विचार करतात. (सध्याच्या काळात आपल्याकडे इंजिनिअरिंग म्हणजे बीटेक असाच उल्लेख केला जातो. तरीही हे लक्षात घ्यावे, की तत्त्वतः बीई आणि बीटेक यांत तसा काही फरक नाही. नावांमध्ये अंशतः फरक असला, तरी दोन्ही पदव्या समान मानाव्यात.)

कालावधी

इंजिनिअरिंगची पदवी बारावीनंतर (सायन्स) चार वर्षांच्या कालावधीची असते. काही विद्यार्थी इंजिनिअरिंगचा डिप्लोमा पूर्ण करून थेट पदवीच्या दुसऱ्या वर्षाला प्रवेश घेतात. त्यांच्यासाठी इंजिनिअरिंग पदवीच्या शिक्षणाचा कालावधी तीन वर्षांचा असतो. अर्थात, दहावीनंतर डिप्लोमा करून त्यानंतर इंजिनिअरिंग करणे आणि दहावीनंतर बारावीमार्गे इंजिनिअरिंग करणे या दोन्हींचा एकूण कालावधी समानच आहे.

प्रवेशपरीक्षा

बारावीनंतर (सायन्स) जेईई (जॉइंट एंट्रन्स एक्झामिनेशन - मेन्स) परीक्षेतील उत्तम गुणांवर एनआयटीमधील (नॅशनल इन्स्टिटट्यूट ऑफ टेक्नॉलॉजी) बीटेक कोर्सला प्रवेश मिळू शकतो. ह्या परीक्षेचा पुढील टप्पा— म्हणजे जेईई ॲडव्हान्स्ड— उत्तम गुणांनी उत्तीर्ण झाल्यास, सन्मानाच्या समजल्या जाणाऱ्या आयआयटीमधील (इंडियन इन्स्टिटट्यूट ऑफ टेक्नॉलॉजी) बीटेक कोर्सला प्रवेश मिळू शकतो. महाराष्ट्रातील अभियांत्रिकी महाविद्यालयांमध्ये बीई किंवा बीटेक कोर्सला प्रवेश घ्यायचा असल्यास सीईटी (कॉमन एंट्रन्स टेस्ट) द्यावी लागते.

सरकारी महाविद्यालये, सरकारी मान्यता मिळालेली विनाअनुदानित महाविद्यालये, खासगी विद्यापीठे, स्वायत्त महाविद्यालये, विद्यापीठांचे अभियांत्रिकी विभाग असे अनेक पर्याय विद्यार्थ्यांना इंजिनिअरिंगच्या शिक्षणासाठी उपलब्ध आहेत. सीईटीमध्ये पर्सेंटाइल पद्धतीने गुण जाहीर केले जातात. ह्या परीक्षेत फिजिक्स, केमिस्ट्री आणि मॅथेमॅटिक्स (पीसीएम) हे विषय असतात. शून्यापेक्षा कितीही जास्त पर्सेंटाइल असेल, तरी विद्यार्थी इंजिनिअरिंगच्या प्रवेशासाठी पात्र ठरतो. मात्र, बोर्डाच्या परीक्षेतील पीसीएममधील गुणांची सरासरी टक्केवारी यासाठी महत्त्वाची असते— म्हणजे खुल्या प्रवर्गासाठी ४५% आणि राखीव प्रवर्गांसाठी ४०%. मात्र, बोर्डाच्या लेखी परीक्षेत इतके गुण नसतील, तर केमिस्ट्रीऐवजी टेक्निकल, व्होकेशनल, कॉम्प्युटर सायन्स, आयटी, बायोटेक्नॉलॉजी, बायोलॉजी, इत्यादींपैकी एका विषयाचे गुण बेरजेत धरून टक्केवारी काढली जाते.

विविध शाखा

आजघडीला मेकॅनिकल, कॉम्प्युटर, आयटी (इन्फर्मेशन टेक्नॉलॉजी), ई अँड टीसी (इलेक्ट्रॉनिक्स अँड टेलिकम्युनिकेशन), इलेक्ट्रॉनिक्स, इलेक्ट्रिकल, सिव्हिल, आर्टिफिशियल इंटेलिजन्स, पॉलिमर, केमिकल, मेटॅलर्जी, प्रॉडक्शन, इन्स्टुमेंटेशन, ऑटोमोबाइल, बायोमेडिकल, ॲग्रिकल्चर, रोबॉटिक्स अशा अनेकविध शाखांमधून इंजिनिअरिंगचे शिक्षण उपलब्ध आहे. सर्व शाखांच्या विद्यार्थ्यांना संबंधित कार्यक्षेत्रात वाव आहे. तरीही सध्या कॉम्प्युटर, आयटी, एआय (आर्टिफिशियल इंटेलिजन्स) यांच्याकडे विद्यार्थ्यांचा कल जाणवतो. अर्थात, हा कल कालानुरूप बदलत असतो.

अभ्यासक्रमाचे स्वरूप

इंजिनिअरिंगच्या चार वर्षांच्या कोर्समध्ये सेमिस्टर पॅटर्न असतो. प्रत्येक सेमिस्टरदरम्यानदेखील विशिष्ट कालावधीनंतर परीक्षा घेतल्या जातात. थिअरी लेक्चर्सबरोबरच नियमित प्रॅक्टिकल्स असतात. कोर्सच्या शेवटी प्रोजेक्ट वर्क असते. हल्ली बऱ्याच ठिकाणी इंटर्नशिपच्या माध्यमातून औद्योगिक कामकाजाचा प्रत्यक्ष अनुभव दिला जातो. संशोधन पत्रिका, परिषदा, ट्रायल-अँड-एरर प्रकल्प, तांत्रिक स्पर्धा आदींच्या माध्यमातून विद्यार्थ्यांना संशोधन आणि उद्योजकता यांचे बाळकडू दिले जाते.

पदवीनंतरच्या संधी

गेट (ग्रॅज्युएट ॲप्टिट्यूड टेस्ट इन इंजिनिअरिंग) ही परीक्षा देऊन भारतात एमई (मास्टर ऑफ इंजिनिअरिंग) किंवा एमटेकद्वारे (मास्टर ऑफ टेक्नॉलॉजी), तर जीआरई (ग्रॅज्युएट रेकॉर्ड एक्झामिनेशन) दिल्यानंतर परदेशात जाऊन एमएसद्वारे (मास्टर ऑफ सायन्स) इंजिनिअरिंगचे पदव्युत्तर शिक्षण घेता येते. व्यवस्थापनशास्त्रातील पदवी— म्हणजे एमबीए (मास्टर ऑफ बिझनेस ॲडमिनिस्ट्रेशन)— किंवा पदविका— म्हणजे पीजीडीबीएम (पोस्टग्रॅज्युएट डिप्लोमा इन बिझनेस मॅनेजमेंट)— घेता येते. यूपीएससी (युनियन पब्लिक सर्व्हिस कमिशन), एमपीएससी (महाराष्ट्र पब्लिक सर्व्हिस कमिशन) परीक्षांद्वारे प्रशासकीय, तर सीडीएसई (कम्बाइंड डिफेन्स सर्व्हिसेस एक्झामिनेशन), इनेट (इंडियन नेव्ही एंट्रन्स टेस्ट), आदी परीक्षांद्वारे संरक्षण क्षेत्रात जाता येते. चांगल्या पगाराच्या नोकरीच्या संधी देशात तसेच परदेशात उपलब्ध होतात. अभियंत्यांना स्वयंरोजगारही मिळू शकतो किंवा ते उद्योजकसुद्धा बनू शकतात. उत्तम शिक्षण घेतले आणि स्वतःला स्पर्धेसाठी तयार केले, तर इंजिनिअरिंगनंतर विविध स्तरांवर करिअरच्या असंख्य संधी उपलब्ध आहेत.

❖❖❖

बीएस-एमएस

'आयसर' म्हणजे इंडियन इन्स्टिट्यूट ऑफ सायन्स एज्युकेशन अँड रिसर्च. कुशाग्र बुद्धिमत्तेच्या विद्यार्थ्यांना संशोधनक्षेत्रात प्रवेश मिळावा, यासाठी वैशिष्ट्यपूर्ण शिक्षण देण्याचे काम 'आयसर' ही संस्था करते. 'आयसर'मधील बीएस-एमएस हा कोर्स 'ड्युअल डिग्री' स्वरूपाचा आहे. पदवी आणि पदव्युत्तर पदवी (मास्टर्स डिग्री) यांना एकत्रित आणण्याचा हा एक प्रयत्न आहे. या कोर्समध्ये विद्यार्थ्यांना संशोधन करण्याचे बाळकडू आणि शिक्षण या दोन्ही बाबी एकत्रितपणे मिळतील, याची काळजी घेतलेली आहे.

आयसर

हा राष्ट्रीय स्तरावरील सरकारी उपक्रम आहे. संपूर्ण देशात पुणे, मोहाली, कोलकाता, भोपाळ, तिरुपती, तिरुअनंतपुरम आणि बेहरामपूर अशा एकूण सात ठिकाणी 'आयसर' या संशोधनसंस्थेची महाविद्यालये आहेत.

पदवीचे नाव

बीएस-एमएस (बॅचलर ऑफ सायन्स अँड मास्टर ऑफ सायन्स)

कालावधी

हा बारावीनंतरचा (सायन्स) पाच वर्षांचा इंटिग्रेटेड (एकात्मिक) कोर्स आहे.

पात्रता

या कोर्ससाठी बारावीचे (सायन्स) विद्यार्थी पात्र असतात. विद्यार्थ्याने बारावीला पीसीएम किंवा पीसीबी यांपैकी कोणताही ग्रूप घेतलेला असावा. पात्रतेकरिता

बारावीतील एकूण टक्केवारी एससी (अनुसूचित जाती), एसटी (अनुसूचित जमाती) आणि दिव्यांग यांच्यासाठी ५५% इतकी असावी लागते, तर इतर प्रवर्गांसाठी ती ६०% इतकी असावी लागते. या कोर्ससाठीची प्रवेशपात्रता मात्र नीट समजून घ्यावी लागेल. पूर्वी तीन मार्गांनी या कोर्सच्या प्रवेशासाठी पात्र होता येत होते : किशोर वैज्ञानिक प्रोत्साहन योजनेच्या (केव्हीपीवाय) माध्यमातून, जेईईच्या (अॅडव्हान्स्ड) गुणांवर आणि स्टेट बोर्डाच्या किंवा सेंट्रल बोर्डाच्या मार्गाने. आता मात्र केवळ 'आयसर अॅप्टिट्यूड टेस्ट'द्वारे (आयएटी) या कोर्ससाठी विद्यार्थ्यांची निवड होते.

प्रवेशपरीक्षा

आयएटी ही एक संगणकाधारित परीक्षा आहे. या परीक्षेत फिजिक्स, केमिस्ट्री, मॅथेमॅटिक्स आणि बायोलॉजी या चार विषयांचे प्रत्येकी १५ असे एकूण ६० प्रश्न असतात. प्रत्येक प्रश्नाला चार गुण असतात. म्हणजेच ही एकूण २४० गुणांची परीक्षा आहे. प्रत्येक चुकीच्या उत्तरापोटी एक गुण वजा होतो. परीक्षेचा कालावधी तीन तास इतका असतो. ही परीक्षा वर्षातून एकदा घेतली जाते. परीक्षेचे अर्ज एप्रिल महिन्यात ऑनलाइन उपलब्ध होतात. साधारणपणे जून महिन्यात परीक्षा पार पडते. त्याच महिन्याच्या शेवटी निकाल लागतो आणि लगेच प्रवेशप्रक्रिया सुरू होते. ती जुलै महिनाअखेरीस पूर्ण होते.

स्पेशलायझेशन्स

बीएस-एमएस ही पदवी पुढील स्पेशलायझेशन्समध्ये घेता येते : फिजिक्स, केमिस्ट्री, मॅथेमॅटिक्स, बायोलॉजी, अर्थ अँड एन्व्हायरन्मेंटल सायन्सेस, डेटा सायन्स आणि कॉम्प्युटर सायन्स.

अभ्यासक्रमाचे स्वरूप

पाच वर्षांच्या कोर्समधील पहिल्या आठ सेमिस्टर्स ह्या लेक्चर्स, प्रॅक्टिकल्स आणि प्रोजेक्ट्सच्या असतात. शेवटच्या दोन सेमिस्टर्स ह्या मास्टर्सच्या मानल्या जातात. त्यांमध्ये संशोधनाचे काम असते. आता या स्वरूपात थोडा बदल झालेला आहे. पहिल्या तीन सेमिस्टर्समध्ये आता सर्वांनी सर्व विषय (फिजिक्स, केमिस्ट्री, मॅथेमॅटिक्स, बायोलॉजी, अर्थ सायन्स आणि ह्यूमॅनिटीज) शिकायचे आहेत.

त्यानंतर म्हणजे चौथ्या सेमिस्टरपासून दोन विषय 'प्री-मेजर' स्वरूपाचे होतात. पुढे त्यातील एक विषय 'मेजर' म्हणजे मुख्य विषय बनणार असतो. त्या 'मेजर' विषयाच्या नावाने विद्यार्थ्याला बीएस-एमएस पदवी मिळते. ज्या विद्यार्थ्यांना अशा पद्धतीने 'मेजर' विषय घ्यायचा नसतो, ते विद्यार्थी सर्वच विषयांत कोर्स पूर्ण करतात. त्यांना 'बीएस-एमएस (सायन्स)' अशी पदवी मिळते. शेवटच्या दोन सेमिस्टर्स पूर्णपणे संशोधनासाठी असतात.

भविष्यातील वाव

हे शिक्षण पूर्ण झाल्यानंतर औद्योगिक आस्थापनांच्या रिसर्च अँड डेव्हलपमेंट विभागात नोकरीच्या संधी मिळतात. मात्र, हे युवक-युवती केवळ 'खासगी क्षेत्रात पगार मिळेल,' या हेतूने शिकलेले नसतात, तर ते मूलभूत संशोधनक्षेत्राला योगदान देण्यासाठी इच्छुक असतात. या पदवीधरांना बार्क (भाभा अ‍ॅटॉमिक रिसर्च सेंटर), डीआरडीओ (डिफेन्स रिसर्च अँड डेव्हलपमेंट ऑर्गनायझेशन), इस्रो (इंडियन स्पेस रिसर्च ऑर्गनायझेशन), आदी सन्माननीय संस्थांच्या संशोधन विभागांमध्ये संधी मिळू शकते. केंद्र आणि राज्य सरकारचे विविध उपक्रम/विभाग/कंपन्या/पब्लिक कॉर्पोरेशन्स यांमध्येही त्यांची संबंधित परीक्षा देऊन निवड होऊ शकते. काही मंडळी पीएचडीचे (डॉक्टर ऑफ फिलॉसॉफी) शिक्षण पूर्ण करतात. आयसरमधून बीएस-एमएस ही पदवी मिळाल्यानंतर पीएचडीसाठी फेलोशिप आणि स्टायपेंड मिळवणे सोपे असते. डॉक्टरेट घेतल्यानंतर शास्त्रज्ञ पदावर काम करण्यासाठीचा राजमार्ग खुला होतो. पुढील संधींसाठी देश-विदेशांमधील दर्जेदार संशोधनसंस्था हात पुढे करू शकतात. काहीजण एवढ्या शिक्षणानंतर नामांकित विद्यापीठांमध्ये अध्यापनाचे काम करतात. संशोधन पत्रिका, इनोव्हेशन्स, पेटंट्स, कॉपीराइट्स, आदींचा अनुभव गाठीशी असल्याने, आधी संशोधनाची आणि नंतर उद्योजकतेची कास धरून विद्यार्थ्याचे एक सफल करिअर घडू शकते.

❖❖❖

बीएएमएस

बीएएमएस म्हणजे बॅचलर ऑफ आयुर्वेदिक मेडिसिन अँड सर्जरी. आयुर्वेदिक उपचारपद्धती शिकण्यासाठीचे हे शिक्षण आहे. आयुर्वेदाचा उगम भारतात झाला. बहुतांश सर्व प्रकारच्या आजारांवर आयुर्वेदामध्ये उपचार आहेत. कसलाही दुष्परिणाम नसलेल्या औषधांमुळे अनेकांचे आयुर्वेदिक उपचारांना प्रथम प्राधान्य असते, तर काहीजण, 'आधुनिक वैद्यकाला (मॉडर्न मेडिसिन) मर्यादा आहेत,' असे वाटल्याने आयुर्वेदाकडे वळतात. बीएएमएस हा बारावीनंतर (सायन्स) साडेपाच वर्षांचा कोर्स आहे. यामध्ये साडेचार वर्षे प्रत्यक्ष अभ्यासक्रम असतो, तर एका वर्षाची इंटर्नशिप असते. प्रवेशासाठी 'नीट' (नॅशनल एलिजिबिलिटी-कम-एंट्रन्स टेस्ट) ही परीक्षा चांगल्या गुणांनी उत्तीर्ण होणे आवश्यक असते. आयुर्वेदिक डॉक्टरांना आधुनिक वैद्यकीय उपचारपद्धतीदेखील वापरण्याची मुभा असते.

पात्रता

किमान वयोमर्यादा १७ वर्षे आहे. बारावीची (सायन्स) परीक्षा फिजिक्स, केमिस्ट्री आणि बायोलॉजी हे विषय घेऊन उत्तीर्ण झालेली असावी लागते. तसेच 'नीट'मध्ये संबंधित 'कॅटेगरी'नुसार त्यावर्षीच्या कट-ऑफपेक्षा जास्त पर्सेंटाइल असावे लागते. 'नीट'मध्ये अशा पद्धतीने पात्र ठरल्यानंतर काउन्सेलिंग राउंडसाठी (समुपदेशन फेरी) जाणे अपेक्षित असते.

अभ्यासक्रमाचे स्वरूप

संपूर्ण अभ्यासक्रम प्रत्येकी दीड वर्षांच्या तीन कालखंडांत विभागण्यात आला आहे. प्रत्येक कालखंडात पाच विषय असतात. प्रत्येक विषय दोन विभागांमध्ये, प्रत्येकी १०० गुणांसाठी विभागलेला असतो. थिअरी लेक्चर्स, लॅब प्रॅक्टिकल्स,

व्हायवा, जर्नल वर्क, कार्यशाळा, सेमिनार्स, मिड-सेमिस्टर आणि एंड-सेमिस्टर परीक्षा, थिअरी आणि प्रॅक्टिकल परीक्षा अशा स्वरूपाचा अभ्यासक्रमाचा आराखडा असतो. साडेचार वर्षांनंतर एका वर्षाची इंटर्नशिप असते.

अभ्यासक्रमातील विषय

संस्कृत, शरीररचना, शरीरक्रिया, रोगनिदान, रसशास्त्र, स्त्रीरोग, प्रसूतितंत्र, कायचिकित्सा, पंचकर्म, शल्यतंत्र, व्याधिविज्ञान, अनुमान परीक्षा, दिनचर्या, फिजिओथेरपी, स्नेहन, क्षारकर्म, चरकसंहिता अशा प्रकारचे विषय बीएएमएस अभ्यासक्रमात समाविष्ट केले गेले आहेत.

आयुर्वेदाचे महत्त्व

व्यक्तीला आजारातून बरे करणे, तिची रोगप्रतिकारकशक्ती वाढवणे, आजार पुन्हा उद्‌भवू नये अशा पद्धतीने तिची शारीरिक क्षमता विकसित करणे, गंभीर आजारांवर दीर्घकालीन परंतु मुळापासून दुखणे नष्ट करणारे उपचार करणे, निरामय आरोग्याची जीवनशैली निर्माण करणे ही आयुर्वेदाची उद्दिष्टे आहेत.

उच्च शिक्षण

बीएएमएसनंतर एमडी (आयुर्वेद), एमएस (शल्यतंत्र), एमपीएच (मास्टर इन पब्लिक हेल्थ), एमबीए इन हॉस्पिटल मॅनेजमेंट, एमएससी (न्यूट्रिशन) हे पदव्युत्तर कोर्सेस पूर्ण करता येतात. कायचिकित्सा, मौलिक सिद्धांत, शरीरक्रिया, शरीररचना, आदी विषयांमध्ये एमडी (डॉक्टर ऑफ मेडिसिन) करता येते.

करिअरच्या संधी

बीएएमएसनंतर जनरल प्रॅक्टिशनर किंवा फॅमिली डॉक्टर या भूमिकेतून रुग्णांवर उपचार करता येतात. त्याचबरोबर हॉस्पिटल्समध्ये किंवा हेल्थकेअर युनिट्समध्ये डॉक्टर म्हणून नोकरी करता येते. याशिवाय अध्यापन किंवा संशोधन करता येते. फार्मा कंपन्यांमध्ये सल्लागार म्हणून नोकरी मिळू शकते. स्वतःचे पंचकर्म केंद्र किंवा आयुर्वेदिक उपचार केंद्र चालवता येते.

❖❖❖

बॅचलर ऑफ आर्किटेक्चर

आर्किटेक्चर म्हणजे वास्तुरचनाशास्त्र. घरे, इमारती, बंगले, सार्वजनिक आस्थापने, मंदिरे, पूल आदींचे बांधकाम सुरू करण्यापूर्वी त्यांची शास्त्रशुद्ध रचना केली जाते. बांधकाम प्रक्रियेचे नियम लक्षात घेऊन संबंधित वास्तूचे डिझाइन तयार केले जाते. त्यामध्ये वास्तूची उपयुक्तता, सुरक्षितता, भक्कमपणा आणि सौंदर्य या बाबींचा विचार केलेला असतो. हे काम करणारा तज्ज्ञ म्हणजे आर्किटेक्ट (वास्तुविशारद). आर्किटेक्ट्सचे शिक्षण बॅचलर ऑफ आर्किटेक्चर असते.

सध्याची स्थिती

पूर्वी आर्किटेक्ट्सचा समावेश वास्तुनिर्माणात क्वचितच केला जायचा. आता मात्र सरकारी नियम, मान्यतांचे निकष, इमारतीच्या तांत्रिकदृष्ट्या सुरक्षित असण्याची हमी, बांधकामाच्या रचनेतील नियोजनाची गरज यांमुळे जवळजवळ सर्वच बांधकामांमध्ये सुरुवातीच्या टप्प्यात आर्किटेक्ट्सचा सहभाग वाढला आहे. आर्किटेक्टच्या कौशल्यामुळे वास्तूचे रूप सुंदर दिसते. त्यामुळेच हल्ली पारंपरिक किंवा चौकोनी ठोकळा स्वरूपातील इमारतींऐवजी नेटके आणि कलात्मक नियोजन असलेल्या, देखण्या इमारती आणि वास्तू पाहायला मिळू लागल्या आहेत.

कालावधी

आर्किटेक्चर पदवीच्या शिक्षणाचा कालावधी बारावीनंतर (सायन्स) पाच वर्षे इतका आहे.

पात्रता

फिजिक्स, केमिस्ट्री आणि मॅथेमॅटिक्ससह बारावी (सायन्स) उत्तीर्ण असणे आवश्यक आहे. किमान टक्केवारी खुल्या प्रवर्गासाठी ५०% गुण, तर राखीव प्रवर्गांसाठी ४५% गुण इतकी आहे. यामध्ये काही बदल होऊ शकतात. आर्किटेक्चर डिप्लोमाधारकसुद्धा आर्किटेक्चर पदवीसाठी पात्र असतात.

प्रवेशपरीक्षा

नाटा (नॅशनल ॲप्टिट्यूड टेस्ट इन आर्किटेक्चर) किंवा जेईई पेपर-२ या आर्किटेक्चर पदवीसाठीच्या प्रवेशपरीक्षा आहेत.

अभ्यासक्रमाचे स्वरूप

पाच वर्षांच्या एकूण कालावधीमध्ये १० सेमिस्टर्स असतात. प्रत्येक सेमिस्टरमध्ये इन-सेमिस्टर आणि एंड-सेमिस्टर परीक्षा असतात. थिअरी विषयांना प्रॅक्टिकल्सची जोड असते. लेखी परीक्षांबरोबरच तोंडी परीक्षादेखील असतात. इंटर्नल सेशन्सना सातत्यपूर्ण कामगिरीच्या आधारे गुण दिले जातात. पाचव्या वर्षात प्रॅक्टिकल ट्रेनिंगची तरतूद करण्यात आली आहे. या अंतिम वर्षात एक आर्किटेक्चरल प्रोजेक्टदेखील करावयाचा असतो. प्रॅक्टिकल्समध्ये स्टुडिओ सेशन्स असतात. अभ्यासक्रमात असणाऱ्या साइट व्हिजिट्स (क्षेत्रभेटी) ह्या विद्यार्थ्यांना अधिक चांगला दृष्टिकोन देऊ शकतात. प्रत्यक्ष कामकाजाचा अनुभव देणारी इंटर्नशिप हा अभ्यासक्रमाचा अंतिम टप्पा असतो. त्यानंतर पदवी मिळते आणि मग विद्यार्थी आर्किटेक्ट म्हणून काम करू शकतो.

अभ्यासक्रमातील विषय

बेसिक डिझाइन, आर्किटेक्चरल ड्रॉइंग, बिल्डिंग कन्स्ट्रक्शन अँड मटेरियल्स, थिअरी ऑफ स्ट्रक्चर्स, आर्किटेक्चरल डिझाइन, कॅड (कॉम्प्युटर-एडेड डिझाइन), बिल्डिंग सर्व्हिसेस, लँडस्केप आर्किटेक्चर, साइट सर्व्हे, क्लायमॅटॉलॉजी, आदी विषय अभ्यासण्यासाठी असतात. आर्किटेक्चर अभ्यासक्रमात ऐच्छिक विषय आणि संबंधित ऑडिट कोर्सेससुद्धा समाविष्ट असतात. ऐच्छिक विषयांअंतर्गत इंटिरिअर डिझाइन, ग्राफिक डिझाइन, इंडस्ट्रियल बिल्डिंग डिझाइन, प्रॉडक्ट डिझाइन, आदी विषय येतात.

पदवीनंतरची पदे

आर्किटेक्ट, प्रोजेक्ट आर्किटेक्ट, आर्किटेक्चरल डिझायनर, प्रिन्सिपल आर्किटेक्ट, लँडस्केप आर्किटेक्ट, अर्बन डिझायनर, टाउन प्लॅनर, इंटिरिअर डिझाइन कन्सल्टंट, आर्किटेक्चरल जर्नालिस्ट, हेरिटेज अँड कॉन्झर्वेशन स्पेशालिस्ट, प्रोजेक्ट मॅनेजमेंट कन्सल्टंट, डिजिटल आर्किटेक्ट, बिल्डिंग कॉंट्रॅक्टर, आदी पदांवर आर्किटेक्ट्स काम करू शकतात.

करिअरच्या संधी

खासगी बांधकाम कंपन्यांमध्ये ज्युनिअर आर्किटेक्टसारख्या पदांवरून सुरुवात करून, यथावकाश वर उल्लेख केलेल्या पदांपर्यंत मजल मारता येते. लँडस्केप इंटिरिअरसारखे स्पेशलायझेशन करून तज्ज्ञ म्हणून काम करता येते. सरकारी क्षेत्रातदेखील भारतीय रेल्वे, नॅशनल बिल्डिंग्ज ऑर्गनायझेशन, हडको (हाउसिंग अँड अर्बन डेव्हलपमेंट कॉर्पोरेशन), स्टेट हाउसिंग बोर्ड्स, राज्य सरकारचा सार्वजनिक बांधकाम विभाग, सिडको (सिटी अँड इंडस्ट्रियल डेव्हलपमेंट कॉर्पोरेशन), आदी ठिकाणी रुजू होता येते. स्वतःचा व्यवसाय असणे हे आर्किटेक्चरमधील उत्तम करिअर मानले जाते. काही कालावधीकरिता अनुभव प्राप्त केल्यानंतर, स्वतःची आर्किटेक्चर फर्म सुरू केल्यास चांगल्या संधी मिळू शकतात. एखाद्या सिव्हिल कन्स्ट्रक्शन कंपनीबरोबर राहिल्यास चांगले काम मिळू शकते. सध्या 'स्मार्ट सिटी' हा केंद्रस्थानी असलेला मुद्दा आहे. हे लक्षात घेता अनेक भव्य प्रोजेक्ट्सची सुरुवात होत आहे. पूल, इमारती, बागा, प्रेक्षागृहे, टॉवर्स अशा असंख्य गोष्टींच्या निर्माणाचे काम वेगात सुरू आहे. मोठ्या शहरांमध्ये जुन्या इमारती पाडून नव्याने बांधकाम करण्याची— म्हणजेच रीडेव्हलपमेंटची— कामे मोठ्या प्रमाणात सुरू झाली आहेत. भविष्यात आर्किटेक्ट्ससाठी कामांचा ओघ वाढतच जाणार आहे.

❖❖❖

बीई/बीटेक (इंडस्ट्रियल)

औद्योगिक आस्थापनांतील म्हणजे इंडस्ट्रियल कंपन्यांमधील काम हे यंत्रसामुग्री, आधुनिक तंत्रज्ञान, कच्चा माल, भांडवल, मनुष्यबळ, ऊर्जा, आदींच्या उपलब्धतेवर अवलंबून असते. ह्या कंपन्यांमध्ये कच्च्या मालापासून अंतिम उत्पादन निर्माण केले जात असते. मात्र, हे करताना जास्तीत जास्त उत्पादकता साधणे, कामाच्या सुयोग्य पद्धती अवलंबणे, सुरक्षित कार्यप्रणालीचा वापर करणे, कामाचे सर्वंकष व्यवस्थापन अशा अनेक गोष्टी घडणे अपेक्षित असते. आजमितीला जागतिक स्तरावर व्यवस्थापनाच्या प्रगत पद्धती अवलंबल्या जात असताना, इंडस्ट्रियल इंजिनिअरिंग ही विद्याशाखा अत्यंत वेगळी आणि महत्त्वाची मानली जात आहे. गुणवत्तेच्या विविध निकषांचा मागोवा कसा घ्यावा, याचे आदर्श मार्ग या शाखेच्या अध्ययनातून कळतात. अगदी मानवी शरीराच्या रचनेचा विचार करून उत्पादन डिझाइन करण्यापासून ते उत्पादनप्रक्रिया कशा असाव्यात, इथपर्यंतचा, कुतूहल चाळवणारा अभ्यास या शाखेत आहे. मागील काही वर्षांत औद्योगिक सुरक्षेसंदर्भातील मोठे क्रांतिकारी बदल या शाखेच्या अभ्यासातून झाले आहेत. हे सर्व शिकण्यासाठी इंडस्ट्रियल इंजिनिअरिंगची पदवी (बीई किंवा बीटेक) घेता येते. ह्या विद्याशाखेत इंजिनिअरिंग आणि मॅनेजमेंट (व्यवस्थापन) या दोन शाखांचा संगम आहे.

कालावधी

बारावीनंतर (सायन्स) चार वर्षांचा हा कोर्स आहे. इंजिनिअरिंग डिप्लोमानंतर ही पदवी तीन वर्षांची असते.

पात्रता

बारावीला (सायन्स) बोर्डाच्या परीक्षेत पीसीएम (फिजिक्स, केमिस्ट्री, मॅथेमॅटिक्स) ग्रूपमध्ये ४५% (राखीव प्रवर्गांसाठी ४०%) गुण असावे लागतात. पीसीएम ग्रूपमधील गुणांचा हा निकष पूर्ण होत नसेल, तर केमिस्ट्रीऐवजी अन्य (व्होकेशनल) विषयाचे गुण विचारात घेतले जातात. 'एमएचटी-सीईटी' (महाराष्ट्र हेल्थ अँड टेक्निकल कॉमन एंट्रन्स टेस्ट) ह्या प्रवेशपरीक्षेत पीसीएम ग्रूपमध्ये शून्यापेक्षा अधिक पर्सेंटाइल असावे लागते. मेरिटसाठी सीईटीच्या गुणांचा विचार केला जातो. जेईईच्या (मेन्स) गुणांवरदेखील काही जागा उपलब्ध असतात.

प्रवेश कोणी घ्यावा?

१. इंजिनिअरिंगमधील मॅनेजमेंटची आवड असणारे विद्यार्थी
२. गणिती अभ्यासापेक्षा नियोजनात आणि निर्णयप्रक्रियेमध्ये रस असणारे विद्यार्थी
३. मॅनेजमेंट आणि उद्योजकता यांत गती असणारे विद्यार्थी
४. नाविन्याचा शोध घेणारे विद्यार्थी
५. उत्तम संभाषणकौशल्ये असलेले विद्यार्थी
६. गुणवत्तावाढ या विषयात रस असलेले विद्यार्थी
७. कार्यप्रणाली आणि त्यातील सुधारणा यांत रुची असणारे विद्यार्थी
८. चांगली निर्णयक्षमता असलेले विद्यार्थी

अभ्यासक्रमाचे स्वरूप

चार वर्षांच्या कोर्समध्ये थिअरी लेक्चर्ससह प्रॅक्टिकल्स असतात. इंजिनिअरिंगबरोबरच विद्यार्थ्यांची मॅनेजमेंटविषयक कौशल्ये विकसित केली जातात. इन-सेम, एंड-सेम, तोंडी परीक्षा अशा विद्यापीठीय परीक्षांबरोबरच ट्यूटोरियल्स आणि घटक चाचण्या अशा महाविद्यालयीन परीक्षा असतात. असाइन्मेंट्स आणि सबमिशन्स हे या अभ्यासक्रमाचे महत्त्वाचे घटक आहेत. इंडस्ट्रियल व्हिजिट्सच्या माध्यमातून अभियांत्रिकी आस्थापनांची जवळून ओळख करून दिली जाते. काही विद्यार्थी वैयक्तिक स्तरावर विविध ऑनलाइन सर्टिफिकेशन्स मिळवतात. काहीजण आयएसओ, फाइव्ह एस, सिक्स सिग्मा अशा मॅनेजमेंटशी संबंधित संकल्पनांवर आधारित कोर्सेस करतात. प्रोजेक्ट वर्क आणि तत्संबंधित तांत्रिक उपक्रम नीटपणे पूर्ण केल्यास विद्यार्थी स्पर्धात्मकदृष्ट्या

तयार होतात. इंटर्नशिप चांगल्या ठिकाणी करण्याची संधी मिळाली, तर करिअरचा पाया पक्का झाला, असे समजायला हरकत नाही.

अभ्यासक्रमातील विषय

मॅनेजमेंट सायन्स, इंडस्ट्रियल मॅनेजमेंट, इंजिनिअरिंग इकॉनॉमी, कॉस्टिंग अँड अकाउंटिंग, प्रॉडक्शन प्लॅनिंग अँड कंट्रोल, ऑपरेशन्स रिसर्च, प्लांट लोकेशन, फॅसिलिटी लेआउट अँड डिझाइन, मशीन टूल्स अँड मशीनिंग, मॅनेजमेंट ऑफ इन्व्हेंटरी सिस्टिम्स, मॅथेमॅटिक्स, प्रोजेक्ट मॅनेजमेंट, मटेरियल्स मॅनेजमेंट, मटेरियल हॅंडलिंग, स्टोअर्स मॅनेजमेंट, इंडस्ट्रियल सेफ्टी, क्वालिटी मॅनेजमेंट, पोल्यूशन कंट्रोल, बायोमेकॅनिक्स, एरगॉनॉमिक्स, ह्यूमन बॉडी व्हायब्रेशन, लॉजिस्टिक्स मॅनेजमेंट, प्रॉडक्ट डिझाइन, प्रोसेस डिझाइन, मॅनेजमेंट टेक्निक्स, इंडस्ट्रियल लॉ, रोबॉटिक्स, मॅन्युफॅक्चरिंग प्रोसेसेस, स्टॅटिस्टिक्स, प्रॉडक्शन मॅनेजमेंट, आदी विषय या कोर्समध्ये शिकवले जातात.

करिअरच्या संधी

ह्या पदवीधरांना इंजिनिअरिंगबरोबरच मॅनेजमेंटचेही ज्ञान असल्याने त्यांना सुरुवातीपासूनच मॅनेजमेंट टीममध्ये स्थान मिळते. त्यांना क्वालिटी मॅनेजमेंट, सेफ्टी, फॅसिलिटी मॅनेजमेंट, इन्व्हेंटरी, प्रॉडक्शन प्लॅनिंग, ऑपरेशन्स, आदी विभागांत नोकरीची संधी मिळते. ह्या पदवीधरांना सर्व प्रकारच्या उत्पादन कंपन्यांमध्ये नोकरीची संधी उपलब्ध असते. या शाखेतील पदवीधरांची संख्या कमी असल्याने नोकरी मिळण्याची समस्या फारशी येत नाही. ज्युनिअर मॅनेजर पदापासून सुरुवात करून ते मॅनेजर, सीनिअर मॅनेजर तसेच त्याहूनही वरच्या पदांपर्यंत पोहोचू शकतात. प्रॉडक्टिव्हिटी हा ह्या मंडळींचा खास अभ्यासाचा विषय असल्याने त्यांना सल्लागार म्हणून खूप मोठ्या संधी मिळतात. नवीन इंडस्ट्रियल प्लांट्सची उभारणी होत असताना ह्या पदवीधरांना चांगल्या पगाराच्या संधी चालून येतात; कारण या विषयामध्ये नैपुण्य असणाऱ्यांची संख्या मर्यादित आहे. तोट्यामध्ये असणारी एखादी कंपनी फायद्यामध्ये आणण्याची क्षमता ह्या मंडळींना शिक्षणानंतर आणि संबंधित अनुभवानंतर प्राप्त झालेली असते. काम करण्याच्या जुन्या पद्धती, चुकीचे लेआउट्स, असुरक्षित वातावरण, अप्रशिक्षित कर्मचारी, मटेरियल हाताळण्याच्या सदोष पद्धती अशा अनेक बाबतींत बदल

करण्याचा सल्ला देण्यासाठीची पारंगतता ह्या पदवीधरांमध्ये कामाच्या अनुभवानंतर येते. त्यामुळे त्यांना या क्षेत्रात सल्लागार म्हणून चांगले करिअर करता येऊ शकते. गुणवत्तावाढीसह कंपनीच्या प्रगतीसाठी आवश्यक ते सर्व प्रकारचे व्यवस्थापकीय प्रशिक्षण देणे हे इंडस्ट्रियल इंजिनिअर्सना जमू शकते. म्हणजेच त्यांना इंजिनिअर, मॅनेजर, प्रशिक्षक, सल्लागार अशा अनेक स्वरूपात करिअरच्या संधी उपलब्ध आहेत. मॅनेजमेंटच्या सगळ्या अंगांना स्पर्श करणारा अनुभव गाठीशी असल्याने केवळ उत्पादन कंपन्याच नव्हेत, तर सर्व प्रकारच्या आस्थापनांशी संबंधित कामांसाठी या पदवीधरांना मागणी असते. इंडस्ट्रियल इंजिनिअरिंग कोर्समधून उद्योजक तयार होणे, हे तर फारच स्वाभाविक आहे; कारण ह्या कोर्समध्ये केवळ इंजिनिअरिंगच नव्हे, तर सर्वच प्रकारच्या व्यवसायांशी संबंधित विषय शिकवले गेलेले असतात.

❖❖❖

बीए (इकॉनॉमिक्स)

इकॉनॉमिक्स म्हणजेच अर्थशास्त्र. हे अर्थव्यवहारांविषयीचे आणि आर्थिक रचनेविषयीचे एक सामाजिक शास्त्र आहे. वस्तू आणि सेवा यांचे उत्पादन, वितरण, विपणन आणि वापर यांविषयीचे ज्ञान अर्थशास्त्र देत असते. जगातील सर्व व्यवहारांचे रहाटगाडगे चलनाच्या माध्यमातूनच सुरू असते. अर्थशास्त्र हे देशाच्या सर्व क्षेत्रांशी संबंधित असते. राष्ट्राच्या संपत्तीचा अभ्यास या विद्याशाखेत होतो. जिला अर्थशास्त्र कळते, ती व्यक्ती व्यावहारिकदृष्ट्या अधिक सक्षम असते. त्यामुळे अर्थशास्त्रातील पदवीधर हा अनेकविध क्षेत्रांमधील करिअरसाठी पात्र ठरतो.

पदवीचे नाव

बॅचलर ऑफ आर्ट्स (बीए) इन इकॉनॉमिक्स

कालावधी

सामान्य बीए पदवीचा कालावधी हा बारावीनंतर तीन वर्षांचा असतो, तर बीए (ऑनर्स) हा चार वर्षांचा कोर्स आहे.

पात्रता

आर्ट्स शाखेतून बारावी उत्तीर्ण झालेला विद्यार्थी बीए या पदवीला प्रवेश घेण्यासाठी पात्र असतो. अन्य शाखांचे म्हणजे सायन्सचे/कॉमर्सचे विद्यार्थीदेखील बारावीनंतर बीएसाठी प्रवेश घेऊ शकतात. सर्वसामान्यपणे ह्या कोर्ससाठी प्रवेशपरीक्षा नसते. राष्ट्रीय स्तरावरील काही विद्यापीठांकडून मात्र 'सीयूईटी'सारख्या (कॉमन युनिव्हर्सिटी एंट्रन्स टेस्ट) प्रवेशपरीक्षा घेतल्या जातात.

प्रवेश कोणी घ्यावा?

ज्या विद्यार्थ्यांना बीए इन इकॉनॉमिक्सला प्रवेश घ्यायचा आहे, त्यांच्याकडे शालेय स्तरापासूनच खालील काही गोष्टी असलेल्या बऱ्या :

१. कामातील अचूकतेची सवय
२. कॉम्प्युटर वापरण्याचे कसब
३. गणिताच्या अभ्यासाची आवड
४. क्लिष्ट गोष्टी अभ्यासण्याची तयारी
५. सखोल विचार करण्याची क्षमता
६. भरपूर वाचनाची तयारी
७. नेमकेपणाने लिहिण्याचे कौशल्य

अभ्यासक्रमाचे स्वरूप

ह्या अभ्यासक्रमात थिअरी लेक्चर्सचा अंतर्भाव अधिक असतो. पाचव्या आणि सहाव्या सेमिस्टर्सना ऐच्छिक विषय असतात. सेमिस्टर पॅटर्नप्रमाणे विद्यापीठ स्तरावर परीक्षा घेतल्या जातात. अभ्यासामध्ये संदर्भग्रंथांचा वापर अपेक्षित असतो. तज्ज्ञांची व्याख्याने, परिसंवाद, अभ्यासक्रमावर आधारित उपक्रम यांद्वारे विद्यार्थ्यांनी विषयाशी समरस होणे अपेक्षित असते. अंतिम टप्प्यात संशोधन पत्रिकांमध्ये योगदान द्यावे लागते आणि प्रोजेक्ट वर्क पूर्ण करावे लागते.

अभ्यासक्रमातील विषय

ह्या अभ्यासक्रमात मायक्रो-इकॉनॉमिक्स, मॅक्रो-इकॉनॉमिक्स, स्टॅटिस्टिकल मेथड्स ऑफ इकॉनॉमिक्स, इंडियन इकॉनॉमिक्स, इकॉनॉमेट्रिक्स, फायनान्शियल इकॉनॉमिक्स, आदी विषय शिकवले जातात.

अभ्यासक्रमातून विकसित होणारी कौशल्ये

बीए इन इकॉनॉमिक्स पदवी घेतलेल्या विद्यार्थ्याला :

१. संख्याशास्त्रीय माहितीचा अन्वयार्थ काढता येतो
२. समस्यांचा अभ्यास आर्थिक मुद्द्यांच्या आधारावर करता येतो
३. चार्ट्स, ग्राफ्स, मॉडेल्स आदींचा वापर करून अर्थकारणातील माहिती स्पष्ट करून सांगता येते

४. क्लिष्ट आर्थिक आकडेवारी सहजपणे समजते
५. सामाजिक समस्या, राजकीय गणिते, मानसशास्त्रीय भूमिका, राज्यशास्त्राशी संबंधित घडामोडी यांचा अर्थकारणाशी असलेला संबंध समजतो

उच्च शिक्षणाच्या संधी

अर्थशास्त्राच्या पदवीधरांना एमए (इकॉनॉमिक्स), एमबीए (फायनान्स), एमबीए (एचआर), एमबीए (मार्केटिंग), एमबीए (इंटरनॅशनल बिझनेस), एलएलबी (बॅचलर ऑफ लॉज) यांसह उच्च शिक्षणाच्या विविध संधी उपलब्ध असतात.

उच्च शिक्षणासाठीच्या प्रवेशपरीक्षा

एमबीएसाठी सीईटी किंवा कॅट (कॉमन अॅडमिशन टेस्ट), परदेशातील उच्च शिक्षणासाठी जीआरई किंवा जी-मॅट (ग्रॅज्युएट मॅनेजमेंट अॅडमिशन टेस्ट), वकिलीसाठी क्लॅट (कॉमन लॉ अॅडमिशन टेस्ट) आणि इतर अभ्यासक्रमांसाठी सीईटी परीक्षा द्यावी लागते.

स्पर्धापरीक्षा आणि इतर परीक्षा

सरकारी अधिकारी होण्यासाठी एमपीएससी/यूपीएससी परीक्षा, बँकेत अधिकारी होण्यासाठी बँकिंग परीक्षा, संरक्षण दलातील नोकरीसाठी सीडीएसई, तर चार्टर्ड अकाउंटंट होण्यासाठी सीएच्या परीक्षा द्याव्या लागतात.

कार्यक्षेत्रे

सरकारी पातळीवर इंडियन इकॉनॉमिक सर्व्हिस, इंडियन सिव्हिल सर्व्हिसेस, नॅशनल सॅम्पल सर्व्हे ऑफिस, डिपार्टमेंट ऑफ इकॉनॉमिक अफेअर्स, प्लॅनिंग कमिशन, नॅशनल इन्स्टिट्यूट ऑफ पब्लिक फायनान्स, लाइफ इन्शुरन्स कॉर्पोरेशन ऑफ इंडिया, आदींमध्ये नोकरीची संधी मिळू शकते, तर खासगी क्षेत्रात मल्टिनॅशनल कंपन्या, बँका, कन्सल्टन्सी फर्म्स यांमध्ये नोकरीकरिता निवड होऊ शकते.

पदे

इकॉनॉमिक्स शाखेतील बीए आणि त्यानंतरच्या (पदव्युत्तर) शिक्षणानंतर संबंधित उमेदवाराला अकाउंटंट, कॅशियर, क्लार्क, प्रशासक, ऑडिटर, इकॉनॉमिक

कन्सल्टंट, फायनान्शियल ॲनॅलिस्ट, इन्व्हेस्टमेंट ॲनॅलिस्ट, फायनान्शियल मॅनेजर, मार्केट रिसर्च ॲनॅलिस्ट, बजेट ॲनॅलिस्ट, ॲक्चुअरी एक्स्पर्ट, प्राध्यापक, आदी पदांवर काम करता येते.

भविष्यातील वाव

कायमस्वरूपी संधी असणाऱ्या क्षेत्रांपैकी इकॉनॉमिक्स हे एक आहे. फायनान्स, बँकिंग, मॅनेजमेंट, बिझनेस डेव्हलपमेंट, एक्स्पोर्ट–इम्पोर्ट, ट्रेडिंग, शेअर मार्केट अशी अनेक क्षेत्रे या विद्याशाखेशी संबंधित आहेत. व्यक्ती, कुटुंबे, संस्था, आस्थापने आणि देश अशा सर्वांच्याच विकासामध्ये अर्थशास्त्राचे ज्ञान उपयुक्त ठरते. सर्वच क्षेत्रांशी अर्थकारणाचा थेट संबंध असल्याने अर्थशास्त्राच्या तज्ज्ञांकरिता करिअरसाठीच्या संधी विस्तारत जाणाऱ्या आहेत.

❖❖❖

एनडीएमधील पदवी शिक्षण

बारावीनंतर असणाऱ्या एनडीएच्या (नॅशनल डिफेन्स अॅकॅडमी) परीक्षेबद्दल अनेकांना कल्पना असते. ही परीक्षा आता मुलांप्रमाणेच मुलीदेखील देऊ शकतात, हेसुद्धा सर्वांना माहीत आहे; परंतु एनडीए परीक्षेचे सर्व टप्पे उत्तीर्ण झाल्यानंतर पुढील प्रशिक्षणातील पदवी नेमकी कोणती असते आणि त्या पदवीचे स्वरूप काय असते, याविषयी अगदी थोड्याच विद्यार्थ्यांना कल्पना असते. ती देण्याचा हा एक प्रयत्न.

पदवीचे प्रकार

एनडीए प्रशिक्षणात चार प्रकारच्या पदव्या घेण्याची सोय आहे. बीए, बीएससी, बीएससी (कॉम्प्युटर सायन्स) आणि बीटेक. पहिले तीन पारंपरिक कोर्सेस जेएनयूशी (जवाहरलाल नेहरू युनिव्हर्सिटी) संलग्न आहेत. हे कोर्सेस आर्मीच्या कॅडेट्ससाठी आहेत. बीटेक हा कोर्स एआयसीटीईशी (ऑल इंडिया काउन्सिल फॉर टेक्निकल एज्युकेशन) संलग्न आहे आणि तो नेव्हीच्या आणि एअर फोर्सच्या कॅडेट्ससाठी आहे.

१. बीए - हा तीन वर्षांचा अभ्यासक्रम आहे. यामध्ये हिस्ट्री, जिओग्राफी, इकॉनॉमिक्स आणि पोलिटिकल सायन्स हे चार विषय असतात.
२. बीएससी - हा तीन वर्षांचा पदवी अभ्यासक्रम असून, यामध्ये प्रामुख्याने फिजिक्स, केमिस्ट्री आणि मॅथेमॅटिक्स हे तीन विषय असतात.
३. बीएससी (कॉम्प्युटर सायन्स) - हादेखील तीन वर्षांचा अभ्यासक्रम असून, यामध्ये प्रामुख्याने कॉम्प्युटर सायन्स, फिजिक्स आणि मॅथेमॅटिक्स हे विषय शिकावे लागतात.
४. बीटेक - हा चार वर्षांचा पदवी अभ्यासक्रम आहे. त्यांपैकी तीन वर्षांचे शिक्षण 'एनडीए'मध्ये होते, तर उर्वरित एका वर्षाचे शिक्षण त्या-त्या कॅम्पसमध्ये होते.

ही पदवी ॲप्लाइड इलेक्ट्रॉनिक्स अँड कम्युनिकेशन, मेकॅनिकल, कॉम्प्युटर सायन्स आणि आयटी यांपैकी कोणत्याही स्पेशलायझेशनमध्ये घेता येते.

वर उल्लेखलेल्या विषयांबरोबरच सर्व कॅडेट्सना हिंदी, इंग्लिश, परकीय भाषा, इंजिनिअरिंगचे काही मूलभूत विषय आणि डिफेन्स सर्व्हिसेसबद्दलचे विषय शिकावे लागतात. त्यांना इतर शाखांमधील विषयदेखील अभ्यासण्याचे स्वातंत्र्य असते.

कॅडेट्सना सर्व शैक्षणिक सामुग्री, लेखनसाहित्य, दर्जेदार पुस्तके आणि ई-लर्निंग मटेरियल ह्या गोष्टी एनडीएकडून उपलब्ध करून दिल्या जातात. कॅडेट्सची नावनोंदणी, अभ्यासक्रमाचे अध्यापन, परीक्षा, निकाल, आदी सर्व बाबींमधे एनडीएला स्वायत्तता आहे. अध्यापनासाठी 'यूपीएससी'द्वारे निवडलेले उच्चशिक्षित आणि तज्ज्ञ प्राध्यापक असतात.

दिवसाचे वेळापत्रक

सगळे प्रशिक्षणार्थी पहाटे चार वाजता उठून दिवसाची सुरुवात करतात. रनिंग, व्यायाम, फिजिकल ट्रेनिंग, ड्रिल, आदी उरकल्यानंतर सकाळी साडेआठ वाजता न्याहारी होते. सकाळी नऊ ते दुपारी एक वाजेपर्यंत अभ्यासाच्या तासांचे सत्र असते. दुपारच्या भोजनानंतर थोडी विश्रांती होते. त्यानंतर दुपारी तीन ते संध्याकाळी सहा हा वेळ मैदानी खेळांसाठी राखीव असतो. संध्याकाळी साडेसहा ते रात्री आठ या वेळात वैयक्तिक अभ्यास करता येतो. रात्री १० ही झोपण्याची वेळ असते.

पदवीप्रदान समारंभ

एनडीए संकुलामध्ये पदवीप्रदान समारंभ पार पडतो. हा सोहळा अत्यंत दिमाखदार असतो. नेत्रदीपक प्रात्यक्षिके, संचलन, आकाशातील नयनरम्य सादरीकरण ही ह्या सोहळ्याची वैशिष्ट्ये असतात. पदवी प्राप्त केलेल्या कॅडेट्सचे पालक या सोहळ्याला सन्मानपूर्वक निमंत्रित करण्यात आलेले असतात. २०२४-२५च्या नोव्हेंबरमधील पदवीप्रदान सोहळ्यात सुमारे २०५ कॅडेट्सना जेएनयूची पदवी प्रदान करण्यात आली. सायन्स शाखेतील ८२, कॉम्प्युटर सायन्स शाखेतील ८४ आणि आर्ट्स शाखेतील ३९ कॅडेट्सना पदवी प्रदान केली गेली. नेव्ही आणि एअर फोर्ससाठी बीटेक केलेल्या १३२ कॅडेट्सना तीन वर्षे पूर्ण झाल्याचे प्रमाणपत्र

देण्यात आले. त्यांचे पुढील एक वर्षाचे प्रशिक्षण संबंधित केंद्रावर पूर्ण झाल्यानंतर त्यांना अंतिम पदवी मिळेल. दरवर्षी साधारणपणे अशाच संख्येने कॅडेट्स पदवीधर होतात. पदवीप्रदान समारंभ वर्षातून दोनवेळा होतो.

भविष्यातील वाव

इतर पदव्यांनंतर विद्यार्थ्यांना नोकरीसाठी प्रयत्न करावे लागतात. एनडीएतील पदवी आणि प्रशिक्षण यांचे वैशिष्ट्य म्हणजे त्यानंतर नोकरी मिळवणे हा प्रकारच नाही; कारण या विद्यार्थ्यांना संरक्षण दलांत आधीच सामावून घेण्यात आलेले असते. या पदवीनंतर आणि संबंधित प्रशिक्षणानंतर विद्यार्थ्याला आर्मीमध्ये लेफ्टनंट, नेव्हीमध्ये सब-लेफ्टनंट, तर एअर फोर्समध्ये फ्लाइंग ऑफिसर ही रँक प्राप्त होते. अर्थात, ही या सेवेतील कामाची सुरुवात असते. देशाच्या संरक्षणासाठी हे विद्यार्थी सज्ज झालेले असतात— अभ्यास करून, पदवी प्राप्त करून, शरीरसंपदा कमावून, शिस्तीचे धडे घेऊन आणि देशसेवेचे व्रत अंगीकारून.

❖❖❖

एमबीए

कोणत्याही आस्थापनामध्ये सर्वांत महत्त्वाचे काम असते व्यवस्थापन करणे. अनुभवातून शिकलेल्या अनेकांनी आजवर नियोजन, टीम वर्क, नेतृत्व, निर्णयक्षमता, व्यवसायवृद्धी आदी आघाड्यांवर चमक दाखवली आहे; परंतु अनेकदा अनुभव मिळवण्याच्या प्रक्रियेत खूप काळ गुंतवावा लागतो. तसेच ह्या प्रक्रियेत अनेक चुका होतात. शिवाय वयाने ज्येष्ठ परंतु अनुभवी असे वरिष्ठ हे वयोमानामुळे तितकेसे सक्षम राहिलेले नसतात. अशा वेळी युवा पिढीने नेतृत्व केले, तर त्यांच्या तल्लख बुद्धिमत्तेचा आणि धडाकेबाज कर्तृत्वाचा उपयोग आस्थापनांना होऊ शकतो. म्हणूनच पदवीधरांना मॅनेजमेंटचे शिक्षण देऊन, कमी वयात या क्षेत्रात आणण्यासाठी खास कोर्सेस विकसित केले गेले आहेत. त्यांपैकी सर्वांत उत्तम कोर्स आहे एमबीए (मास्टर ऑफ बिझनेस ॲडमिनिस्ट्रेशन). ही व्यवस्थापनशास्त्रातील पदव्युत्तर पदवी आहे.

पात्रता

बीए, बीकॉम (बॅचलर ऑफ कॉमर्स), बीएससी (बॅचलर ऑफ सायन्स), बीई, बीबीए (बॅचलर ऑफ बिझनेस ॲडमिनिस्ट्रेशन), बीसीए (बॅचलर ऑफ कॉम्प्युटर ॲप्लिकेशन्स) किंवा अन्य कोणत्याही पदवीनंतर एमबीए करता येते. पदवी परीक्षेत कमीत कमी ५०% (राखीव प्रवर्गांसाठी ४५%) गुण मिळालेले असणे अपेक्षित आहे. किमान वयोमर्यादा २१ वर्षे असली, तरी कमाल वयोमर्यादा नाही.

प्रवेशपरीक्षा

राष्ट्रीय स्तरावर कॅट, मॅट (मॅनेजमेंट ॲप्टिट्यूड टेस्ट), स्नॅप (सिम्बायोसिस नॅशनल ॲप्टिट्यूड टेस्ट), आत्मा (एम्स टेस्ट फॉर मॅनेजमेंट ॲडमिशन्स), एक्सएटी

(झेवियर ॲप्टिट्यूड टेस्ट) या प्रवेशपरीक्षा आहेत, तर आंतरराष्ट्रीय स्तरावर जी-मॅट ही प्रवेशपरीक्षा द्यावी लागते. महाराष्ट्रातील महाविद्यालयांमधील प्रवेशासाठी एमबीए-सीईटी ही परीक्षा द्यावी लागते. बहुपर्यायी वस्तुनिष्ठ प्रश्नांची लेखी चाचणी, ग्रूप डिस्कशन आणि पर्सनल इंटरव्ह्यू असे प्रवेशपरीक्षेचे टप्पे असतात.

स्पेशलायझेशन्स

एमबीएमध्ये मार्केटिंग, एचआर (ह्यूमन रिसोर्सेस), फायनान्स, इंटरनॅशनल बिझनेस, ऑपरेशन्स रिसर्च, इन्व्हेस्टमेंट मॅनेजमेंट, इन्फर्मेशन टेक्नॉलॉजी, आंत्रप्रेन्युअरशिप, डेटा ॲनॅलिटिक्स, आदी स्पेशलायझेशन्स उपलब्ध आहेत. कॉर्पोरेट क्षेत्रात प्रत्येक स्पेशलायझेशन ही एक स्वतंत्र ओळख आहे. विद्यार्थ्यांनी आपापल्या स्वाभाविक क्षमतांप्रमाणे स्पेशलायझेशन निवडणे अपेक्षित आहे. अनेकजण सध्या 'ट्रेंडिंग' काय आहे, याचा अंदाज घेऊनसुद्धा हा निर्णय घेतात.

कालावधी आणि स्वरूप

एमबीए हा दोन वर्षांचा, पदव्युत्तर अभ्यासक्रम आहे. विद्यार्थ्यांना थिअरी लेक्चर्सबरोबरच प्रॅक्टिकल्सच्या माध्यमातून मॅनेजमेंटचे धडे दिले जातात. पहिल्या वर्षात सर्व विषय अभ्यासावे लागतात. यांमध्ये फायनान्स, एचआर, मार्केटिंग, बिझनेस मॅनेजमेंट, इकॉनॉमिक्स, बिझनेस लॉ, कम्युनिकेशन स्किल्स, आदींचा समावेश होतो. विद्यार्थ्यांना प्रत्यक्ष जनसंपर्क, संवादकौशल्ये, टीम वर्क, निर्णयप्रक्रिया अशा अनेक गोष्टी शिकवल्या जातात. प्रेझेंटेशन्स, ग्रूप टास्क्स, इंटर्नशिप आणि लाइव्ह प्रोजेक्ट्स यांमुळे विद्यार्थ्यांची कॉर्पोरेट कल्चरशी ओळख होते. त्यांना प्रत्यक्ष कामाचा आणि जबाबदारीचा अनुभव मिळतो. या सर्व प्रक्रियेत विद्यार्थी नवीन आव्हाने पेलण्यासाठी घडवला जातो. विद्यार्थी सॉफ्ट स्किल्स, स्ट्रेस मॅनेजमेंट, टाइम मॅनेजमेंट, एटिकेट्स, मॅनर्स या गोष्टी शिकतात.

अभ्यासक्रमाचे प्रकार

पूर्णवेळ, अर्धवेळ, डिस्टन्स एज्युकेशन (दूरशिक्षण), ऑनलाइन आणि एक्झिक्युटिव्ह एमबीए असे एमबीए अभ्यासक्रमाचे प्रकार आहेत. एखादा नुकताच पदवीधर झालेला विद्यार्थी पूर्णवेळ एमबीए करू शकेल; पण मध्यमवयीन नोकरदाराला तसे करता येणे अशक्य आहे. त्यामुळे मग ही मंडळी अर्धवेळ

स्वरूपाचा एमबीए कोर्स करतात. काहींना तेही शक्य होत नाही. मग ते डिस्टन्स एज्युकेशन अथवा ऑनलाइन पद्धतीने शिकतात. काही नामांकित कंपन्या आपल्या कर्मचाऱ्यांना एक्झिक्युटिव्ह एमबीए हा कोर्स देऊ करतात, जेणेकरून त्यांना बढती किंवा वरच्या पदावरील जबाबदारी देणे शक्य व्हावे. अर्थात, पूर्णवेळ एमबीए आणि तेही उत्तम शिक्षणसंस्थेतून करणे, हा मुद्दा अत्यंत महत्त्वाचा आहे. उत्तम शिक्षण, दर्जेदार ठिकाणी इंटर्नशिप, उत्कृष्ट तज्ज्ञांचे गेस्ट सेशन्सद्वारे मार्गदर्शन हे घटक चांगली प्लेसमेंट मिळवण्यासाठी आवश्यक असतात.

भविष्यातील वाव

एमबीए झालेल्या उमेदवाराला उत्तम पगाराची नोकरी मिळते. विशेषतः कॉर्पोरेट क्षेत्रात वरिष्ठ पदांवर (उदाहरणार्थ, कन्सल्टंट) संधी उपलब्ध होतात. स्वतःचा व्यवसाय सुरू करून उद्योजकतादेखील जोपासता येते. एमबीए पदवीधराकडे कंपनीच्या सर्वोच्च स्थानी पोहोचण्याची क्षमता असते. अर्थात, एमबीए शिक्षणानंतरचा सर्व प्रवास हा संबंधित व्यक्तीच्या गुणवत्तेवर आणि कार्यक्षमतेवर अवलंबून असतो.

पदे

एमबीए (फायनान्स) केल्यानंतर चीफ फायनान्शियल ऑफिसर, ॲसेट मॅनेजर, फायनान्शियल ॲनॅलिस्ट ह्या पदांवर, तर एमबीए (मार्केटिंग) केल्यानंतर बिझनेस डेव्हलपमेंट मॅनेजर, ब्रँड मॅनेजर, सेल्स मॅनेजर, मार्केटिंग मॅनेजर अशा पदांवर काम करता येते. एमबीए (एचआर) केल्यास स्टाफिंग डायरेक्टर, रिक्रूटर, ट्रेनिंग हेड, एम्प्लॉयमेंट मॅनेजर अशी पदे मिळू शकतात.

❖❖❖

बीई/बीटेक (केमिकल)

विज्ञान शाखेतील केमिस्ट्री या विषयाचा उपयोजित विषय म्हणजे केमिकल इंजिनिअरिंग. आज अनेक ठिकाणी रसायनांच्या (केमिकल्स) साहाय्याने वस्तूंचे उत्पादन होते किंवा त्यांवर प्रक्रिया पार पाडल्या जातात. रंग, सौंदर्यप्रसाधने, शाई, पॅकेजिंग मटेरियल्स, औषधे, खते, प्लास्टिक, इंधने, बांधकामाचे साहित्य, फर्निचर, पिशव्या, घरातील वस्तू, आदी सर्वच गोष्टींमध्ये रसायनांचा वापर होतो. या क्षेत्रातील फॉर्म्युले, डिझाइन्स, कच्चा माल, प्रक्रिया, गुणवत्ता नियंत्रण, यंत्रे, उत्पादने, आदींमध्ये केमिकल इंजिनिअरिंगचे ज्ञान असणे अपेक्षित आहे. त्यासाठीचे शिक्षण आहे बीई किंवा बीटेक इन केमिकल इंजिनिअरिंग.

कालावधी

केमिकल इंजिनिअरिंग हा बारावीनंतर (सायन्स) चार वर्षांचा पदवी अभ्यासक्रम आहे. डिप्लोमा इन केमिकल इंजिनिअरिंगनंतरदेखील थेट द्वितीय वर्षात प्रवेश घेऊन, तीन वर्षांमध्ये पदवी पूर्ण करता येते.

पात्रता

विद्यार्थी जेईई (मेन्स) या परीक्षेद्वारे एनआयटीमधील आणि जेईई (अॅडव्हान्स्ड) या परीक्षेद्वारे आयआयटीमधील प्रवेशासाठी पात्र ठरतात. महाराष्ट्रामधील इंजिनिअरिंग महाविद्यालयांतील प्रवेशाचा 'कॅप'अंतर्गत (सेंट्रलाइज्ड अॅडमिशन प्रोसेस) विचार करता, बारावीला बोर्डाच्या परीक्षेत पीसीएम ग्रूपमध्ये ४५% (राखीव प्रवर्गांसाठी ४०%) गुण असावे लागतात. गुणांचा हा निकष पूर्ण होत नसेल, तर केमिस्ट्रीऐवजी अन्य (व्होकेशनल) विषयाचे गुण विचारात घेतले जातात. एमएचटी-सीईटीत पीसीएम ग्रूपमध्ये शून्यापेक्षा अधिक पर्सेंटाइल असावे

लागते. मेरिटसाठी सीईटीमधील आणि जेईईमधील (मेन्स) अशा दोन्ही गुणांच विचार केला जातो.

प्रवेश कोणी घ्यावा?

१. केमिस्ट्री विषय आवडीचा असणारे विद्यार्थी
२. मेट्रो शहरांऐवजी छोट्या शहरांमध्ये राहण्याची तयारी असणारे विद्यार्थी
३. कामात सुरक्षितता बाळगू शकणारे विद्यार्थी
४. उत्तम निरीक्षणशक्ती असणारे विद्यार्थी
५. प्रयोगशील वृत्ती असणारे विद्यार्थी
६. तार्किक बुद्धी विकसित असणारे विद्यार्थी
७. पर्यावरणाविषयी जागरूकता असणारे विद्यार्थी

अभ्यासक्रमाचे स्वरूप

चार वर्षांच्या कोर्समध्ये आठ सेमिस्टर्स असतात. दैनंदिन वेळापत्रकात थिअरी लेक्चर्सबरोबरच प्रॅक्टिकल्स असतात. नियमितपणे असाइन्मेंट्स पूर्ण कराव्या लागतात. एखाद्या केमिकल फॅक्टरीत तसेच प्रयोगशाळेमध्ये कामाचा अनुभव घेता येतो. इंडस्ट्रियल व्हिजिट्समधून कामाचे प्रत्यक्ष स्वरूप पाहण्याची संधी मिळते. चार वर्षांच्या शेवटी प्रोजेक्ट वर्क असते. त्यामध्ये एखाद्या तांत्रिक संकल्पनेवर आधारित एखादी प्रतिकृती ही मॉडेलच्या स्वरूपात किंवा चलत स्वरूपात सादर करावी लागते. जर इंटर्नशिप करण्याची संधी मिळाली, तर एखाद्या केमिकल इंजिनिअरिंग कंपनीमध्ये कामाचा अनुभव मिळू शकतो. जर विद्यार्थ्याने ठरवले, तर तो रिसर्च पेपर्स ह्या विषयात चार वर्षांत नियमितपणे भरीव कामगिरी करू शकतो. त्यातून त्याच्या संशोधनक्षेत्रातील करिअरची पायाभरणी होऊ शकते.

अभ्यासक्रमातील विषय

फ्लुइड मेकॅनिक्स, थर्मोडायनॅमिक्स, केमिकल रिॲक्शन इंजिनिअरिंग, नॅनोटेक्नॉलॉजी, एन्व्हायरन्मेंटल इंजिनिअरिंग, ॲप्लाइड केमिस्ट्री, बायोकेमिकल इंजिनिअरिंग, कॉम्प्युटेशनल केमिकल इंजिनिअरिंग, पॉलिमर सायन्स, प्रोसेस इन्स्ट्रुमेंटेशन, हीट ट्रान्स्फर, प्रोसेस इक्विपमेंट डिझाइन, केमिकल मॅन्युफॅक्चरिंग, केमिकल प्रोसेस लॅबोरेटरी, केमिकल रिॲक्टर डिझाइन, आदी विषय अभ्यासण्यासाठी असतात.

उच्च शिक्षणाच्या संधी

मास्टर्स पदवीसाठी किंवा उच्च शिक्षणासाठी विविध स्पेशलायझेशन्स उपलब्ध आहेत; उदाहरणार्थ, एन्व्हायरन्मेंटल इंजिनिअरिंग, नॅनोटेक्नॉलॉजी, अॅप्लाइड केमिस्ट्री, बायोकेमिकल इंजिनिअरिंग, पेपर अँड पल्प, बायोटेक्नॉलॉजी, केमिकल प्रोसेस डिझाइन, प्रोसेस इंजिनिअरिंग, मटेरियल इंजिनिअरिंग, एनर्जी इंजिनिअरिंग, पॉलिमर सायन्स, थर्मोडायनॅमिक्स, एनर्जी सोर्सेस, मेकॅनिकल ऑपरेशन्स, फार्मास्युटिकल्स, प्रोसेस कंट्रोल, फूड इंजिनिअरिंग, केमिकल मॅन्युफॅक्चरिंग, इत्यादी.

पदे

प्रोसेस इंजिनिअर, रिफायनिंग प्रोसेस इंजिनिअर, एन्व्हायरन्मेंटल इंजिनिअर, पेट्रोलियम इंजिनिअर, अॅनॅलिटिकल केमिस्ट्री एक्स्पर्ट, एनर्जी मटेरियल इंजिनिअर, मायनिंग इंजिनिअर, न्यूक्लिअर इंजिनिअर, फार्मास्युटिकल प्रोसेस इंजिनिअर, क्वालिटी इंजिनिअर, वॉटर इंजिनिअर, केमिकल प्लांट मॅनेजर, एनर्जी इंजिनिअर, फूड अँड बेव्हरेजेस एक्स्पर्ट, पायपिंग इंजिनिअर, फायर अँड एक्स्प्लोजन्स इंजिनिअर, बायोकेमिकल इंजिनिअर, ब्लास्ट फर्नेस सुपरवायझर, प्रोजेक्ट इंजिनिअर, आदी पदांवर केमिकल इंजिनिअर काम करू शकतो.

कामाच्या संधी

बीपीसीएल (भारत पेट्रोलियम कॉर्पोरेशन लिमिटेड), ओएनजीसी (ऑइल अँड नॅचरल गॅस कॉर्पोरेशन), सेल (स्टील अथॉरिटी ऑफ इंडिया लिमिटेड), गेल (इंडिया) लिमिटेड, नाल्को (नॅशनल अॅल्युमिनियम कंपनी), बार्क, आरसीएफ (राष्ट्रीय केमिकल्स अँड फर्टिलायझर्स), डीआरडीओ, एनसीएल (नॅशनल केमिकल लॅबोरेटरी), संरक्षण विभागाच्या अखत्यारीतील प्रयोगशाळा, विद्यापीठांचे संशोधन विभाग, आदी ठिकाणी केमिकल इंजिनिअर काम करू शकतात. पेट्रोलियम, पेट्रोकेमिकल्स, प्लास्टिक्स, अॅग्रिकल्चरल केमिकल्स, कॅटॅलिस्ट्स, इंडस्ट्रियल गॅसेस, पेंट्स, वॉर्निशेस, सिंथेटिक रेझिन्स, ऊर्जानिर्मिती, पर्यावरण, आदी क्षेत्रांमध्ये केमिकल इंजिनिअर काम करतात.

❖❖❖

डीएमएलटी

सर्वसामान्य आजारांचे निदान हे डॉक्टर्स त्यांच्या क्लिनिकमध्ये सामान्यतः पेशंटची लक्षणे आणि त्याची शारीरिक स्थिती पाहून करत असतात. यामध्ये अनुभवाचा उपयोग होतो. पूर्वी डॉक्टर किंवा वैद्य नाडी पाहून रोगनिदान करायचे. आजही रोगनिदानाची ही पद्धत काही ठिकाणी दिसते. तरीही आजार दीर्घकाळ सुरू आहे, असे वाटले; आजार गुंतागुंतीचा वाटला, नेमके निदान होत नाही, असे लक्षात आले किंवा आजाराची तीव्रता दिवसेंदिवस वाढत आहे, असे लक्षात आले; तर डॉक्टर पेशंटला पॅथॉलॉजी लॅबोरेटरीमध्ये रक्त, लघवी, थुंकी किंवा इतर तपासण्या करायला सांगतात. ह्या लॅबमध्ये काम करणारे तंत्रज्ञ हे डीएमएलटी केलेले असतात. डीएमएलटी म्हणजे डिप्लोमा इन मेडिकल लॅबोरेटरी टेक्नॉलॉजी. हा बारावीनंतरचा, डिप्लोमा म्हणजे पदविका अभ्यासक्रम आहे.

कालावधी

हा बारावीनंतर दोन वर्षांचा, पूर्णवेळ, नियमित कोर्स आहे.

पात्रता

फिजिक्स, केमिस्ट्री, बायोलॉजीसह बारावी (सायन्स) उत्तीर्ण असणे अपेक्षित आहे. बारावीच्या गुणांवरच प्रवेश निश्चित केला जातो. कोणतीही प्रवेशपरीक्षा घेतली जात नाही.

अभ्यासक्रमातील विषय

ह्या अभ्यासक्रमात अॅनाटॉमी अँड फिजिऑलॉजी, बायोकेमिस्ट्री, मायक्रोबायोलॉजी, फंडामेंटल्स ऑफ मेडिकल लॅब टेक्नॉलॉजी, क्लिनिकल पॅथॉलॉजी, क्लिनिकल

बायोकेमिस्ट्री, हिस्टोपॅथॉलॉजी, डायग्नॉस्टिक टेक्निक्स, रिसर्च मॅथडॉलॉजी, ॲडव्हान्स्ड लॅब टेक्नॉलॉजी मॅनेजमेंट, कम्युनिकेशन स्किल्स, आदी विषय शिकवले जातात. हा अभ्यासक्रम प्रामुख्याने प्रॅक्टिकल्सवर आधारित असतो. मात्र, प्रॅक्टिकल्ससाठी आवश्यक ती थिअरीदेखील सखोलपणे शिकवली जाते.

अभ्यासक्रमाच्या जमेच्या बाजू

१. कमी कालावधी
२. अत्यल्प शुल्क
३. प्रवेशपरीक्षा नाही
४. अभ्यासाचे ओझे नाही
५. टक्केवारीची जाचक अट नाही
६. सहज उपलब्धता

प्रवेश कोणी घ्यावा?

१. मेडिकल क्षेत्रात काम करावेसे वाटणारे विद्यार्थी
२. रक्त, लघवी, थुंकी पाहून किळस न वाटणारे विद्यार्थी
३. अचूकतेने काम करू शकणारे विद्यार्थी
४. सुरक्षितता, स्वच्छता यांची सवय असणारे विद्यार्थी
५. सकारात्मकतेने संवाद साधण्याचे कौशल्य असणारे विद्यार्थी
६. आधुनिक यंत्रे, तंत्रज्ञान यांचा सहजपणे वापर करू शकणारे विद्यार्थी

काम करण्याची संधी कुठे?

डीएमएलटी कोर्स पूर्ण केल्यानंतर हॉस्पिटल्स, पॅथॉलॉजी लॅब्ज, क्लिनिक्स, रिसर्च सेंटर्स, पब्लिक हेल्थ ऑर्गनायझेशन्स, फार्मास्युटिकल कंपन्या अशा ठिकाणी नोकरीची संधी उपलब्ध असते. मेडिकल टेक्निशियन, हेल्थकेअर असिस्टंट, लॅबोरेटरी ॲनॅलिस्ट, रिसर्च असिस्टंट, आदी पदांवर काम करता येते.

पुढील शिक्षणाची संधी

या कोर्सनंतर जर विद्यार्थ्याला उच्च शिक्षण घ्यावेसे वाटले, तर तो मेडिकल लॅबोरेटरी टेक्नॉलॉजीमधील पदवी घेऊ शकतो. बायोमेडिकल सायन्समधील

तसेच लाइफ सायन्सेसमधील पदवीसुद्धा घेता येते. नर्सिंगच्या शिक्षणाचादेखील विचार करता येतो. लॅब टेक्नॉलॉजीसंदर्भात काही सर्टिफिकेशन्स तसेच पदवीचे किंवा पदव्युत्तर शिक्षण घेणे हे अनेकांचे स्वप्न असते. त्याकरिता आधुनिक तंत्रज्ञान सातत्याने शिकत राहणे, नवीन यंत्रांचे कार्य कसे चालते, ते समजावून घेणे आणि ज्ञान अद्ययावत ठेवणे आवश्यक असते.

भविष्यातील वाव

सध्या लोकसंख्येचे तसेच आजारांचे प्रमाण वाढत आहे. नवनवीन प्रकारचे आजार आढळून येत आहेत. दुसरीकडे आजारांतून बरे होण्यासाठी खर्च करण्याची तयारीही वाढली आहे. ह्या बाबी पाहता डीएमएलटी तज्ज्ञांना असलेली मागणी वाढत जाणार आहे. निदानातील अधिक अचूकता, योग्य उपचारपद्धतीची निवड, आजाराचे प्रमाण लवकर आटोक्यात आणणे ह्या गोष्टी निदानचाचण्यांमुळे साध्य होतात. त्यामुळे त्यांना कुणाचा फारसा विरोध नसतो. त्याबरोबरच, वयोमानपरत्वे केल्या जाणाऱ्या चाचण्या आणि काही अनिवार्य कारणांसाठीच्या तपासण्या यांचे प्रमाणदेखील वाढले आहे. हॉस्पिटल्सची संख्या वाढत आहे. निदानाच्या नवनवीन प्रक्रिया शोधून काढल्या जात आहेत. या विषयातील संशोधन अधिक अचूकतेकडे जात आहे. आरोग्याबद्दल लोकांची जागरूकता वाढत आहे. हे सर्व पाहता डीएमएलटी तंत्रज्ञांना करिअरच्या दृष्टीने भरपूर वाव आहे. नोकऱ्यांची उपलब्धता निश्चितच चांगली आहे आणि थोड्या अनुभवानंतर बऱ्यापैकी पगार मिळतो. त्यामुळे अनेकांना या करिअरचे आकर्षण आहे.

❖❖❖

बीडीएस

दातांच्या डॉक्टरचे शिक्षण बीडीएस असते. बीडीएस म्हणजे बॅचलर ऑफ डेंटल सर्जरी. दातांच्या डॉक्टर्सना डेंटिस्ट म्हणतात. दातांची काळजी न घेणे, चुकीचा आहार, अपुरे पोषण, पिढीजात आरोग्यदोष, दातांची अस्वच्छता किंवा अन्य काही समस्यांमुळे दातांच्या व्याधी निर्माण होत असतात. आपल्या देशाची लोकसंख्या आणि सध्याची जीवनशैली पाहता दातांच्या डॉक्टर्सना मोठी मागणी आहे.

पात्रता आणि प्रवेशपरीक्षा

बारावीमध्ये (सायन्स) फिजिक्स, केमिस्ट्री आणि बायोलॉजी (पीसीबी) हे विषय घेतलेले असणे आवश्यक आहे. प्रवेशासाठी राष्ट्रीय स्तरावरील 'नीट' ही परीक्षा द्यावी लागते.

महाविद्यालये

भारतात सुमारे ३२९, तर महाराष्ट्रात २८ दंतवैद्यक महाविद्यालये आहेत. भारतात एकूण सुमारे २८,००० जागा उपलब्ध आहेत. यांमध्ये दरवर्षी वाढ होऊ शकते. देशातील प्रत्येक दंतवैद्यक महाविद्यालय हे डेंटल काउन्सिल ऑफ इंडियाच्या नियमांच्या अधीन असते.

प्रवेशप्रक्रिया

'नीट'मध्ये कट-ऑफपेक्षा जास्त गुण मिळाले, की मग काउन्सेलिंग राउंडसाठी निवड होते. काउन्सेलिंगच्या माध्यमातून केंद्रीय प्रवेश प्रक्रिया पार पडते. साधारणपणे काउन्सेलिंगच्या तीन किंवा अधिक फेऱ्या प्रवेशप्रक्रियेत असतात. प्रवेशप्रक्रियेचे नियम त्या-त्या वर्षी जाहीर केले जातात.

अभ्यासक्रमाचे स्वरूप

बीडीएस हा पाच वर्षांचा, पूर्णवेळ, पदवी अभ्यासक्रम आहे. यामध्ये चार वर्षांचे महाविद्यालयीन शिक्षण असते, तर एका वर्षाची इंटर्नशिप असते. अभ्यासक्रमात डेंटल हेल्थ, डेंटल सर्जरी, डेंटल हिस्टॉलॉजी, ओरल पॅथॉलॉजी, ओरल सर्जरी, पब्लिक हेल्थ डेंटिस्ट्री, ऑर्थोडोंटिक्स, डेंटल मटेरियल्स, ओरल मेडिसिन, प्रिव्हेंटिव्ह डेंटिस्ट्री, आदी विषय शिकवले जातात. अध्यापनात संबंधित विषयांची थिअरी तसेच भरपूर प्रॅक्टिकल्स समाविष्ट असतात. बीडीएसचा अभ्यासक्रम हा फाउंडेशन, मुख्य विषय, ऐच्छिक विषय आणि प्रोजेक्ट्स यांमध्ये विभागलेला असतो. ह्याव्यतिरिक्त ग्रूप प्रोजेक्ट्स, केस मेथडॉलॉजी, वर्कशॉप्स आणि प्रॅक्टिकल्स ही करवून घेतली जातात. प्रत्येक दंतवैद्यक महाविद्यालय हे हॉस्पिटलला जोडलेले असल्याने प्रॅक्टिकल्स करताना कामाचा थेट अनुभव मिळतो.

नोकरीची ठिकाणे आणि पदे

हॉस्पिटल्स, डेंटल क्लिनिक्स, दंतवैद्यक महाविद्यालये, डेंटल प्रॉडक्ट्सच्या उत्पादक कंपन्या, आदी ठिकाणी डेंटिस्टना त्यांची सेवा देता येते. त्यांना डेंटिस्ट, डेंटल रिसर्च सायंटिस्ट, लेक्चरर, डेंटल ऑफिसर, डेंटल सर्जन अशा पदांवर काम करता येते.

उच्च शिक्षण

एमडीएस (मास्टर ऑफ डेंटल सर्जरी) ही पदव्युत्तर पदवी पेडिॲट्रिक डेंटिस्ट्री, रेडिओलॉजी अँड ओरल मेडिसिन, प्रिव्हेंटिव्ह डेंटिस्ट्री, एंडोडाँटिक्स, आदी विषयांमध्ये घेता येते. एमपीएच, एमबीए इन हेल्थकेअर मॅनेजमेंट या पदव्याही घेता येतात.

करिअरच्या संधी

बीडीएस पदवीधरांना डेंटिस्ट म्हणून काम करण्याचा परवाना मिळतो. ते स्वतःचे क्लिनिक उघडू शकतात किंवा हॉस्पिटल्स, कम्युनिटी हेल्थ सेंटर्स, रिसर्च सेंटर्स आणि महाविद्यालयांमध्ये काम करू शकतात. दातांचा अव्यवस्थितपणा सुधारणे आणि त्यांची दुरुस्ती करणे हे काम अनेकदा करावे लागते. जबडा किंवा चेहरा

यांवरील शस्त्रक्रिया हे एक आव्हानात्मक काम असते. दातांखाली असणाऱ्या रक्तवाहिन्या किंवा मज्जातंतू यांच्यातील समस्यांमुळे उद्भवणाऱ्या दातदुखीवरील उपचार; वाकडे दात, किडणारे दात, पडलेले दात यांवरील काम; दात काढणे, दातांमध्ये झालेली पोकळी भरून काढणे, कवळी तयार करणे, दंतरोपण, रूट कॅनाल, चांदी भरणे, अक्कलदाढविषयक समस्या सोडवणे, आदी कामे डेंटिस्टला करावी लागतात. या कामात आधुनिक तंत्रज्ञानाचा वापर करता येतो. अपघातानंतरची शस्त्रक्रिया सोडली, तर डेंटिस्टला इमर्जन्सीचे काम येत नसते. पेशंट्स हे अपॉइंटमेंट घेऊन, दिलेल्या वेळी येत असतात. हे काम घाईचे नसते, तर अचूकतेचे असते.

❖❖❖

नेव्हीची कॅडेट एंट्री स्कीम

बारावीनंतर नौदलामध्ये (नेव्ही) इंजिनिअरिंगचे शिक्षण घेण्याचा आणि त्यापाठोपाठ नौदलात तांत्रिक अधिकारी म्हणून निवड होण्यासाठीचा राजमार्ग खुला करणारी योजना म्हणजे नेव्हीमधील १०+२ बीटेक कॅडेट एंट्री स्कीम. ही पर्मनंट कमिशन स्वरूपाची निवड असते.

पात्रता

अविवाहित मुले आणि मुली

अभ्यासक्रम

निवडीनंतर चार वर्षांच्या बीटेक कोर्सला प्रवेश मिळतो.

योजनेचे नाव

१०+२ (बीटेक) कॅडेट एंट्री स्कीम (एक्झिक्युटिव्ह ब्रांच आणि टेक्निकल ब्रांच)

रिक्त जागा

राष्ट्रीय स्तरावर साधारणतः ३० ते ३५ जागा असतात. दरवर्षी ही संख्या बदलू शकते. यांपैकी जास्तीत जास्त ६ ते १० जागा मुलींसाठी राखीव असतात.

वयोमर्यादा

या निवडप्रक्रियेसाठी वयोमर्यादा १६ वर्षे सहा महिने ते १९ वर्षे इतकी आहे.

शैक्षणिक अर्हता

उमेदवार बारावीमध्ये (सायन्स) उत्तीर्ण असणे आवश्यक आहे. फिजिक्स, केमिस्ट्री आणि मॅथेमॅटिक्समध्ये एकूण ७०% गुण असावे लागतात. बारावीमध्ये आणि दहावीमध्ये इंग्लिश विषयात ५०% गुण असणेसुद्धा अनिवार्य आहे.

अर्ज कोण करू शकतात ?

या निवडप्रक्रियेसाठी जेईई (मेन्स) ह्या परीक्षेला बसलेले विद्यार्थी अर्ज करू शकतात. ह्या परीक्षेतील स्कोअरनुसार बनवल्या जाणाऱ्या कॉमन रँक लिस्टच्या आधारे त्यांना एसएसबी (सर्व्हिसेस सिलेक्शन बोर्ड) परीक्षेसाठी बोलावले जाते.

अर्ज भरणे

नौदलाच्या 'जॉइन इंडियन नेव्ही' या अधिकृत वेबसाइटवरून अर्ज भरावा लागतो. हा ऑनलाइन अर्ज भरण्यासाठी कोणतेही शुल्क नसते. साधारणतः जानेवारी महिन्याच्या सुरुवातीला ही प्रक्रिया सुरू होते आणि ती अंदाजे दोन आठवडे चालते. जेईईचा (मेन्स) स्कोअर आल्यानंतर निवडप्रक्रियेत सहभागी होण्यासाठी एक वर्ष असते. अशी एंट्री वर्षातून दोनवेळा असते.

निवडप्रक्रियेचे टप्पे

बारावी परीक्षा, जेईई (मेन्स), एसएसबी परीक्षा, मेरिट लिस्ट, मेडिकल तपासणी, पोलिसांकडून होणारी चारित्र्य पडताळणी आणि मग उपलब्ध जागांनुसार निवड हे निवडप्रक्रियेचे टप्पे आहेत.

एसएसबी

प्रयागराज, बेंगळुरू, विशाखापट्टणम, भोपाळ, कोलकाता, कपुरथळा, मैसुरू, डेहराडून, गांधीनगर आणि वाराणसी या ठिकाणी एसएसबी परीक्षा आयोजित केल्या जातात. या परीक्षेमध्ये दोन टप्पे असतात. पहिल्या टप्प्यात इंटेलिजन्स टेस्ट, पिक्चर पर्सेप्शन टेस्ट आणि ग्रूप डिस्कशन असते. त्यामध्ये यशस्वी झाल्यास पुढील टप्प्यासाठी निवड होते. त्यामध्ये मानसशास्त्रीय चाचण्या आणि ग्रूप टेस्टिंगसह मुलाखत असते. यासाठी साधारणपणे चार दिवसांचा कालावधी

असतो. सर्व चाचण्या झाल्यानंतर मिळालेल्या एसएसबीच्या गुणांच्या आधारे मेरिट लिस्ट तयार केली जाते.

प्रशिक्षण

निवड झालेल्या उमेदवारांना चार वर्षांच्या बीटेक कोर्सला प्रवेश मिळतो. त्यांना ॲप्लाइड इलेक्ट्रॉनिक्स अँड कम्युनिकेशन इंजिनिअरिंग, मेकॅनिकल इंजिनिअरिंग आणि इलेक्ट्रॉनिक्स अँड कम्युनिकेशन इंजिनिअरिंग यांपैकी एक कोर्स करता येतो. कोर्स पूर्ण झाल्यावर त्यांना जवाहरलाल नेहरू युनिव्हर्सिटीची (जेएनयू) बीटेक पदवी मिळते. प्रशिक्षण कालावधीतील शिक्षणाचा, राहण्याचा, कपडे–पुस्तके यांचा संपूर्ण खर्च इंडियन नेव्हीमार्फत केला जातो. हे प्रशिक्षण केरळ येथील इंडियन नेव्हल ॲकॅडमी एझिमला येथे होते.

❖❖❖

पत्रकारितेची पदवी

समाजात घडणाऱ्या घटनांचा मागोवा घेऊन त्यांचे वार्तांकन करण्याचे काम पत्रकार करत असतो. पत्रकार हा समाजाचा कान-नाक-डोळा असतो, असे म्हटले जाते. वृत्तपत्रे, रेडिओ (नभोवाणी), टेलिव्हिजन (दूरचित्रवाणी) आणि आता यू-ट्यूबसारखा सोशल मीडिया प्लॅटफॉर्म ही पत्रकारितेची माध्यमे आहेत. 'समाजातील स्पंदनांना भिडणारी पत्रकारिता हा माझ्या जीवनाचा मार्ग आहे,' असे वाटणारे विद्यार्थी पत्रकारितेची पदवी घेऊन ह्या क्षेत्रात करिअर करण्याचा विचार करू शकतात. बीजे म्हणजेच बॅचलर ऑफ जर्नालिझम ही पत्रकारितेची पदवी आहे. सध्या काही ठिकाणी हीच पदवी बीए इन जर्नालिझम अशी आहे.

पात्रता

कोणत्याही शाखेतून बारावी उत्तीर्ण झालेला विद्यार्थी पत्रकारितेच्या पदवी अभ्यासक्रमाला प्रवेश घेण्यासाठी पात्र असतो. पूर्वी पदवीचे शिक्षण पूर्ण असणे अपेक्षित होते. आता बारावी उत्तीर्ण असणे पुरेसे आहे. या प्रवेशासाठी राज्यस्तरावर कोणतीही सीईटी नाही. काही संस्था आपापल्या स्तरावर प्रवेशपरीक्षा घेतात.

कालावधी

हा कोर्स बारावीनंतर तीन वर्षांचा आहे.

प्रवेश कोणी घ्यावा?

१. सामाजिक घटनांबद्दल रुची असणारे आणि त्यांचा अन्वयार्थ लावण्याकडे कल असणारे विद्यार्थी
२. सामाजिक निरीक्षणे उत्तम असणारे विद्यार्थी

३. श्रवण, वाचन, लेखन आणि वक्तृत्व ही कौशल्ये विकसित असणारे विद्यार्थी
४. बातमीदारीसाठीचे धाडस अंगी असणारे विद्यार्थी

काय मिळते?

१. कामाचे समाधान मिळते
२. समाजातील सर्व घटकांमध्ये वावरण्याची संधी मिळते
३. सुप्रसिद्ध, उच्चपदस्थ, प्रतिभावंत व्यक्तींना भेटण्याची सहज संधी मिळते
४. काम जर लिखाणाचे असेल, तर नाव सुपरिचित होते
५. काम जर कॅमेऱ्यासमोर असेल, तर सेलिब्रिटींइतकी प्रसिद्धी मिळते
६. प्रवास करण्याची संधी मिळते
७. अनेक बऱ्यावाईट घटनांचे साक्षीदार होता येते
८. लेखनाच्या सवयीमधून लेखक होता येऊ शकते
९. मांडणी उत्तम करता येत असेल, तर वक्तृत्व क्षेत्रात संधी मिळू शकते
१०. उत्तम काम करून यशस्वी झाल्यास पैसा आणि प्रतिष्ठा मिळते

अभ्यासक्रमाचे स्वरूप

या कोर्सला नामवंत तज्ज्ञ अध्यापनासाठी येत असतात. वर्गातील शिक्षणाबरोबरच प्रॅक्टिकल्स, असाइन्मेंट्स, साइट व्हिजिट्स, व्यक्तिभेटी, लेखनाचे प्रत्यक्ष काम, विविध क्षेत्रांमधील प्रतिभावंतांची गेस्ट लेक्चर्स या माध्यमांतून अध्ययन करता येते. वार्तांकनाच्या कामासाठी इंटर्नशिप करण्याची संधी मिळते. अभ्यासकेंद्रात समृद्ध ग्रंथालय उपलब्ध असते. गटचर्चासत्रे घेतली जातात. तसेच, तांत्रिक कामांसाठी प्रकल्पभेटी आयोजित केल्या जातात.

अभ्यासक्रमातील विषय

पत्रकारितेची ओळख, भाषाज्ञान; अर्थशास्त्र, समाजशास्त्र, प्रशासन यांची तोंडओळख; पत्रकारितेचा इतिहास आणि वाटचाल, बातमीचा शोध, वार्तालेखन, वार्तांकन, वृत्तसंपादन, वृत्तनिवेदन; प्रिंट, इलेक्ट्रॉनिक आणि डिजिटल मीडिया यांचा अभ्यास, पत्रकारितेशी संबंधित कायदे, फोटोजर्नालिझम, सांस्कृतिक घडामोडींचे वार्तांकन, राजकीय विश्लेषण, गुन्हेगारीचे वार्तांकन, मास मीडियाचा वापर, प्रेस ट्रस्ट ऑफ इंडियाचा (पीटीआय) तसेच पत्रकारितेशी संबंधित इतर

संस्थांचा अभ्यास, अग्रलेख (संपादकीय), स्फुट लेखन, विश्लेषणात्मक लेखन, जाहिरातशास्त्र हे विषय पत्रकारितेच्या अभ्यासक्रमात शिकवले जातात.

माध्यम

महाराष्ट्रात मराठी आणि इंग्लिश अशा दोन्ही माध्यमांमधून पत्रकारितेचे शिक्षण उपलब्ध आहे.

सध्याची आव्हाने

पारंपरिक पत्रकारितेमध्ये नोकऱ्यांची उपलब्धता, नोकरीतील स्थिरता या बाबतीत सुरुवातीच्या काळात मोठा संघर्ष करावा लागू शकतो. 'प्रत्येकालाच वृत्तनिवेदनाची संधी मिळेल का?', 'तशा एकूण संधी किती आहेत?', 'प्रत्येक पत्रकार संपादक होऊ शकतो का?, 'एकूण वृत्तवाहिन्या आणि वृत्तपत्रे यांची संख्या पाहता प्रत्येकाला नोकरी मिळेल का?' असा विचार काहीजण करू शकतात. काहींना मोठे करिअर मिळू शकते; पण अनेकांना दीर्घकाळ संघर्ष करावा लागू शकतो. पत्रकारितेचे स्वरूप सातत्याने बदलत आहे. त्या बदलांना सामोरे जाता येणे, हे आगामी काळातील एक आव्हान असणार आहे.

नोकरी कुठे?

पत्रकार, वृत्तनिवेदक, स्तंभलेखक, उपसंपादक, संपादक अशा अनेक संधी मिळतात. समाजात या पदांना सन्मान असतो; वलय असते. आवड असणाऱ्यांसाठी हे क्षेत्र खऱ्या अर्थाने निरंतर आनंदाचा झरा आहे. लेखक, वक्ता, अभ्यासक, संशोधक इथपासून ते राजकारणी, राजकीय-सामाजिक पदाधिकारी इथपर्यंत अनेक आगळ्यावेगळ्या संधी चालून येतात. मात्र, ते संबंधितांच्या कौशल्यांवर अवलंबून असते. एखाद्या वृत्तसमूहाच्या वतीने किंवा स्वतंत्रपणे— यू-ट्यूबच्या माध्यमातून— पत्रकारिता करणे हा सध्याचा ट्रेंड आहे. विश्लेषणात्मक चर्चा घडवून आणणे, सर्व्हे करणे, सामाजिक आशयाचे संशोधन करणे, स्वतः विश्लेषक बनणे, आदी पातळ्यांवर हल्लीचे पत्रकारितेतील तज्ज्ञ काम करताना दिसत आहेत.

❖❖❖

बीएससी (झूलॉजी)

आठवीपासून दहावीपर्यंत बायोलॉजी (जीवशास्त्र) हा विषय आवडणारे असंख्य विद्यार्थी असतात. हे विद्यार्थी मेडिकलसह अनेक पर्याय खुले ठेवण्यासाठी अकरावी–बारावीला बायोलॉजी विषय निवडतात. दुर्दैवाने, बारावीला पीसीबी ग्रूप घेणाऱ्या सर्वांनाच मेडिकलला प्रवेश मिळत नाही. या विद्यार्थ्यांना बायोलॉजी विषय डोळ्यांपुढे ठेवून करिअर करण्याच्या अनेक संधी असतात. त्यांपैकी एक आहे झूलॉजी म्हणजेच प्राणिशास्त्र विषयातील करिअर.

कालावधी

बीएससी इन झूलॉजी हा बारावीनंतर (सायन्स) तीन वर्षांचा पदवी अभ्यासक्रम आहे. नव्या शैक्षणिक धोरणानुसार चार वर्षांचा पदवी अभ्यासक्रमदेखील उपलब्ध आहे.

पात्रता

फिजिक्स, केमिस्ट्री, बायोलॉजी (पीसीबी) ग्रूप घेऊन बारावी (सायन्स) उत्तीर्ण असणे आवश्यक आहे.

प्रवेशपरीक्षा

शक्यतो बारावीच्या गुणांवरच प्रवेश ठरतो. मेडिकल, इंजिनिअरिंग किंवा फार्मसीप्रमाणे राष्ट्रीय/राज्य स्तरावरील स्वतंत्र प्रवेशपरीक्षा नसते. काही विद्यापीठे आपापली प्रवेशपरीक्षा घेतात.

प्रवेश कोणी घ्यावा?

१. बायोलॉजी विषयाची आवड असणारे विद्यार्थी

२. प्राणिशास्त्रामध्ये विशेष रुची असणारे विद्यार्थी
३. इंजिनिअरिंग, फार्मसी किंवा अन्य कोर्सेसमध्ये स्वारस्य नसणारे विद्यार्थी
४. संशोधनाची आवड असणारे विद्यार्थी
५. निसर्गामध्ये काम करण्याची आवड असणारे विद्यार्थी
६. प्रयोगशाळेतील प्रयोग आवडीने करणारे विद्यार्थी
७. सूक्ष्म अभ्यासाची गोडी असणारे विद्यार्थी
८. जंगल, प्राणी, पर्यावरण संवर्धन यांसंदर्भात नवनवीन कल्पना मांडणारे विद्यार्थी
९. उत्तम निरीक्षणशक्ती असलेले विद्यार्थी

अभ्यासक्रमाचे स्वरूप

थिअरी लेक्चर्सबरोबरच प्रॅक्टिकल्स अत्यंत महत्त्वाची असतात. तिथे प्राण्यांवर प्रयोग करायचे असतात. त्यांमध्ये सूक्ष्म स्तरावरील प्रयोगदेखील असतात. प्राण्यांच्या कृती, जीवनक्रिया, त्यांची अवयवरचना, त्यांना होणारे आजार, आदी गोष्टी प्रॅक्टिकल्सद्वारे अभ्यासायच्या असतात. सेमिस्टर पॅटर्नप्रमाणे सहा महिन्यांतून एकदा तसेच इन-सेम/मिड-टर्म एक्झाम या विद्यापीठ स्तरावरील परीक्षा घेतल्या जातात. चाचणी परीक्षा, ट्यूटोरियल्स या महाविद्यालय स्तरावर होतात. लेखी परीक्षेबरोबरच काही विषयांसाठी प्रॅक्टिकल्स आणि तोंडी परीक्षा असतात. प्रॅक्टिकलच्या कामाचे जर्नल सबमिशन महत्त्वाचे मानले जाते. हा नियमित स्वरूपाचा, पूर्णवेळ कोर्स असल्याने आणि प्रॅक्टिकल्सचे महत्त्व अधिक असल्याने उपस्थिती नियमित असणे आवश्यक असते. प्रयोग, फील्ड व्हिजिट्स, पेपर प्रेझेंटेशन्स, असाइन्मेंट्स, प्रोजेक्ट वर्क, इंटर्नशिप अशा कृती-आधारित उपक्रमांमुळे या विद्यार्थ्यांना प्राणिशास्त्राचे सखोल ज्ञान मिळते.

अभ्यासक्रमातील विषय

बीएससी इन झूलॉजी या पदवीला सेल बायोलॉजी, मोलेक्युलर बायोलॉजी, इकॉलॉजी, अ‍ॅप्लाइड झूलॉजी, पॅरासायटॉलॉजी, रिप्रॉडक्टिव्ह बायोलॉजी, अ‍ॅनिमल सेल बायोटेक्नॉलॉजी, एंटॉमॉलॉजी, फिशरीज, अ‍ॅक्वाकल्चर, बायोसिस्टिमॅटिक्स, इव्होल्यूशनरी बायोलॉजी, अ‍ॅनिमल फिजिऑलॉजी, बायोडायव्हर्सिटी, इम्युनॉलॉजी, मायक्रोबायोलॉजी, अ‍ॅनिमल बिहेवियर, झू सायन्स, वाइल्ड लाइफ, बायोस्फीअर, आदी विषय अभ्यासण्यासाठी असतात.

उच्च शिक्षणाच्या संधी

केवळ बीएससी पदवीवर समाधान न मानता मास्टर्स किंवा संबंधित उच्च शिक्षण घेतल्यास अधिक उत्तम. एमएससीचे (मास्टर ऑफ सायन्स) शिक्षण अधिक व्यापक संधी देऊ शकते. झूलॉजी, फॉरेन्सिक सायन्स, बायोटेक्नॉलॉजी, ॲनॅस्थेशिया, मायक्रोबायोलॉजी, मेडिकल लॅब टेक्नॉलॉजी, बायोइन्फर्मेटिक्स, जेनेटिक्स, व्हेटर्नरी सायन्स, वाइल्डलाइफ सायन्स, आदी विषयांमध्ये एमएससी करता येते. एमएससीनंतर सेट (स्टेट एलिजिबिलिटी टेस्ट) किंवा नेट (नॅशनल एलिजिबिलिटी टेस्ट) उत्तीर्ण होऊन किंवा पीएचडी पूर्ण करून प्राध्यापक होता येते. काहीजण माध्यमिक विद्यालयात जीवशास्त्राचा शिक्षक होण्याचा निर्णय घेतात. त्यासाठी बीएससीनंतर बीएड (बॅचलर ऑफ एज्युकेशन) पदवी घ्यावी लागते. याशिवाय एमबीएदेखील करता येते. ते शिक्षण घेताना बायोटेक्नॉलॉजी, हॉस्पिटल ॲडमिनिस्ट्रेशन, आर अँड डी ॲनॅलिसिस अशा झूलॉजीशी संबंधित विषयांचा विचार करता येतो. झूलॉजीमध्ये किंवा ॲप्लाइड झूलॉजीमध्ये तसेच मॅनेजमेंट विषयातील अन्य काही स्पेशलायझेशन्समध्ये पोस्टग्रॅज्युएट कोर्सेसदेखील करता येतात.

सरकारी नोकरीच्या संधी

बीएससी (झूलॉजी) ही पदवी तसेच संबंधित उच्च शिक्षण घेतल्यावर झूलॉजिस्ट (प्राणितज्ज्ञ), वाइल्ड लाइफ बायोलॉजिस्ट, फॉरेस्ट रेंज ऑफिसर, आयएफएस (इंडियन फॉरेस्ट सर्व्हिस) ऑफिसर, संशोधक, लॅब टेक्निशियन, पर्यावरणतज्ज्ञ, सागरी जीवतज्ज्ञ, प्राणी-आहारतज्ज्ञ, 'झूलॉजिकल सर्व्हे ऑफ इंडिया'तील अधिकारी, कॉन्झर्व्हेशन ऑफिसर, एंटॉमॉलॉजिस्ट, 'आयसीएआर'मधील (इंडियन काउन्सिल ऑफ ॲग्रिकल्चरल रिसर्च) अधिकारी, अभयारण्य अधिकारी, प्राणिसंग्रहालय अधिकारी अशा अनेक पदांवर काम करण्याची संधी मिळू शकते. याव्यतिरिक्त केंद्र सरकारच्या आणि राज्य सरकारांच्या प्रयोगशाळा, आरोग्य आणि वैद्यकीय संशोधन विभाग, पशुसंवर्धन विभाग यांत नोकरी मिळू शकते. एमपीएससी, यूपीएससी परीक्षांच्या माध्यमातून अधिकारी होता येते. संरक्षक दलांतदेखील काही संधी उपलब्ध असतात.

भविष्यातील वाव

ज्याप्रमाणे विज्ञान आणि तंत्रज्ञान यांच्या अन्य शाखा पुढे जात आहेत, त्याप्रमाणे प्राणिशास्त्रसुद्धा नवनवीन आयामांमध्ये विकसित होत आहे. या शास्त्राशी मायक्रोबायोलॉजी, बायोटेक्नॉलॉजी यांचा थेट संबंध आहे. भविष्यात प्राणिशास्त्र या विषयातील अनेक अज्ञात संकल्पनांची उकल होत राहणार आहे. प्राण्यांच्या अनुषंगाने मानवी उत्क्रांतीचा अभ्यास इथपासून ते बायोइन्फर्मेटिक्सपर्यंत अनेक गोष्टींच्या तळाशी आपल्याला जायचे आहे. तो संशोधनाचा भाग कधीही संपणार नाही. निसर्गाचा अर्थ समजावून घेताना सूक्ष्मजीवांपासून ते मोठ्या प्राण्यांपर्यंतचा अभ्यास हा सातत्याने सुरू राहणार आहे. मानवी आरोग्याशी सूक्ष्मजीवांचा थेट संबंध आहे. त्यामुळे मेडिकल सायन्सशी निगडित कामांमध्ये बीएससी इन झूलॉजी हे शिक्षण पूरक ठरते. थोडक्यात काय, तर झूलॉजीतील करिअरचा पर्याय भविष्यात अखंडपणे उपलब्ध राहणार, यात शंका नाही.

❖❖❖

बॅचलर इन डिझाइन

एखाद्या वस्तूची रचना उपयुक्ततेनुसार कशी असावी; तसेच तिची मोजमापे, तिचा आकार, रंगसंगती, फिनिशिंग, सौंदर्य, आदी अनेक बाबी कशा असाव्यात, हे ठरवणे हे कंपन्यांतील प्रॉडक्ट डिझाइन विभागाचे काम असते. वस्तू तयार करताना वापरले जाणारे मटेरियल कोणते असावे, हेदेखील हा विभाग ठरवतो. त्यानुसार त्या वस्तूची निर्मितीप्रक्रिया, उत्पादनपद्धती, किंमत हे ठरवले जाते. प्रॉडक्ट डिझाइनसंदर्भातील कोर्सचे नाव आहे बॅचलर इन डिझाइन. प्रॉडक्ट डिझाइन हे त्यातील स्पेशलायझेशन आहे. ही सध्या काळातील मोठी मागणी असलेली पदवी आहे. युवा वर्गातदेखील या शिक्षणाबद्दल मोठे आकर्षण आहे. पूर्वी राष्ट्रीय स्तरावरील, हाताच्या बोटांवर मोजता येतील इतक्या सरकारी संस्था सोडल्या, तर अन्य ठिकाणी ह्या पदवीच्या शिक्षणाची व्यवस्था नव्हती. आता मात्र शिक्षणाच्या वाढत्या विकेंद्रीकरणामुळे खासगी विद्यापीठांमध्येसुद्धा बॅचलर इन डिझाइन ह्या पदवीचे शिक्षण मिळू लागले आहे.

कालावधी

हा चार वर्षांचा, पूर्णवेळ, पदवी अभ्यासक्रम आहे. यामध्ये आठ सेमिस्टर्स समाविष्ट असतात.

पात्रता

कोणत्याही शाखेतून बारावीची परीक्षा ५०% गुणांसह उत्तीर्ण केलेली असणे आवश्यक आहे. तीन वर्षांचा डिझाइनमधील डिप्लोमा केला असेल, तरी ह्या पदवीसाठी प्रवेश मिळू शकतो.

प्रवेशपरीक्षा

राष्ट्रीय स्तरावर यूसीड (अंडरग्रॅज्युएट कॉमन एंट्रन्स एक्झामिनेशन फॉर डिझाइन), सीड (कॉमन एंट्रन्स एक्झामिनेशन फॉर डिझाइन), यूआयडी (युनायटेडवर्ल्ड इन्स्टिट्यूट ऑफ डिझाइन) संस्थेची डीएटी (डिझाइन ॲप्टिट्यूड टेस्ट), एनआयडी (नॅशनल इन्स्टिट्यूट ऑफ डिझाइन) संस्थेची डीएटी (डिझाइन ॲप्टिट्यूड टेस्ट), एआयईईडी (ऑल इंडिया एंट्रन्स एक्झामिनेशन फॉर डिझाइन) ह्या प्रवेशपरीक्षा घेतल्या जातात. या परीक्षांमध्ये नाविन्य, कल्पनाशक्ती, कलात्मकता, डोळ्यांपुढे चित्र तयार करता येणे, निरीक्षणशक्ती, सौंदर्यदृष्टी, पर्यावरणीय दृष्टिकोन, तर्कशुद्ध विचार, विश्लेषणात्मक विचार, समस्या सोडविण्याचे कसब, आदी मुद्द्यांचा विचार करून प्रश्नांची आखणी केलेली असते.

प्रवेशप्रक्रिया

प्रामुख्याने प्रवेशपरीक्षेच्या मेरिटप्रमाणे, तर काही ठिकाणी बारावीच्या गुणांवर प्रवेश मिळतो.

अभ्यासक्रमाचे स्वरूप

विविध क्षेत्रांत वस्तुनिर्मितीमध्ये सध्या कोणते आधुनिक तंत्रज्ञान 'ट्रेंडिंग' आहे, याविषयीचे प्रशिक्षण ह्या कोर्समध्ये दिले जाते. अभ्यासक्रमात डिझाइन, कला सादरीकरण, ज्ञानसंकलन आणि सादरीकरण, डिझाइन स्टुडिओ, शब्द आणि चित्र, डिझाइन मॅनेजमेंट, प्रॉडक्ट फोटोग्राफी, व्हिज्युअल पर्सेप्शन, कॅंड फोटोग्राफी अँड व्हिडिओग्राफी, एरगॉनॉमिक्स, ॲस्थेटिक्स, एक्स्प्रेशन्स, मटेरियल डिझाइन, प्रॉडक्ट पॅकेजिंग डिझाइन, पोर्टफोलिओ डिझाइन, आदी विषय असतात. थिअरी लेक्चर्स, प्रॅक्टिकल्स, असाइन्मेंट्स, केस स्टडीज, इंडस्ट्री व्हिजिट्स, गेस्ट सेशन्स या अध्यापन प्रक्रियांद्वारे शिकवले जाते. अभ्यासक्रमाच्या शेवटी प्रोजेक्ट वर्क असते. दर सेमिस्टरच्या शेवटी तसेच सेमिस्टरच्या दरम्यानदेखील छोट्या-मोठ्या परीक्षा आणि कौशल्य चाचण्या घेतल्या जातात.

स्पेशलायझेशन्स

इंडस्ट्रियल डिझाइन, कम्युनिकेशन डिझाइन, टेक्स्टाइल/ॲपरेल/लाइफस्टाइल/ ॲक्सेसरी डिझाइन, सिरॅमिक अँड ग्लास डिझाइन या प्रॉडक्ट डिझाइनच्या स्वतंत्र

शाखा आहेत. फक्त याच क्षेत्रांमध्ये नव्हे, तर जवळजवळ सर्वच वस्तूंच्या उत्पादनामध्ये प्रॉडक्ट डिझाइनचा अवलंब केला जातो.

उच्च शिक्षण

बी. डिझाइननंतर एम. डिझाइन किंवा एमबीए करता येणे शक्य आहे.

नोकरी कुठे ?

प्रॉडक्ट इंजिनिअर, प्रॉडक्ट डिझायनर, प्रॉडक्ट मॅनेजर, डिझाइन कन्सल्टंट, ॲडव्हर्टायझिंग डायरेक्टर अशा पदांवर या पदवीधरांना संधी मिळते. बाजारपेठेच्या तसेच ग्राहकांच्या नजरेतून आणि तंत्रज्ञानाच्या शास्त्रशुद्ध वापरातून काय उत्तम देता येईल, याचा विचार प्रॉडक्ट डिझायनर करत असतो. त्यातून आकर्षक, उपयुक्ततेच्या दृष्टीने उत्तम आणि तुलनेने कमी किमतीच्या वस्तूंचे उत्पादन करता येते. प्रॉडक्ट डिझाइनमुळे कंपनीला ग्राहकांची वाढती संख्या, दर्जेदार उत्पादकता आणि चांगला नफा असा तिहेरी फायदा होऊ शकतो.

❖❖❖

बॅचलर ऑफ फिजिओथेरपी

हाडे, स्नायू, लिगामेंट्स यांच्या संदर्भात उद्भवणाऱ्या व्याधींवर फिजिओथेरपिस्ट उपचार करतात. अपघातामुळे दुखणे निर्माण झाले, वयोमानामुळे त्रास होऊ लागला किंवा चुकीच्या शारीरिक हालचालींमुळे स्वास्थ्य बिघडले, की फिजिओथेरपिस्टकडे जावे लागते. मान, पाठ, कंबर, गुडघे, हात, पाय, आदींसंदर्भात अशा समस्या येत असतात. त्याचबरोबर संधिवात, कंपवात (पार्किन्सन्स), पक्षाघात, आदी आजारांमध्येही फिजिओथेरपिस्टची गरज पडते. हृदयरोग, दमा अशाही आजारांसंदर्भातील तसेच बाळंतिणीच्या शारीरिक व्याधी दूर करण्यासाठी शुश्रूषेचे काम फिजिओथेरपिस्टना करावे लागते. आजार निर्माण होऊ नये यासाठीच्या (प्रतिबंधात्मक) उपचारपद्धतीही फिजिओथेरपीमध्ये आहेत.

प्रवेश कोणी घ्यावा ?

ज्यांना शुश्रूषा करण्याची आवड आहे, ज्यांना डॉक्टर व्हायचे आहे, ज्यांना मेडिकलच्या अन्य कोर्सेसना प्रवेश मिळालेला नाही; पण याच क्षेत्रात काम करायचे आहे, ज्यांना अन्य पॅरामेडिकल कोर्सेस नको आहेत, अशा विद्यार्थ्यांनी फिजिओथेरपीचे शिक्षण घेण्यास हरकत नाही.

अभ्यासक्रमाचे स्वरूप

बॅचलर ऑफ फिजिओथेरपी (बीपीटी) हा बारावीनंतर (सायन्स) चार वर्षांचा पदवी अभ्यासक्रम आहे. त्यानंतर सहा महिन्यांची इंटर्नशिप असते. प्रवेशासाठी फिजिक्स, केमिस्ट्री, बायोलॉजीसह बारावीचे (सायन्स) शिक्षण पूर्ण झालेले असावे लागते. मुख्यत्वेकरून 'नीट'च्या मेरिटप्रमाणे प्रवेश दिला जातो, तर काही मोजक्या स्वायत्त संस्था स्वतंत्र प्रवेशपरीक्षा घेतात. थिअरी विषयांच्या

अभ्यासाबरोबरच मुख्यत्वेकरून प्रॅक्टिकल्सच्या माध्यमातून शिक्षण दिले जाते. इंटर्नशिपमध्ये रुग्णांवर प्रत्यक्ष उपचार करण्याची संधी मिळते.

अभ्यासक्रमातील विषय

ह्या पदवी अभ्यासक्रमात ॲनाटॉमी, फिजिऑलॉजी, बायोकेमिस्ट्री, इलेक्ट्रोथेरपी, मॅटर्नल फिजिओथेरपी, ऑर्थोपेडिक्स, फिजिकल मेडिसिन, रिहॅबिलिटेशन, पेडिॲट्रिक्स, सायकिॲट्री, सायकॉलॉजी, बायोमेकॅनिक्स, पॅथॉलॉजी, मायक्रोबायोलॉजी, बायोस्टॅटिस्टिक्स, ट्रॉमॅटॉलॉजी, स्पोर्ट्स फिजिओथेरपी, न्यूरॉलॉजी, न्यूरोसर्जरी, जनरल सर्जरी, प्रथमोपचार, आदी विषय शिकवले जातात.

पदे

फिजिओथेरपिस्ट, ट्रीटमेंट मॅनेजर, स्पोर्ट्स फिजिओ, ऑस्टिओपॅथ, जेरिॲट्रिक थेरपिस्ट, होमकेअर फिजिओथेरपिस्ट, संशोधक, प्रशिक्षक, अध्यापक, रिहॅबिलिटेटर अशा पदांवर फिजिओथेरपिस्ट काम करतात.

फिजिओथेरपीच्या उपचारपद्धती

जॉइंट मोबिलायझेशन, हायड्रोथेरपी, स्ट्रेचिंग, रिहॅबिलिटेशन, इलेक्ट्रोथेरपी, ॲक्युपंक्चर, ऑर्थोपेडिक फिजिओथेरपी, इलेक्ट्रिक स्टिम्युलेशन, अल्ट्रासाउंड थेरपी, मालिश, मॅन्युअल थेरपी, ट्रॅक्शन, स्ट्रेंथ ट्रेनिंग, व्यायाम, आदी उपचारपद्धती फिजिओथेरपीमध्ये असतात.

स्वाभाविकपणे अपेक्षित असलेली कौशल्ये

सेवाभाव, सहवेदना, कष्टाची तयारी, शुश्रूषा करण्याची आवड, शरीरशास्त्राचे सहज आकलन, नवे वैद्यकीय तंत्रज्ञान शिकण्याची तयारी हे गुण असलेल्या विद्यार्थ्यांने फिजिओथेरपीचा कोर्स करण्यास हरकत नाही.

कोर्समधून विकसित व्हावीत अशी कौशल्ये

१. फिजिओथेरपीचा सखोल अभ्यास झालेला असावा
२. पेशंट आणि त्याचे दुखणे यांविषयी शिकण्याची तयारी व्हावी
३. निरीक्षणे नोंदविता आली पाहिजेत

४. तांत्रिक उपकरणे लीलया वापरता आली पाहिजेत
५. स्वभाव संयमी आणि अत्यंत सकारात्मक व्हावा
६. संवादकौशल्ये उत्तम व्हावीत
७. बोलणे आश्वासक व्हावे
८. श्रवणकौशल्ये चांगली घडावीत

करिअरच्या संधी

हल्लीच्या कामाच्या पद्धती आणि धावपळीचे जीवनमान पाहता अनेकजण फिजिओथेरपिस्टचे पेशंट्स होऊ शकतात, अशी परिस्थिती आहे. एकाच जागेवर बसून असणारे काम अनेक व्याधींना निमंत्रण देत असते. पौष्टिक खाणे कमी झाल्यानेदेखील काही समस्या उद्‌भवतात. खाली वाकून काम करणे, मोबाइल दीर्घकाळ पाहणे, बसण्याच्या चुकीच्या सवयी, चुकीची गादी/सोफा/खुर्ची यांचा वापर, व्यायामाचा अभाव, आदी असंख्य कारणांमुळे मान, पाठ, गुडघे यांचे आजार उद्‌भवतात. वार्धक्यात तर आजारांची मालिकाच निर्माण होते. खेळाडूदेखील अनेकदा दुखापतींनी ग्रस्त होतात. त्यामुळे एकुणात फिजिओथेरपिस्ट तज्ज्ञांचे काम वाढत आहे. आगामी काळातदेखील हाच ट्रेंड असणार आहे.

❖❖❖

बॅचलर ऑफ फॅशन डिझाइन

फॅशन ही सातत्याने बदलत जाते आणि तरीही त्या-त्या कालखंडात लोकप्रिय असते. अत्यंत वेगाने, अनोखा आणि सृजनशील विचार करणाऱ्या नव्या पिढीला फॅशन क्षेत्रामध्ये चांगला वाव आहे. काम करण्यासाठी अनेकविध संधी आहेत. फॅशन या क्षेत्रात पूर्वी छोटे-छोटे कोर्सेस प्रामुख्याने अधिक प्रचलित होते; परंतु आता फॅशनमधील शिक्षणाचाही ट्रेंड बदलला आहे. या क्षेत्रात आता अनेक पदवी कोर्सेस बारावीनंतर उपलब्ध आहेत.

पदवीचे नाव

बॅचलर ऑफ फॅशन डिझाइन किंवा बॅचलर ऑफ डिझाइन (फॅशन)

कालावधी

हा चार वर्षांचा, पूर्णवेळ, पदवी अभ्यासक्रम आहे.

पात्रता

कोणत्याही शाखेतून बारावीचे शिक्षण पूर्ण झालेले असावे. वय कमीत कमी १७ वर्षे असावे.

प्रवेशपरीक्षा

एनआयएफटीईई (नॅशनल इन्स्टिट्यूट ऑफ फॅशन टेक्नॉलॉजी एंट्रन्स एक्झामिनेशन), यूसीड, एआयईईडी, सीड या राष्ट्रीय स्तरावरील प्रवेशपरीक्षांबरोबरच त्या-त्या विद्यापीठांच्या आणि संस्थांच्या प्रवेशपरीक्षा असतात. क्वचित काही ठिकाणी बारावीच्या गुणांवर थेट प्रवेश मिळू शकतो.

अभ्यासक्रमातील विषय

बेसिक डिझाइन, फॅब्रिक, फॅशन मटेरियल्स, टेक्स्टाइल, गारमेंट्सची निर्मिती, भारतीय पारंपरिक पोशाख, फॅशन डिझाइनमधील कॉम्प्युटरचा वापर, वस्त्रनिर्मिती आणि तिचे प्रकार, ड्रेपिंग, ड्राफ्टिंग, फॅशन फोटोग्राफी, फॅशन पोर्टफोलिओ, वस्त्रविपणन, जगभरातील फॅशन ट्रेंड्स, रंगसंगती, पॅटर्न्स, टेक्श्चर, स्केचिंग, मॅचिंग्ज, इत्यादी विषयांच्या माध्यमातून फॅशनचे विविध आयाम शिकवले जातात. फॅशन डिझाइनच्या शिक्षणामध्ये निर्मिती, गुणवत्ता व्यवस्थापन, मार्केटिंग अशा विषयांचाही अभ्यास असतो. संस्कृती आणि फॅशन, फॅशनचा इतिहास, फॅशन स्टुडिओज, फॅशनशी निगडित व्यवसाय यांची ओळख करून दिली जाते.

नोकरी कुठे?

धागेनिर्मिती, कापडनिर्मिती, वस्त्रोद्योग यांचे कारखाने; फॅशन डिझाइनची केंद्रे, फॅशन सेंटर्स, बुटिक्स, विविध टेक्स्टाइल ब्रँड्स या ठिकाणी नोकरी मिळते.

पदे

टेक्स्टाइल डिझायनर, फॅशन डिझायनर, स्टायलिस्ट, फॅशन इन्फ्लुएन्सर, मार्केटिंग स्पेशालिस्ट, ब्रँड मॅनेजर, ग्राफिक डिझायनर फॉर फॅशन, डिझाइन मॅनेजर म्हणून काम करण्याची संधी मिळू शकते.

इतर स्पेशलायझेशन्स

फॅशन डिझाइनप्रमाणेच लेदर डिझाइन, ॲक्सेसरी डिझाइन, टेक्स्टाइल डिझाइन, नीटवेअर डिझाइन, फॅशन कम्युनिकेशन्स हीसुद्धा स्पेशलायझेशन्स विद्यार्थ्याला बॅचलर ऑफ फॅशन डिझाइनमध्ये करता येऊ शकतात.

स्वाभाविकपणे अपेक्षित असलेली कौशल्ये

सृजनात्मक आणि कलात्मक कौशल्ये, रंगांचा उत्तम अभ्यास, दर्जेदार स्केचिंग, कापड/धागे यांच्या निर्मितिप्रक्रियेत रस, नाविन्याचा ध्यास, संवादकौशल्ये, नियोजनकौशल्ये, सौंदर्यदृष्टी, कल्पनाशक्ती, सुंदर सादरीकरण ही कौशल्ये आणि फॅशनबद्दलची आवड असल्यास विद्यार्थ्याचे फॅशन डिझाइन ह्या क्षेत्रात उत्तम करिअर होऊ शकते.

भविष्यातील वाव

फॅशन हा हल्ली प्रत्येकाच्या जिव्हाळ्याचा विषय झाला आहे. त्यातून भारतासारख्या प्रचंड लोकसंख्या असलेल्या देशात या क्षेत्रातील कामाच्या संधी कधीच कमी होणार नाहीत. हे काम प्रीमियम मार्केटच्या प्रकारात मोडत असल्याने व्यवसायातून मोठे उत्पन्न, स्वयंरोजगारात प्रचंड नफा आणि नोकरीत चांगला पगार मिळण्यात अडचणी येत नाहीत. स्वतःचा स्वतंत्र फॅशन ब्रँड तयार करणेदेखील अवघड नाही. तसेच, करमणूक क्षेत्रासारख्या वलयांकित दुनियेत उमेदवार यशाची भरारी घेऊ शकतो. भविष्यात आंतरराष्ट्रीय बाजारपेठेमधील संधींचाही लाभ या क्षेत्रात मिळणार आहे.

❖❖❖

बीएससी (फॉरेन्सिक सायन्स)

गुन्हेगारीसंदर्भातील तपासयंत्रणांच्या कामाविषयी अनेकांना कुतूहल असते. पंचनाम्यापासून सुरू होणारी शोधमोहीम आणि तपासप्रक्रिया पुढे अत्यंत शास्त्रशुद्ध मार्गाने काम करते, न्यायालयीन कामकाजासाठी पुराव्यांचे विश्लेषण करते आणि अचूक अनुमानापर्यंत पोहोचते. ह्याला फॉरेन्सिक सायन्स असे म्हटले जाते. फॉरेन्सिक सायन्स गुन्हेगारीचा पर्दाफाश करण्यासाठी विज्ञानाचा आणि तंत्रज्ञानाचा वापर करते. चित्रपटांत आणि टीव्ही मालिकांमध्ये पाहताना ग्लॅमरस वाटणारे हे काम प्रत्यक्षात प्रचंड गुंतागुंतीचे आणि क्लिष्ट असते. ते आव्हानात्मकही असते. ह्या कारणास्तवदेखील काही विद्यार्थ्यांना शालेय जीवनापासून या क्षेत्राविषयी आकर्षण असते.

कोर्सेस

या क्षेत्राशी संबंधित शिक्षण आहे बीएससी इन फॉरेन्सिक सायन्स. हा बारावीनंतर तीन वर्षांचा कोर्स आहे. ह्या पदवीनंतर पुढील कोर्सेसही— उदाहरणार्थ, एमएससी, पीएचडी किंवा पोस्टग्रॅज्युएट डिप्लोमा— करता येतात. पॅथॉलॉजी, मेडिसिन, कॉम्प्युटर सायन्स ह्या विषयांशी संबंधित तज्ज्ञ मंडळीदेखील आपापल्या ज्ञानाचा वापर या क्षेत्रातील कामासाठी करू शकतात.

ऑनलाइन कोर्सेस

नियमित विद्यापीठीय कोर्सेसप्रमाणेच काही ऑनलाइन कोर्सेसही उपलब्ध आहेत; उदाहरणार्थ, पोस्टग्रॅज्युएट डिप्लोमा इन सायबर सिक्युरिटी अँड फॉरेन्सिक्स, सर्टिफिकेट इन फॉरेन्सिक ॲनॅलिसिस; सर्टिफिकेट इन पेनिट्रेशन टेस्टिंग, इन्सिडंट रिस्पॉन्स अँड फॉरेन्सिक्स, ॲडव्हान्स्ड सर्टिफिकेट इन फॉरेन्सिक अकाउंटिंग अँड फ्रॉड एक्झामिनर.

पात्रता

बीएससी इन फॉरेन्सिक सायन्स ह्या कोर्सला प्रवेश घेण्यासाठी बारावीचे शिक्षण (सायन्स) फिजिक्स, केमिस्ट्री आणि बायोलॉजी/मॅथेमॅटिक्ससह पूर्ण झालेले असावे लागते. स्वतंत्र प्रवेशपरीक्षा नसते. बारावीच्या गुणांवर प्रवेश दिले जातात. तरीही काही संस्थांमध्ये प्रवेशाकरिता परीक्षा घेतली जाते.

अभ्यासक्रमातील विषय

गुन्हेगारी आणि समाज, गुन्हेगारीविषयक कायदे, फॉरेन्सिक बायोलॉजी, फॉरेन्सिक केमिस्ट्री, फॉरेन्सिक डर्माटोग्लिफिक्स, मानववंशशास्त्र, मानसशास्त्र, बायोमेट्री, फॉरेन्सिक औषधे, संगणक आणि फॉरेन्सिक तपासणी, अर्थशास्त्र, इंग्लिश, आदी विषय या कोर्समध्ये अभ्यासावे लागतात.

नोकरी कुठे?

फॉरेन्सिक सायन्समधील तज्ज्ञांना सरकारमधील, ह्या कामाशी संबंधित महत्त्वाच्या विभागांमध्ये अत्यंत जोखमीच्या मोहिमांसाठी नियुक्त केले जाते. पोलिस खाते, सीबीआय (सेंट्रल ब्यूरो ऑफ इन्व्हेस्टिगेशन), आयबी (इंटेलिजन्स ब्यूरो), हॉस्पिटल्स, कायदाविषयक आस्थापने, तिन्ही संरक्षणदले, केंद्र सरकारचे काही विभाग, फॉरेन्सिक सायन्स लॅब्ज, खासगी गुप्तहेर संस्था या ठिकाणी त्यांच्या नेमणुका होतात.

पदे

बीएससी इन फॉरेन्सिक सायन्स ही पदवी घेतल्यावर फॉरेन्सिक एक्स्पर्ट, इन्व्हेस्टिगेटिंग ऑफिसर, क्राइम सीन इन्व्हेस्टिगेटर, फॉरेन्सिक सायंटिस्ट, हस्ताक्षरतज्ज्ञ, फिंगरप्रिंट एक्स्पर्ट या पदांवर काम करता येते.

स्वाभाविकपणे अपेक्षित असलेली कौशल्ये

- स्वयंप्रेरणा
- उत्तम निरीक्षणशक्ती
- तपशिलांकडे बारीक लक्ष देता येणे
- तर्क वापरून विचार करण्याची क्षमता

- तणावपूर्ण परिस्थितीत शांत राहण्याची हातोटी
- कामातील संयम

कोर्समधून विकसित व्हावीत अशी कौशल्ये

- फॉरेन्सिक सायन्सचा सखोल अभ्यास
- गोष्टी वैज्ञानिकदृष्ट्या कसून तपासण्याची क्षमता
- सार्वजनिक सुरक्षा आणि सुरक्षितता यांचे ज्ञान
- उत्कृष्ट लेखन आणि मांडणी कौशल्ये
- सरकारी नियमांचे ज्ञान
- कायदेशीर बाबींची माहिती
- कॉम्प्युटर तसेच सॉफ्टवेअर पॅकेजेस सक्षमपणे वापरता येणे
- न्यायालयीन प्रक्रियेचे ज्ञान

दैनंदिन आणि अन्य कामे

- गुन्ह्यांच्या पंचनाम्यांना उपस्थित राहणे
- पुरावे गोळा करणे आणि ते सुरक्षित ठेवणे
- उपलब्ध पुराव्यांचे टेस्टिंग करणे
- रक्तगट आणि डीएनए यांचे प्रोफायलिंग करणे
- द्रवपदार्थ आणि अन्य नमुन्यांचे औषधे/विषे यांच्या ट्रेसेसकरिता विश्लेषण करणे
- स्प्लॅश पॅटर्न आणि कणांचे वितरण तपासणे
- हस्ताक्षर, स्वाक्षरी, शाई आणि कागद यांचे विश्लेषण करणे
- फॉरेन्सिक कामासाठीचे संशोधन करणे
- शोधमोहिमांसाठीचे नवीन तंत्रज्ञान विकसित करणे
- कॉम्प्युटर, मोबाइल आणि इतर इलेक्ट्रॉनिक उपकरणांमधून डेटा परत मिळवणे
- न्यायालयात निष्पक्ष, वैज्ञानिक पुरावे सादर करणे

अशा प्रकारचे फॉरेन्सिक सायन्सचे विश्व आहे. केवळ आकर्षणापोटी नव्हे, तर मनापासून या क्षेत्रात काम करण्याची तयारी आणि क्षमता असल्यास फॉरेन्सिक सायन्समध्ये करिअरचा विचार करण्यास हरकत नाही.

❖❖❖

बीएससी (नर्सिंग)

वैद्यकीय क्षेत्रातील सेवांमध्ये डॉक्टरचे कार्य प्रमुख मानले जाते. तरीही डॉक्टर एकट्याने सर्व वैद्यकीय सेवा पुरवू शकत नाहीत; त्यामुळे शुश्रूषेचे काम साहाय्यकांनी (नर्सेस) करणे अपेक्षित असते. वैद्यकीय क्षेत्रातील रुग्णसेवेचे महत्त्वाचे काम नर्सेस करत असतात. पेशंटला सलाइन लावणे, मलमपट्टी करणे, डॉक्टरांनी लिहून दिलेली औषधे त्याला देणे अशी अनेक कामे नर्सेस करतात. त्यासाठी त्यांनी वैद्यकीय क्षेत्रातील शिक्षण घेतलेले असणे अपेक्षित असते. नर्सिंग विषयाच्या बारावीनंतरच्या शिक्षणाचा आढावा घेऊयात.

कालावधी

बीएससी इन नर्सिंग हा बारावीनंतर चार वर्षांचा पदवी अभ्यासक्रम आहे.

पात्रता

विद्यार्थ्याने फिजिक्स, केमिस्ट्री, बायोलॉजीसह बारावी (सायन्स) उत्तीर्ण असणे आवश्यक आहे. त्याचबरोबर 'नीट' ही प्रवेशासाठीची पात्रता परीक्षा द्यावी लागते. अगदी मोजक्या ठिकाणी 'नीट' अनिवार्य नसते. ही पदवी मुली आणि मुले दोघांसाठीही आहे.

अभ्यासक्रमाचे स्वरूप

चार वर्षांचा हा कोर्स आठ सेमिस्टर्समध्ये विभागलेला असतो. थिअरी अध्ययनाबरोबरच प्रॅक्टिकल्सही अत्यंत महत्त्वाची असतात. संबंधित प्रयोगशाळेत तसेच प्रत्यक्ष हॉस्पिटलमध्ये प्रात्यक्षिक शिक्षण मिळते. डॉक्टर्सच्या मार्गदर्शनाखाली विविध पेशंट्सचे आजार, त्यांची आरोग्यविषयक स्थिती,

उपकरणांचा वापर, हॉस्पिटलमधील उपचारपद्धती आदींचा जवळून अभ्यास करता येतो.

अभ्यासक्रमातील विषय

या कोर्समध्ये नर्सिंग सर्व्हिसेस, फिजिऑलॉजी, ॲनाटॉमी, बायोकेमिस्ट्री, फार्माकॉलॉजी, मायक्रोबायोलॉजी, न्यूट्रिशन, डाएटेटिक्स, सायकॉलॉजी, सोशिऑलॉजी, चाइल्ड हेल्थ नर्सिंग, मेडिकल सर्जिकल नर्सिंग, मिडवायफरी नर्सिंग, कम्युनिटी हेल्थ नर्सिंग, ऑक्युपेशनल थेरपी, ॲनेस्थेशिया, उपकरणे वापरण्याच्या पद्धती, रक्ताचे नमुने घेण्याच्या पद्धती, सुपरव्हिजनच्या पद्धती, कुटुंबकल्याण कार्यक्रम हे विषय शिकवले जातात.

नोकरी कुठे?

सरकारी तसेच खासगी हॉस्पिटल्स, क्लिनिक्स, नर्सिंग होम्स, पुनर्वसन केंद्रे, मिलिटरी नर्सिंग सर्व्हिसेस, केंद्र सरकारचा आणि राज्य सरकारांचे आरोग्य विभाग, रेल्वे, सरकारी उपक्रम, होम हेल्थकेअर सर्व्हिसेस, हेल्थकेअर सेंटर्स, फार्मा कंपन्या या ठिकाणी नर्सेसना नोकरीची संधी मिळते.

उच्च शिक्षणाच्या संधी

बीएससीनंतर एमएससी करता येते. मेडिकल सर्जिकल नर्सिंग, पीडिॲट्रिक नर्सिंग, गायनॅकॉलॉजिकल नर्सिंग, सायकिॲट्रिक नर्सिंग, आदी विषयांमध्ये उच्च शिक्षण घेता येते. त्यानंतर पीएचडीदेखील करता येते. एमपीएच ह्या पदवीचा पर्यायदेखील बीएससीनंतर उपलब्ध आहे. डिप्लोमा इन क्रिटिकल केअर, डिप्लोमा इन नर्सिंग ॲडमिनिस्ट्रेशन, डिप्लोमा इन कार्डिओव्हॅस्क्युलर नर्सिंग, डिप्लोमा इन इमर्जन्सी नर्सिंग हे पोस्टग्रॅज्युएट डिप्लोमा कोर्सेससुद्धा करता येतात.

स्वाभाविकपणे अपेक्षित असलेली कौशल्ये

१. सेवावृत्ती
२. आरोग्यविषयक आवश्यक ते ज्ञान
३. उपचारपद्धतींची संपूर्ण माहिती
४. उत्तम निरीक्षणशक्ती

५. चांगली भावनिक बुद्धिमत्ता
६. अडचणीच्या प्रसंगी न डगमगता सेवा-शुश्रूषा करण्याची तयारी
७. पेशंटशी तसेच नातेवाईकांशी संवाद साधताना दृष्टिकोन उत्तम असणे
८. उत्तम संभाषणकौशल्ये
९. सकारात्मक वृत्ती
१०. टापटीप आणि स्वच्छता या संदर्भातील स्वाभाविक सवयी
११. ममत्वाने काम करण्याचा स्वभाव
१२. तांत्रिक कामे सहजतेने आणि अचूकपणे करता येणे
१३. पेशंटशी संबंधित कामांविषयी डॉक्टर आणि वरिष्ठ यांच्याशी वेळेत संवाद साधून फीडबॅक देण्याचे कौशल्य
१४. पेशंटचे आरोग्य आणि सुरक्षितता या गोष्टींना सर्वोच्च प्राधान्य देऊन वेळेचे आणि कामाचे नियोजन करण्याचे कौशल्य

करिअरच्या संधी

अचानक आजारांना सामोरे जावे लागल्यास किंवा आरोग्यविषयक प्रतिकूल परिस्थिती उद्भवल्यास आजकाल डॉक्टर्स, हॉस्पिटल्स, उपचारपद्धती उपलब्ध असतात. आरोग्यविषयक सोयीसुविधा आता मोठ्या प्रमाणात विकसित होत आहेत. आपल्या देशाची लोकसंख्या पाहता आरोग्यविषयक सुविधा सातत्याने 'अलर्ट मोड'वर असाव्या लागतात. त्यामुळे हॉस्पिटल्सची संख्या वाढत चालली आहे. ह्या परिस्थितीत नर्सेसची मागणीदेखील वाढत जाणार आहे. वैद्यकीय सुविधा विस्तारत असल्याने नर्सेसच्या सेवांची गरज वाढतच राहील. त्या अर्थाने नर्सिंगच्या पदवीला वाव राहणारच आहे.

❖❖❖

बीफार्म, डीफार्म आणि फार्मडी

अ) औषधनिर्माणशास्त्राची पदवी (बीफार्म)

बीफार्म म्हणजे बॅचलर ऑफ फार्मसी. बारावीनंतर (सायन्स) फार्मसी शाखेतून पदवी घेणे, हा करिअरचा एक उत्तम पर्याय आहे.

पात्रता

बारावीमध्ये (सायन्स) फिजिक्स, केमिस्ट्री आणि बायोलॉजी किंवा मॅथेमॅटिक्स (पीसीबी किंवा पीसीएम) असे विषय घेतलेले असणे आवश्यक आहे. बारावीमध्ये बोर्डाच्या लेखी परीक्षेत पीसीएम किंवा पीसीबी ग्रूपमध्ये ४५% (राखीव प्रवर्गांसाठी ४०%) गुण असतील, तर पात्रतेचा पहिला निकष पूर्ण होतो. दुसरा निकष म्हणजे एमएचटी-सीईटीमध्ये शून्यापेक्षा जास्त पर्सेंटाइल असणे आवश्यक आहे. एमएचटी-सीईटी या परीक्षेच्या मेरिटनुसार ह्या पदवीचे प्रवेश ठरतात.

कालावधी

बीफार्म हा चार वर्षांचा, पूर्णवेळ, पदवी अभ्यासक्रम आहे.

ब) औषधनिर्माणशास्त्राची पदविका (डीफार्म)

डीफार्म म्हणजे डिप्लोमा इन फार्मसी

कालावधी

डीफार्मसी हा दोन वर्षांचा, पूर्णवेळ, पदविका अभ्यासक्रम आहे. ज्यांना बीफार्मला प्रवेश मिळत नाही; ज्यांनी एमएचटी-सीईटी दिलेली नाही किंवा ज्यांना पात्रतेचे निकष पूर्ण करता आलेले नाहीत, असे विद्यार्थी डीफार्मला प्रवेश घेऊ शकतात.

डीफार्मनंतर विद्यार्थ्यांना थेट बीफार्मच्या दुसऱ्या वर्षाला प्रवेश मिळू शकतो— अर्थात मेरिटनुसार.

पात्रता

डीफार्मला प्रवेशासाठी बारावीमध्ये (सायन्स) एकूण ३५% गुण असणे आवश्यक आहे. ह्या प्रवेशासाठी एमएचटी-सीईटी देण्याची गरज नाही. केमिस्ट्री विषयाची आवड असल्यास अधिक उत्तम. अनेकदा 'नीट'मध्ये कमी गुण मिळालेले विद्यार्थीही इकडे वळतात.

क) औषधनिर्माणशास्त्रातील डॉक्टरल पदवी (फार्मडी)

बारावीनंतर (सायन्स) सहा वर्षांचा डॉक्टर ऑफ फार्मसी (फार्मडी) हा इंटिग्रेटेड कोर्स आहे. यामध्ये पाच वर्षांचा प्रत्यक्ष अभ्यासक्रम आणि एका वर्षाची इंटर्नशिप असते. बीफार्मनंतर फार्मडीला प्रवेश घ्यायचा असल्यास हा कालावधी तीन वर्षांचा होतो. या शिक्षणानंतर रिसर्च सायंटिस्ट, क्वालिटी मॅनेजर, मेडिकल रायटर, क्लिनिकल फार्मासिस्ट, आदी पदांवर काम करण्याची संधी मिळू शकते.

अभ्यासक्रमातील विषय

फार्मास्युटिकल केमिस्ट्री, बायोकेमिस्ट्री, क्लिनिकल फार्मसी, फार्मास्युटिक्स, फिजिऑलॉजी, फार्माकॉलॉजी हे विषय फार्मसीच्या कोर्सेसमध्ये शिकवले जातात.

भविष्यातील वाव

सध्या अनेक कारणांमुळे रोगप्रतिकारक शक्ती कमी झालेली आहे, असे तज्ज्ञांचे मत आहे. कोविडनंतर अजूनही अनेक जणांना आरोग्याच्या समस्या भेडसावत आहेत. प्रत्येक व्यक्ती या ना त्या कारणाने वर्षाकाठी किंवा सहा महिन्यांतून एकदा का होईना, छोट्या-मोठ्या आजाराकरिता दवाखान्यात जाते. वयोवृद्ध मंडळी तर अनेकदा दवाखान्यांच्या चकरा मारत असतात. थोडक्यात काय, तर नवे आजार, नवी औषधे, अधिक प्रभावी उपाययोजना या सगळ्या गोष्टींमुळे औषधांची निर्मिती आणि त्यांचे सर्वदूर वितरण यांना आणि पर्यायाने फार्मसी कोर्सेसना मोठा वाव राहणार आहे.

करिअरच्या संधी

फार्मसीच्या शिक्षणानंतर ड्रग इन्स्पेक्टर, फार्मासिस्ट, फार्माकॉलॉजिस्ट, ड्रग थेरपिस्ट, मेडिकल रेप्रेझेन्टेटिव्ह, हॉस्पिटल फार्मासिस्ट, क्लिनिकल ट्रायल ॲडमिनिस्ट्रेटर, हेल्थ इन्स्पेक्टर बनता येऊ शकते. संशोधनक्षेत्रात जाऊन अनेक नवनवे शोध लावण्याचे काम उच्चशिक्षित मंडळी करू शकतात. संशोधन, औषधनिर्मिती, गुणवत्ता नियंत्रण, आदी कामांमध्ये फार्मसी शिक्षण उपयुक्त ठरते.

फार्मासिस्ट हा औषधांचा जाणकार असतो; तो डॉक्टरचा सहकारी असतो. काही प्रसंगी पेशंटचा मार्गदर्शक किंवा समुपदेशकही असतो आणि आरोग्यपूर्ण समाजासाठी प्रत्यक्षपणे काम करणारा एक महत्त्वाचा घटक असतो. स्वतःचे मेडिकल स्टोअर चालवणाऱ्या फार्मासिस्टला डॉक्टरने दिलेले प्रिस्क्रिप्शन पाहून औषधे देणे, औषधे व्यवस्थित ठेवणे, पेशंटच्या प्रश्नांना उत्तरे देणे, तारखेनुसार अपायकारक जुनी औषधे बेदखल करणे अशी कामे करावी लागतात. हॉस्पिटल फार्मसीमध्ये काम करणाऱ्या फार्मासिस्टला औषधांची निवड करणे, औषधांचे स्टोअर (भांडार) योग्य पद्धतीने सांभाळणे, डॉक्टरांशी आणि औषध-उत्पादकांशी समन्वय ठेवणे, राष्ट्रीय आरोग्य धोरणाप्रमाणे योग्य अशा पद्धतीने कामकाज पाहणे या जबाबदाऱ्या पार पाडाव्या लागतात. क्लिनिकल फार्मसीमधील कामदेखील जोखमीचे आणि महत्त्वाचे असते.

❖❖❖

बीएससी (बायोटेक्नॉलॉजी)

मानवाला अधिक सुखाने जगता यावे, यासाठी बायोलॉजीमध्ये तंत्रज्ञानाने केलेला सकारात्मक हस्तक्षेप म्हणजे बायोटेक्नॉलॉजी. ही लाइफ सायन्सेसमधील अत्यंत आधुनिक शाखा मानली जाते. असे असले, तरी फार पूर्वीपासून माणूस बायोटेक्नॉलॉजीचा वापर करत आला आहे. दुधापासून दही तयार करण्याच्या प्रक्रियेपासून हा प्रवास सुरू झालेला आहे. आजघडीला विविध औषधे, बायोफ्युएल्स आणि लसनिर्मितीपासून ते जेनेटिक इंजिनिअरिंग, क्लोनिंगपर्यंत असंख्य सेवांमध्ये आणि उत्पादनांमध्ये तसेच शेती, आरोग्य, औषधनिर्माण, यांसारख्या विविध क्षेत्रांमध्ये बायोटेक्नॉलॉजीचा वापर पाहायला मिळतो.

शिक्षणव्यवस्था

बीएससी इन बायोटेक्नॉलॉजीसह अन्य पदवी कोर्सेसही उपलब्ध आहेत. संबंधित पदवीनंतर मोलेक्युलर बायोलॉजी, मायक्रोबायोलॉजी, बायोकेमिस्ट्री, स्टेम सेल रिसर्च, जेनेटिक इंजिनिअरिंग, बायोइन्फर्मेटिक्स अशा विविध स्पेशलायझेशन्समध्ये उच्च शिक्षण घेता येते.

कालावधी

हा बारावीनंतर (सायन्स) हा तीन वर्षांचा पदवी अभ्यासक्रम आहे. काही ठिकाणी बीएससी (ऑनर्स) हा चार वर्षांचा अभ्यासक्रम सुरू करण्यात आला आहे.

पात्रता

फिजिक्स, केमिस्ट्री आणि बायोलॉजीसह बारावीची परीक्षा (सायन्स) उत्तीर्ण केलेली असणे आवश्यक आहे. बारावीच्या गुणांच्या मेरिटप्रमाणे प्रवेश दिला

जातो. राज्यस्तरावर स्वतंत्र प्रवेशपरीक्षा नसते. मात्र, विद्यापीठ स्तरावर किंवा काही खासगी विद्यापीठांच्या किंवा महाविद्यालयांच्या स्तरावर स्वतंत्र सीईटी परीक्षा असू शकतात.

अभ्यासक्रमाचे स्वरूप

या पदवी अभ्यासक्रमात सेल स्ट्रक्चर, ऑरगॅनिक मेकॅनिझम्स, प्रिन्सिपल्स ऑफ मायक्रोबायोलॉजी, बायोफिजिक्स, ट्रान्समिशन जेनेटिक्स, इम्युनॉलॉजी, टिश्यू कल्चर, प्लांट बायोटेक्नॉलॉजी, ॲनिमल बायोटेक्नॉलॉजी, बायोइन्फर्मेटिक्स, मेडिकल बायोटेक्नॉलॉजी, एथिक्स, डीएनए टेक्नॉलॉजी, इंडस्ट्रियल बायोटेक्नॉलॉजी हे विषय शिकवले जातात. यांपैकी बहुतेक विषय हे प्रयोगशाळेशी संबंधित आहेत. या सर्वांमध्ये सखोल अभ्यास आहे. दैनंदिन अध्ययनात थिअरी लेक्चर्स आणि प्रॅक्टिकल्स यांचा समावेश असतो. परीक्षादेखील प्रात्यक्षिक आणि लेखी अशा दोन्ही स्वरूपाच्या असतात. प्रोजेक्ट्स, इंटर्नशिप, इंडस्ट्री व्हिजिट्स, रिसर्च पेपर्स या माध्यमांतून विद्यार्थी अधिकाधिक परिपक्व होणे अपेक्षित असते.

स्वाभाविकपणे अपेक्षित असलेली कौशल्ये

१. बायोलॉजी विषयाच्या सखोल अभ्यासाची विशेष आवड
२. संशोधक आणि अभ्यासू वृत्ती
३. उत्तम निरीक्षणशक्ती
४. कामातील अचूकता
५. तार्किक बुद्धिमत्ता
६. सातत्याने नवीन शिकण्याची इच्छा
७. प्रयोगशील स्वभाव
८. टीममध्ये काम करता येण्याचे कसब

उच्च शिक्षणाच्या संधी

बीएससी इन बायोटेक्नॉलॉजी पदवी घेतल्यानंतर एमएससी (बायोटेक्नॉलॉजी), एमबीए (बायोटेक्नॉलॉजी), पोस्टग्रॅज्युएट डिप्लोमा इन बायोइन्फर्मेटिक्स, एमएससी (मायक्रोबायोलॉजी), एमएससी (बायोइन्फर्मेटिक्स), एमएससी

(बॉटनी), एमएससी (झूलॉजी) ह्या पदव्युत्तर पदव्या घेता येतात. याव्यतिरिक्तही काही स्पेशलाइझेशन्समध्ये मास्टर्स पदवी घेता येते.

नोकरी कुठे?

संशोधनसंस्था, रसायननिर्मिती कंपन्या, क्लिनिकल रिसर्च ऑर्गनायझेशन्स, औषधनिर्माण कंपन्या, हॉस्पिटल्स, फूड प्रोसेसिंग उद्योग, खतनिर्मिती उद्योग, सरकारी आणि खासगी प्रयोगशाळा, कॉस्मेटिक्स कंपन्या, आदी ठिकाणी बायोटेक्नॉलॉजी तज्ज्ञ काम करू शकतात. यांबरोबरच इकॉलॉजी तसेच सॉइल बायोलॉजी या क्षेत्रांत त्यांना मोठी संधी आहे. सल्ला देण्याचे आणि शैक्षणिक संस्थांमध्ये अध्यापनाचेही काम करता येते. ह्या क्षेत्रात इंजिनिअरिंगप्रमाणे नोकऱ्यांची संख्या मोठी नसते; परंतु संशोधकवृत्ती असणाऱ्यांना उत्तम करिअरच्या संधी मिळू शकतात. हे खऱ्या अर्थाने ग्लोबल करिअर आहे. बायोटेक्नॉलॉजीमध्ये उच्च शिक्षण पूर्ण केल्यानंतर सरकारी आस्थापनांमध्येही चांगल्या संधी उपलब्ध होऊ शकतात.

पदे

बायोटेक्नॉलॉजिस्ट, क्लिनिकल रिसर्चर, लॅब टेक्निशियन, मोलेक्युलर बायोलॉजिस्ट, बायोकेमिस्ट, मेडिकल सायंटिस्ट, मायक्रोबायॉलॉजिस्ट, बायोस्टॅटिस्टिशियन, आदी पदांपर्यंत मजल मारता येते. उच्च शिक्षण घेतल्यास संशोधक म्हणून वरिष्ठ पदांवर काम करण्याची संधी मिळते.

भविष्यातील वाव

लोकसंख्यावाढीबरोबर अनेक प्रश्न निर्माण होत आहेत. अन्नधान्याची समस्या मोठी आहे. आरोग्याच्या दृष्टीने पाहता, विविध आजार हे मानवासमोरचे एक मोठे आव्हान आहे. यातील अनेक प्रश्नांना उत्तरे देण्याची क्षमता बायोटेक्नॉलॉजीमध्ये आहे. एन्झायमॉलॉजी, नॅनोबायोटेक्नॉलॉजी, मायक्रोबियल बायोटेक्नॉलॉजी, फर्मेंटेशन टेक्नॉलॉजीसह विविध क्षेत्रांमध्ये आता संशोधकांची आणि तज्ज्ञांची गरज आहे. बीएससी इन बायोटेक्नॉलॉजी पूर्ण केल्यानंतर उच्च शिक्षण घेतल्यास उमेदवाराला अधिक वाव मिळू शकतो.

❖❖❖

बीबीए

बीबीए म्हणजेच बॅचलर इन बिझनेस ॲडमिनिस्ट्रेशन. हा मॅनेजमेंटमधील तीन वर्षांचा, पूर्णवेळ, पदवी अभ्यासक्रम आहे. मॅनेजमेंट तसेच उद्योजकता या क्षेत्रांमध्ये तज्ज्ञ तयार व्हावेत, ह्या उद्देशाने या कोर्सची आखणी करण्यात आली आहे. बीबीए पदवीधरांची काही अनुभवानंतर विविध आस्थापनांमध्ये सुपरवायझर, व्यवस्थापक, नियोजक, प्रशासक, आदी पदांवर नेमणूक होऊ शकते.

पात्रता

या कोर्ससाठी शाखेचे बंधन नाही. सायन्स, कॉमर्स, आर्ट्स अशा सर्वच शाखांतील विद्यार्थ्यांना बारावीनंतर बीबीएला प्रवेश घेता येतो. बारावीला मॅथेमॅटिक्स विषय घेतलेला नसेल, तरीही प्रवेश मिळतो. मात्र, इंग्लिश विषय घेतलेला असणे अनिवार्य आहे. बीबीए प्रवेशासाठी बारावीमध्ये केवळ ४०% गुणांची आवश्यकता असते. दहावीनंतर तीन वर्षांचा इंजिनिअरिंग डिप्लोमा कोर्स पूर्ण केला असेल, तर अशा विद्यार्थ्यालादेखील बीबीएला प्रवेश मिळू शकतो. अर्थात, विद्यापीठानुसार/महाविद्यालयानुसार प्रवेशप्रक्रियेचे नियम वेगवेगळे असू शकतात. नुकतीच प्रवेशपरीक्षा अनिवार्य करण्यात आली आहे.

स्पेशलायझेशन्स

काही संस्थांमध्ये बीबीए हा कोर्स जनरल स्वरूपाचा असतो. त्यामध्ये अनेक कार्यक्षेत्रांचा आढावा घेतलेला असतो. काही ठिकाणी हा कोर्स स्पेशलायझेशनसह करता येतो. बिझनेस ॲनॅलिटिक्स, इव्हेंट मॅनेजमेंट, मार्केटिंग, ह्यूमन रिसोर्सेस, इंटरनॅशनल बिझनेस, बँकिंग अँड फायनान्स, ट्रॅव्हल अँड टूरिझम, हॉस्पिटॅलिटी मॅनेजमेंट, स्पोर्ट्स मॅनेजमेंट, सप्लाय चेन मॅनेजमेंट, इत्यादी स्पेशलायझेशन्स उपलब्ध असतात.

प्रवेश कोणी घ्यावा?

इंजिनिअरिंग किंवा फार्मसीसारख्या कोणत्याही व्यावसायिक शिक्षणात स्वारस्य नसेल; कॉमर्स अवघड वाटत असेल आणि बीए करण्याची तयारी नसेल, तर बीबीए तुलनेने सोयीस्कर मार्ग आहे. बीएनंतरच्या नोकरीतील संभाव्य अशक्यता आणि कॉमर्समधील काठिण्य टाळण्यासाठी बीबीए ठीक आहे. यात विद्यार्थी बिझनेस मॅनेजमेंट शिकतो. व्यवसाय कसा असतो, तो चालवण्याचे शास्त्र काय असते, व्यवस्थापनाची सूत्रे काय असतात, यांची त्याला तोंडओळख होते. बीबीए शिक्षणात खूप ताणतणाव नसतो. बीबीएची प्रॅक्टिकल्स ही सायन्स किंवा इंजिनिअरिंगप्रमाणे मेंदूला ताण देणारी किंवा तांत्रिक कुशलतेची अपेक्षा ठेवणारी नसतात. असे असले, तरी जनसंपर्क, सॉफ्ट स्किल्स, नेतृत्वगुण, टीम वर्क, निर्णयप्रक्रिया, संवादकौशल्ये, व्यावहारिक ज्ञान या बाबतींत हे विद्यार्थी चांगलेच तरबेज होतात. हा कोर्स उत्तमपणे पूर्ण करणारा विद्यार्थी कमी काळात खूप काही साध्य करू शकतो.

भविष्यातील वाव

बीबीएनंतर एमबीए करायचे असल्यास अधिक उत्तम. याचे कारण त्यातून मॅनेजमेंटमधील करिअरचा मजबूत पाया घातला जाऊ शकतो. बारावीनंतर बीबीए आणि नंतर एमबीए हे शिक्षण उत्कृष्ट मानले जाते. बीबीए हा पदवी शिक्षणाचा काहीसा सोपा मार्ग आहे. एखाद्या पदवीधराने बीबीएनंतर काही काळ नोकरी केली आणि त्यानंतर स्वयंरोजगाराचा किंवा स्टार्टअपचा विचार केला, तर त्याने एक चांगला करिअरविषयक निर्णय घेतला, असे म्हणता येईल. असा विद्यार्थी विकसित झालेल्या गुणकौशल्यांमुळे व्यावसायिक म्हणून अधिक सक्षम ठरू शकतो. पदवी शिक्षणानंतर सर्वसामान्यपणे उपलब्ध असणारे अन्य पर्याय बीबीएनंतरदेखील असतात; उदाहरणार्थ, स्पर्धापरीक्षा, वकिली, पत्रकारिता.

थोडक्यात काय, तर काय करायचे आणि काय करायचे नाही, हे पक्के असेल, तर विद्यार्थी मोठ्या कालावधीच्या आणि तुलनेने अवघड कोर्सेसच्या मागे न धावता बीबीएसारखा कोर्स पूर्ण करून आपले ठरलेले ध्येय साध्य करू शकतो.

❖❖❖

बीए (इंग्लिश)

इंग्लिश ही जागतिक भाषा मानली जाते. जगभरातील सुमारे १५%पेक्षा अधिक लोक इंग्लिश भाषा बोलतात. भारतातदेखील इंग्लिशबद्दल प्रचंड आकर्षण आहे. ब्रिटिश सत्तेच्या अस्तानंतरदेखील देशात ह्या भाषेच्या लोकप्रियतेत घट झाली नाही. त्याउलट, विकासाच्या मार्गावर राहायचे असेल, जगाच्या तुलनेत मागे पडायचे नसेल, विज्ञान व तंत्रज्ञान समजावून घ्यायचे असेल, तर इंग्लिश भाषा आली पाहिजे, असा विचार सातत्याने वाढीस लागला. इंग्लिश ही भारतीयांच्या दृष्टीने सर्वांत जवळची परकीय भाषा आहे. इंग्लिशचा उपयोग संभाषणाबरोबरच व्यवहारामध्ये आहे, व्यापारात आहे, शिक्षणात आहे. इंग्लिशचा अभ्यास एक भाषा म्हणून करायचा असेल, तर मात्र पारंपरिक शिक्षणाचा आधार घ्यावा लागतो. ह्या भाषेच्या विविध कंगोऱ्यांना उलगडून दाखवणारे पदवी शिक्षण आहे बीए इन इंग्लिश.

कालावधी

हा बारावीनंतर (आर्ट्स) तीन वर्षांचा, पूर्णवेळ, पदवी अभ्यासक्रम आहे. नव्या धोरणानुसार काही ठिकाणी चार वर्षांचे कोर्सेसही सुरू होत आहेत.

पात्रता

बारावी (आर्ट्स) उत्तीर्ण विद्यार्थी बीएच्या (इंग्लिश) पहिल्या वर्षाला प्रवेश घेऊ शकतो. कॉमर्सचे आणि सायन्सचे विद्यार्थीही बीएला (इंग्लिश) प्रवेश घेऊ शकतात. बारावीतील गुणांच्या मेरिटनुसार प्रवेश मिळतो. सध्या तरी प्रत्येक महाविद्यालय स्वतंत्रपणे प्रवेशप्रक्रिया राबवते. विशेष म्हणजे, ह्या कोर्ससाठी अनिवार्य स्वरूपाची प्रवेशपरीक्षा नाही.

प्रवेश कोणी घ्यावा?

१. इंग्लिश भाषेचे आकलन चांगले असणारे विद्यार्थी
२. इंग्लिश वाचन चांगले असणारे विद्यार्थी
३. इंग्लिश भाषा आवडीने शिकण्याची तयारी असणारे विद्यार्थी
४. भविष्यात इंग्लिशमध्ये लेखन करण्याची इच्छा असणारे विद्यार्थी
५. इंग्लिश व्याकरण आणि भाषेचा मथितार्थ यांची पुरेशी समज असणारे विद्यार्थी

अभ्यासक्रमाचे स्वरूप

इंग्लिश भाषेचा इतिहास, इंग्लिश कादंबऱ्या, प्रवासवर्णने, नाटके, कथासंग्रह, व्यक्तिचरित्रे, समकालीन साहित्य, आदी विषयांचा अंतर्भाव अभ्यासक्रमात केलेला असतो. गद्य आणि पद्य स्वरूपातील लेखन अभ्यासण्यासाठी असते. विद्यार्थ्याला इंग्लिशचे विविध प्रकार, त्यांचा विकास, आंतरखंडीय भाषाप्रकारांचे वेगळेपण समजावून घेता येते. जगभर प्रसिद्ध असणारे लेखक, कवी, अभ्यासक यांची महत्त्वाची पुस्तके हा अभ्यासाचा एक भाग असतो. इंडियन क्लासिक लिटरेचर, इंडियन रायटिंग इन इंग्लिश, ब्रिटिश लिटरेचर, अमेरिकन लिटरेचर हे या अभ्यासक्रमामध्ये शिकता येते. प्रत्येक विद्यापीठानुसार अभ्यासक्रमातील पुस्तके वेगवेगळी असू शकतात. इंग्लिश भाषेत कार्यरत असणारे कलाकार, लेखक आणि तज्ज्ञ यांना मार्गदर्शनासाठी बोलावले जाते. साहित्यिक शिक्षकांची थिअरी लेक्चर्स ही अभ्यासात रस घेणाऱ्या विद्यार्थ्यांसाठी मेजवानी असू शकते. सेमिस्टर संपताना विद्यापीठ स्तरावर परीक्षा घेतल्या जातात.

उच्च शिक्षणाच्या संधी

बीएनंतर (इंग्लिश) एमए (इंग्लिश) हे शिक्षण घेता येते. त्यानंतर पीएचडी हे सर्वोच्च शिक्षण शक्य आहे. शिक्षक होण्यासाठीच्या डीएड (डिप्लोमा इन एज्युकेशन) किंवा बीएड या पात्रता मिळवण्यासाठी तसेच सेट–नेट या परीक्षा देण्याकरिता बीए (इंग्लिश) पदवीधर पात्र असतात. बीएनंतर (इंग्लिश) एमबीएलाही प्रवेश घेता येतो किंवा लायब्ररी शिक्षणाची बीलिब (बॅचलर ऑफ लायब्ररी सायन्स) ही पदवी घेणेही शक्य असते. बीएनंतर चित्रपट/नाट्य/कला क्षेत्रातील उच्च शिक्षणही घेता येते. वकिलीचे शिक्षणही (एलएलबी) घेणे शक्य असते.

पदे आणि कार्यक्षेत्रे

बीए (इंग्लिश) आणि बीएड पदव्या घेतलेल्या उमेदवारांना पूर्वप्राथमिक, प्राथमिक आणि माध्यमिक शाळांमध्ये शिक्षक म्हणून काम करता येते. ज्युनिअर आणि सीनिअर महाविद्यालये तसेच विद्यापीठे यांमध्ये प्राध्यापक, प्रशिक्षक अशा पदांवर अध्यापनाची संधी मिळते. कलात्मकतेने भाषावापर करण्याची हातोटी असेल, तर सोशल मीडिया, डिजिटल मार्केटिंग, टेक्निकल रायटिंग, कॉंटेंट रायटिंग यांत करिअर करण्याची संधी मिळू शकते. बीए (इंग्लिश) पदवीधरांना हॉस्पिटॅलिटी (आदरातिथ्य), इव्हेंट मॅनेजमेंट, सेल्स, मार्केटिंगसह अनेक कार्यक्षेत्रे खुली आहेत. संशोधन, जाहिरात, कॉपीरायटिंग, फीचर रायटिंग यांतदेखील इंग्लिशचा उत्तम वापर करता येतो. कॉम्प्युटर ॲप्लिकेशन्स, मास कम्युनिकेशन, स्पोकन इंग्लिश, विविध परीक्षा (टोफेल [टेस्ट ऑफ इंग्लिश ॲज अ फॉरिन लँग्वेज], कॅट, यूपीएससी, इत्यादी) यांबद्दलचे मार्गदर्शन करणाऱ्या संस्थांत प्रशिक्षक म्हणून काम करता येते. त्यात मुलाखतकौशल्ये, ग्रूप डिस्कशन, आदी विषयांचे प्रशिक्षण देता येते. वक्ते, सूत्रसंचालक, प्रशिक्षक, प्रेरणादायी व्याख्याते हे भाषेच्या माध्यमातून समाजमनावर ठसा उमटवताना दिसतात. प्रकाशनक्षेत्रात लेखक, मुद्रितशोधक (प्रूफरीडर), भाषांतरकार, टंकलेखक (टाइपसेटर), आदींना संधी आहेत. वर्तमानपत्रे तसेच नियतकालिकांमध्ये लेखक, पत्रकार, संपादक, आदींना संधी आहेत. वकिली क्षेत्रात वकील, न्यायाधीश यांबरोबरच लिपिक (क्लार्क), टंकलेखक (टायपिस्ट) म्हणून काम करण्याची संधी मिळू शकते. स्पर्धापरीक्षांमध्ये यश मिळाल्यास प्रशासकीय अधिकारी होता येते. कला, चित्रपट, नाट्यक्षेत्रात लेखक, गीतकार, गायक, अभिनेता, संवादलेखक, आदींना— केवळ इंग्लिश भाषा उत्तम आत्मसात केली आहे म्हणून— संधी आहेत.

भविष्यातील वाव

इंग्लिशचा विस्तार वाढत जाणारा आहे. भारत हा आता केवळ जगाची बाजारपेठ राहिलेला नाही, तर तो विविध क्षेत्रांमध्ये मुसंडी मारणारा उत्पादक देश, निर्मितिप्रधान देश, कौशल्यकेंद्रित युवकांचा देश म्हणून उदयास येत आहे. जागतिकीकरणानंतर तर देशातील प्रत्येक क्षेत्र आता जगाशी जोडले जात आहे. कॉम्प्युटर, इंटरनेट, मोबाइल यांमुळे संपर्क हा अप्रत्यक्षपणे आणि क्षणार्धात होतो आहे. परदेशात शिकायला जाण्यापासून परदेशात व्यवसाय करण्यापर्यंत अनेक

गोष्टींत सहजता आली आहे. या सर्वांमध्ये इंग्लिश भाषेतील पारंगतता कमालीची उपयुक्त ठरते आहे. उत्तम इंग्लिश येणे हा यशाचा पासवर्ड मानला जात आहे. सर्वांना येऊ शकणारी भाषा म्हणून इंग्लिशकडे पाहिले जाऊ लागले आहे. त्यामुळे इंग्लिश भाषाविषयाचा पक्का अभ्यास हा विद्यार्थ्याकरिता पोषकच ठरेल. केवळ स्पोकन इंग्लिश सुधारणे ह्या छोट्या उद्देशाने बीएकडे (इंग्लिश) न पाहता इंग्लिश भाषेचा तज्ज्ञ बनणे, इंग्लिश साहित्याचे रसग्रहण करू शकणे, अनुवाद करू शकणे, भाषेचा व्यावहारिक वापर करता येणे अशी व्यापक उद्दिष्टे ठेवून विचार केला, तर या पदवीधरांना मोठ्या संधी आहेत— भारतात आणि भारताबाहेरही.

❖❖❖

बीए (मराठी)

इतर सजीवांपेक्षा मानवाचे अस्तित्व वेगळे ठरते ते भाषेच्या वापरामुळे. मराठी ही एक वैभवशाली परंपरा असलेली भाषा आहे. तिला मोठा इतिहास आहे. अनेक प्रतिभावंतांनी मराठी भाषेचे महत्त्व आपल्या योगदानाने अधोरेखित केलेले आहे. महाराष्ट्रासाठी मराठी ही राज्यभाषा तसेच व्यावहारिक भाषादेखील आहे. मराठी भाषा हाच करिअरचा विषय मानला, तर त्यासाठीचे शिक्षण आहे बीए (मराठी). उत्तम भाषाविषयक ज्ञान असल्यास अभिव्यक्तीच्या विविध क्षेत्रांमध्ये करिअर करता येऊ शकते.

कालावधी

बीए (मराठी) हा बारावीनंतरचा तीन वर्षांचा, पूर्णवेळ, पदवी अभ्यासक्रम आहे.

पात्रता

आर्ट्स (तसेच सायन्स किंवा कॉमर्सदेखील) घेऊन बारावी उत्तीर्ण झालेला विद्यार्थी बीएला (मराठी) प्रवेश घेऊ शकतो. बारावीतील गुणांच्या मेरिटनुसार प्रवेश मिळतो. सध्या तरी प्रत्येक महाविद्यालय स्वतंत्रपणे प्रवेशप्रक्रिया राबवते. विशेष म्हणजे, अनिवार्य स्वरूपाची प्रवेशपरीक्षा नसते.

प्रवेश कोणी घ्यावा?

१. मराठी भाषा आवडीने शिकण्याची तयारी असणारे विद्यार्थी
२. मराठी साहित्याचे वाचन चांगले असणारे विद्यार्थी
३. मराठी भाषेचे आकलन चांगले असणारे विद्यार्थी
४. मराठी व्याकरण आणि भाषेचा मथितार्थ यांची पुरेशी समज असणारे विद्यार्थी

५. भविष्यात लेखन करण्याची इच्छा असणारे विद्यार्थी

अभ्यासक्रमाचे स्वरूप

ह्या अभ्यासक्रमात प्रामुख्याने मराठी साहित्य शिकवले जाते. मराठी व्याकरण, भाषेचा इतिहास, भाषेचे विविध प्रकार, मराठी कविता, कथा, कादंबऱ्या, प्रवासवर्णने, लेखक, कवी, आदींचा अभ्यास करवून घेतला जातो. थिअरी लेक्चर्समधून ज्ञानप्राप्ती चांगल्या प्रकारे होऊ शकते. काही उत्तम शिक्षक हा विषय विद्यार्थ्यांच्या मनामनांमध्ये पोहोचवतात. वाचन, लेखन, विश्लेषण, मांडणी, आदी अध्ययनाच्या काही चांगल्या पद्धती आहेत. संदर्भग्रंथांचा मोठ्या प्रमाणावर वापर केला जाऊ शकतो. मराठी भाषा केंद्रस्थानी ठेवून अनेक उपक्रम राबवले जातात तसेच विविध स्पर्धा आयोजित केल्या जातात. लेखक, कलाकार आणि मराठी भाषेत कार्यरत असणारे तज्ज्ञ यांना मार्गदर्शनासाठी बोलावले जाते. सेमिस्टर संपताना विद्यापीठ स्तरावर परीक्षा घेतल्या जातात.

अभ्यासक्रमातून अपेक्षित ज्ञानप्राप्ती

१. मराठी भाषेचे आकलन विविध अंगांनी वाढणे
२. मराठी व्याकरणाचे सौंदर्य अनुभवता येणे
३. मराठीतील गद्यरचना, पद्यरचना, ग्रामीण साहित्य, प्राचीन ते अर्वाचीन काळातील साहित्य, आदी अनेक गोष्टींचे आकलन होणे
४. मराठी भाषेवर प्रभुत्व मिळवणे
५. मराठीतून लिहिता येणे, प्रभावीपणे बोलता येणे

उच्च शिक्षणाच्या संधी

बीएनंतर (मराठी) एमए (मराठी) हे शिक्षण घेता येते. त्यानंतर पीएचडी हे सर्वोच्च शिक्षण शक्य आहे. बीएनंतर (मराठी) एमबीएलाही प्रवेश घेता येतो. लायब्ररी शिक्षणाची बीलिब ही पदवी घेणेही शक्य असते. बीएनंतर चित्रपट/नाट्य/कला क्षेत्रातील उच्च शिक्षणही घेता येते. वकिलीचे शिक्षणही (एलएलबी) घेणे शक्य असते. शिक्षक होण्यासाठीच्या डीएड (डिप्लोमा इन एज्युकेशन) किंवा बीएड या पात्रता मिळवण्यासाठी तसेच सेट–नेट या परीक्षा देण्याकरिता बीए (मराठी) पदवीधर पात्र असतात.

पदे आणि कार्यक्षेत्रे

प्राथमिक, माध्यमिक शाळा, ज्युनिअर, सीनिअर महाविद्यालये, विद्यापीठे यांमध्ये शिक्षक, प्राध्यापक, प्रशिक्षक म्हणून काम करण्याच्या संधी आहेत. प्रकाशनविश्वात लेखक, मुद्रितशोधक (प्रूफरीडर), भाषांतरकार, टंकलेखक (टाइपसेटर), आदींना संधी आहेत. वर्तमानपत्रे तसेच नियतकालिकांमध्ये लेखक, पत्रकार, संपादक, आदींना संधी आहेत. वकिली क्षेत्रात वकील, न्यायाधीश यांबरोबरच लिपिक (क्लार्क), टंकलेखक (टायपिस्ट) म्हणून काम करण्याची संधी मिळू शकते. स्पर्धापरीक्षांमध्ये यश मिळाल्यास प्रशासकीय अधिकारी होता येते. कला, चित्रपट, नाट्यक्षेत्रात लेखक, गीतकार, गायक, अभिनेता, संवादलेखक, आदींना— केवळ मराठी भाषा उत्तम आत्मसात केली आहे म्हणून— संधी आहेत. वक्ते, सूत्रसंचालक, प्रशिक्षक, प्रेरणादायी व्याख्याते हे मराठी भाषेच्या माध्यमातून समाजमनावर छाप उमटवताना दिसतात. भाषिक ज्ञानाचा वापर करणारे ग्रंथपाल ग्रंथालयांमध्ये कार्यरत असलेले आढळतात.

भविष्यातील वाव

मराठी ही एक अभिजात भाषा आहे. ती बोलणाऱ्यांची संख्या मोठी आहे. आधुनिक जगातदेखील ही भाषा टिकून आहे. भाषिक ऐश्वर्यसंपन्नता असलेल्या मराठीला विविध पैलू आहेत. भौगोलिक स्थानानुसार मराठी उच्चार बदलतात. मराठी नाटक, कविता, गाणी, चित्रपट, विनोद, पुस्तके, लेख, वर्तमानपत्रे या सर्वांचा आवाका न संपणारा आहे. इंग्लिशचे आव्हान स्वीकारूनही मराठी तशीच दिमाखात उभी आहे. मराठी माणसे जितकी यशस्वी होतील, तितक्या ह्या भाषेच्या माध्यमातून असलेल्या संधी विस्तारत जाणार आहेत, यात वादच नाही. अध्यापन, प्रशासन, कला सादरीकरण, संशोधन, संभाषण, साहित्य, रंगभूमी, प्रसारमाध्यमे, समाजमाध्यमे, आदींमध्ये होत असलेल्या मराठी भाषेच्या प्रकटीकरणाचे प्रमाण कमी होणार नाही. या क्षेत्रांतील संधी लक्षात घेता मराठीचे शिक्षण घेणाऱ्यांना भविष्यात मोठा वाव आहे.

❖❖❖

बीएचएमएस

मनुष्याच्या दृष्टीने निरोगी जीवन हे सर्वाधिक महत्त्वाचे आहे. विविध छोटेमोठे आजार, शारीरिक-मानसिक समस्या, वार्धक्यातील आजार, दुर्धर व्याधी, आदींवर मनुष्य अनादीकालापासून विविध उपचारपद्धती वापरत आला आहे. त्यांपैकीच एक आहे होमिओपॅथी. ही एक नैसर्गिक उपचारप्रणाली आहे. यामध्ये जीवनशैली, मानसिकता, सवयी, आहार-विहार, आजूबाजूचे वातावरण यांचा विशेषकरून विचार केला जातो. कोणत्याही आजारी व्यक्तीला स्वतंत्रपणे विचारात घेतले जाते आणि त्या व्यक्तीच्या आतून तिची स्वाभाविकपणे बरे होण्याची प्रक्रिया सुरू होईल, असे उपचार केले जातात. थोडा अधिक कालावधी गेला तरी चालेल; पण आजार मुळापासून नष्ट व्हावा, या दृष्टीने होमिओपॅथीचे प्रयत्न असतात. होमिओपॅथी डॉक्टर होण्यासाठीची पदवी असते बीएचएमएस म्हणजे बॅचलर ऑफ होमिओपॅथिक मेडिसिन अँड सर्जरी.

पात्रता

फिजिक्स, केमिस्ट्री आणि बायोलॉजी हे विषय घेऊन बारावीची (सायन्स) परीक्षा उत्तीर्ण केलेली असावी. 'नीट' ही परीक्षा उत्तीर्ण केलेली असावी. 'नीट'मध्ये त्या-त्या वर्षीच्या संबंधित कॅटेगरीनुसार कट-ऑफपेक्षा जास्त पर्सेंटाइल हवेत. 'नीट'मध्ये अशा पद्धतीने पात्र ठरल्यानंतर काउन्सेलिंग राउंडसाठी जाणे अपेक्षित असते.

कालावधी

हा बारावीनंतर (सायन्स) साडेपाच वर्षांचा, पूर्णवेळ, वैद्यकीय पदवी अभ्यासक्रम आहे. एकूण चार सेमिस्टर्सपैकी पहिली सेमिस्टर ही दीड वर्षांची असते, तर पुढील तीन सेमिस्टर्स प्रत्येकी एका वर्षाच्या असतात. अशा प्रकारे साडेचार वर्षे

अभ्यासक्रम आणि इंटर्नशिपचे एक वर्ष मिळून कोर्सचा एकूण कालावधी साडेपाच वर्षांचा असतो.

अभ्यासक्रमाचे स्वरूप

थिअरी लेक्चर्सबरोबरच प्रॅक्टिकल्सच्या माध्यमातून अध्यापन केले जाते. व्हायवा, जर्नल वर्क, कार्यशाळा, सेमिनार्स, मिड-सेमिस्टर आणि एंड-सेमिस्टर परीक्षा, थिअरी आणि प्रॅक्टिकल परीक्षा अशा स्वरूपाचा अभ्यासक्रमाचा आराखडा असतो.

अभ्यासक्रमातील विषय

होमिओपॅथिक फार्मसी, अ‍ॅनाटॉमी, हिस्टॉलॉजी, फिजिऑलॉजी, बायोकेमिस्ट्री, प्रिन्सिपल्स ऑफ होमिओपॅथिक फिलॉसॉफी अँड सायकॉलॉजी, होमिओपॅथिक मटेरिया मेडिका, होमिओथेरप्युटिक्स, फॉरेन्सिक मेडिसिन अँड टॉक्सिकॉलॉजी, सर्जरी, पॅथॉलॉजी, प्रॅक्टिस ऑफ मेडिसिन अँड होमिओथेरप्युटिक्स, कम्युनिटी मेडिसिन, ऑर्गनॉन ऑफ मेडिसिन, मॉडर्न फार्माकॉलॉजी असे विषय शिकण्यासाठी असतात. मानवी शरीररचना, अवयवप्रणाली, अवयव कार्यपद्धती, आजार यांचे ज्ञान या अभ्यासक्रमातून दिले जाते. थोडक्यात काय, तर होमिओपॅथीचे विषय आणि आधुनिक उपचारपद्धतीच्या अनुषंगाने उपयुक्त असे विषय शिकवले जातात, जेणेकरून होमिओपॅथी झालेल्या डॉक्टरला दोन्ही पद्धतींनी पेशंटवर उपचार करता यावेत.

उच्च शिक्षणाच्या संधी

बीएचएमएसनंतर होमिओपॅथीमधील एमडी, एमपीएच, एमबीए इन हेल्थकेअर मॅनेजमेंट, पोस्टग्रॅज्युएट डिप्लोमा इन इमर्जन्सी मेडिसिन, क्लिनिकल रिसर्चमधील सर्टिफिकेट कोर्सेस, फेलोशिप इन मेडिकल कॉस्मेटॉलॉजी, सर्टिफिकेट कोर्स इन फूड अँड न्यूट्रिशन, एमडी इन अल्टरनेटिव्ह मेडिसिन, पोस्टग्रॅज्युएट डिप्लोमा इन क्लिनिकल डायबेटॉलॉजी, एमएससी इन न्यूरोसायन्स, एमएससी इन हेल्थ सायन्स, एमएससी इन अ‍ॅप्लाइड सायकॉलॉजी, पोस्टग्रॅज्युएट डिप्लोमा इन इलेक्ट्रोहोमिओपॅथी, पोस्टग्रॅज्युएट डिप्लोमा इन मेडिकल ट्रायकॉलॉजी, पोस्टग्रॅज्युएट डिप्लोमा इन फार्मास्युटिकल मॅनेजमेंट, आदी उच्च शिक्षणाच्या संधी आहेत.

करिअरच्या संधी

होमिओपॅथीमध्ये वापरल्या जाणाऱ्या औषधांचे दुष्परिणाम होत नाहीत. पेशंटची रोगप्रतिकारक शक्ती वाढावी, यासाठी होमिओपॅथी डॉक्टर्स प्रयत्नशील असतात. त्यामुळे जगभरात होमिओपॅथीचे उपचार घेणाऱ्यांचे प्रमाण मोठे आहे. बीएचएमएसनंतर तसेच संबंधित उच्च शिक्षणानंतर होमिओपॅथिक मेडिकल ऑफिसर, कम्युनिटी हेल्थ ऑफिसर अशा सरकारी नोकऱ्या मिळू शकतात. तसेच, एखाद्या सरकारी हॉस्पिटलमध्ये किंवा खासगी होमिओपॅथिक हॉस्पिटलमध्ये रुजू होता येते. स्वतःचे होमिओपॅथिक किंवा आधुनिक उपचारांचे क्लिनिक सुरू करता येते. पदवीनंतरचे स्पेशलायझेशन ज्या क्षेत्रातील आहे, त्यामध्ये स्वतंत्रपणे प्रॅक्टिस करता येते. काही मंडळी संशोधनक्षेत्रात काम करतात. शैक्षणिक संस्थांमध्ये अध्यापनाचेही काम करता येते. मानसोपचार केंद्रे, व्यसनमुक्ती केंद्रे, विविध प्रकारची पुनर्वसन केंद्रे, बिगरसरकारी स्वयंसेवी संस्था यांमध्येही काम करता येते. या शिक्षणानंतर परदेशांमध्येदेखील संधी आहेत. मेडिकल ट्रान्सक्रिप्शन, इन्शुरन्स ह्या क्षेत्रांतही कामाची संधी मिळू शकते. होमिओपॅथिक औषधांवर संशोधन आणि होमिओपॅथिक औषधांच्या निर्मितीमध्ये सल्लागार म्हणून सहभाग हेदेखील एक उत्तम करिअर आहे.

❖❖❖

बीएससी (इलेक्ट्रॉनिक्स)

मागील काही दशकांपासून इलेक्ट्रॉनिक्स हे आधुनिक जगाच्या वेगवान प्रगतीचे कारण बनले आहे. विसाव्या शतकात इलेक्ट्रॉनिक्सने तांत्रिक उपयुक्ततेची अनेक शिखरे टप्प्याटप्प्याने पादाक्रांत केली. आजच्या युगातील अतिवेगवान प्रगतीच्या मुळाशी इलेक्ट्रॉनिक्सचा विकास आहे. टेलिकम्युनिकेशन्स, कॉम्प्युटर सायन्स, आयटी, रोबॉटिक्स, ऑटोमेशन, आदी सर्व विद्याशाखांचा पाया इलेक्ट्रॉनिक्स आहे. इलेक्ट्रॉनिक्समधील पदवी शिक्षण जसे इंजिनिअरिंगच्या माध्यमातून घेता येते, तसेच ते विज्ञान शाखेतूनही घेता येते. बीएससी (इलेक्ट्रॉनिक्स) ही ती पदवी.

कालावधी

हा बारावीनंतर (सायन्स) पूर्णवेळ, तीन वर्षांचा, नियमित कोर्स आहे. काही ठिकाणी नवीन शैक्षणिक धोरणाप्रमाणे चार वर्षांचा बीएससी (ऑनर्स) कोर्सदेखील सुरू करण्यात आला आहे.

पात्रता

पीसीएम ग्रूपसह बारावी (सायन्स) उत्तीर्ण असणे ही पात्रता आहे. पीसीबी ग्रूप घेतलेला असल्यास (म्हणजेच मॅथेमॅटिक्स नसल्यास) प्रवेश मिळत नाही.

प्रवेशपरीक्षा

बारावीच्या गुणांच्या मेरिटवर प्रवेश दिला जातो. राष्ट्रीय/राज्य स्तरावरील प्रवेशपरीक्षा बीएससीसाठी (इलेक्ट्रॉनिक्स) नाहीत. तरीही काही विद्यापीठे स्वतंत्रपणे प्रवेशपरीक्षा घेतात.

अभ्यासक्रमाचे स्वरूप

हा नियमित स्वरूपाचा पूर्णवेळ कोर्स असल्याने आणि प्रॅक्टिकल्सचे महत्त्व अधिक असल्याने वर्गातील उपस्थिती आवश्यक आहे. प्रॅक्टिकल्समध्ये इलेक्ट्रॉनिक सर्किट्सवरील प्रयोग असतात. सहा महिन्यांतून एकदा परीक्षा होते. तसेच इन-सेम/मिड-टर्म एक्झाम या विद्यापीठ स्तरावरील परीक्षा होतात. चाचणी परीक्षा, ट्यूटोरियल्स या गोष्टी महाविद्यालयीन स्तरावर होतात. काही विषयांसाठी लेखी परीक्षेबरोबरच प्रॅक्टिकल आणि तोंडी परीक्षा असतात. प्रॅक्टिकलच्या कामात जर्नल सबमिशन महत्त्वाचे असते. इंडस्ट्रियल व्हिजिट्स, पेपर प्रेझेंटेशन्स, प्रोजेक्ट वर्क, इंटर्नशिप अशा कृती-आधारित उपक्रमांमुळे विद्यार्थ्यांना इलेक्ट्रॉनिक्सचे सखोल ज्ञान मिळते.

अभ्यासक्रमातील विषय

या अभ्यासक्रमात बेसिक फिजिक्स, मॅथेमॅटिक्स, ॲनालॉग इलेक्ट्रॉनिक्स, फंडामेंटल्स ऑफ इलेक्ट्रिसिटी, सर्किट ॲनॅलिसिस, इलेक्ट्रॉनिक डिव्हायसेस, ॲनालॉग सर्किट्स, फंडामेंटल्स ऑफ इलेक्ट्रॉनिक्स, लीनियर इंटिग्रेटेड सर्किट्स अँड बेसिक्स ऑफ कम्युनिकेशन, डिजिटल इलेक्ट्रॉनिक्स, डिजिटल कम्युनिकेशन, इलेक्ट्रॉनिक इन्स्टुमेंटेशन, मायक्रोप्रोसेसर, मायक्रोकंट्रोलर, ऑप्टिकल फायबर कम्युनिकेशन, इलेक्ट्रोमॅग्नेटिझम, सेमीकंडक्टर डिव्हायसेस, ॲनालॉग कम्युनिकेशन्स, न्यूमरिकल ॲनॅलिसिस अँड प्रोग्रॅमिंग इन सी लँग्वेज, वेव्ह प्रोपॅगेशन अँड अँटिना, एसी सर्किट्स, डेटा प्रोसेसिंग अँड पर्सनल कॉम्प्युटर, मेडिकल इलेक्ट्रॉनिक्स, पॉवर इलेक्ट्रॉनिक्स, कॉम्प्युटर नेटवर्क हे विषय शिकवले जातात.

करिअरच्या संधी

बीएससी (इलेक्ट्रॉनिक्स) या पदवीनंतर खासगी कंपन्यांमधील तांत्रिक कामाच्या संधी उपलब्ध असतात. सिग्नल प्रोसेसिंग, सेमीकंडक्टर, मायक्रोइलेक्ट्रॉनिक्स, नेटवर्किंग, हार्डवेअर, इलेक्ट्रॉनिक अप्लायन्सेस, डिझाइन, इंडस्ट्रियल इलेक्ट्रॉनिक्स, कंझ्युमर इलेक्ट्रॉनिक्स, ऑटोमोबाइल या क्षेत्रांमध्ये संधी मिळतात. त्याचबरोबर कंट्रोल सिस्टिम्स, रेडिओ इंजिनिअरिंग, रोबॉटिक्स, व्हीएलएसआय (व्हेरी लार्ज स्केल इंटिग्रेशन), टेलिकॉम, डिफेन्स, पॉवर जनरेशन, मेडिकल इलेक्ट्रॉनिक्स, ॲनालॉग डिझायनिंग, आदी क्षेत्रांमध्येदेखील नोकरीच्या आणि व्यवसायाच्या संधी असतात. एमएससी केल्यानंतर तुलनेने व्यापक संधी उपलब्ध होतात. इंजिनिअरिंग पदवीधरांच्या

तुलनेत अधिक संधी हव्या असतील, तर गुणवत्तेमध्ये मागे पडून चालत नाही. प्रात्यक्षिक ज्ञानाचा तगडा अनुभव असल्यास राष्ट्रीय-आंतरराष्ट्रीय स्तरावर अनेक संधी मिळू शकतात. त्यासाठी काही सर्टिफिकेशन्स उपयोगाला येतात; उदाहरणार्थ, हार्डवेअर, नेटवर्किंग, इन्स्ट्रुमेंटेशन, ऑटोमेशन, आदींमधील ग्लोबल सर्टिफिकेशन्स. संबंधित क्षेत्रातील पोस्टग्रॅज्युएट कोर्सेससुद्धा करता येतात. रेल्वे, इस्रो, डीआरडीओ, बार्क यांसारख्या सरकारी विभागांमध्ये तसेच एचएएल (हिंदुस्तान एरोनॉटिक्स लिमिटेड), बीईएल (भारत इलेक्ट्रॉनिक्स लिमिटेड), नाल्को, भेल (भारत हेवी इलेक्ट्रिकल्स लिमिटेड), एनटीपीसी (नॅशनल थर्मल पॉवर कॉर्पोरेशन), ओएनजीसी, बीएसएनएल (भारत संचार निगम लिमिटेड), एमटीएनएल (महानगर टेलिफोन निगम लिमिटेड), ईसीआयएल (इलेक्ट्रॉनिक्स कॉर्पोरेशन ऑफ इंडिया लिमिटेड) यांसारख्या सार्वजनिक क्षेत्रातील उपक्रमांमध्ये आणि सी-डॅकसारख्या (सेंटर फॉर डेव्हलपमेंट ऑफ अॅडव्हान्स्ड कॉम्प्युटिंग) स्वायत्त संस्थेतदेखील उत्तम संधी आहेत. भारतात खासगी आस्थापनांमध्येही मोठ्या प्रमाणात इलेक्ट्रॉनिक्स तज्ज्ञ गरजेचे असतात. सध्या ई-वेस्ट मॅनेजमेंट, ई-रिपेअरिंग ह्या नवीन क्षेत्रांत इलेक्ट्रॉनिक्समधील रुची आणि अनुभव असणारी मंडळी कार्यरत असलेली दिसतात. इलेक्ट्रॉनिक्सचा संबंध सॉफ्टवेअर सिस्टिम्सबरोबरही येत असल्याने ही दोन्ही क्षेत्रे एकमेकांना पूरक आहेत. त्या क्षेत्रातीलही संधी बीएससी (इलेक्ट्रॉनिक्स) पदवी घेतल्यानंतर मिळतात.

भविष्यातील वाव

चारचाकी गाड्यांमध्ये पूर्वी होणारा इलेक्ट्रॉनिक्सचा वापर आणि सध्याची स्थिती पाहता हे लक्षात येईल, की हा वापर अधिक व्यापक झाला आहे. सेन्सरी सिस्टिम्स, ऑटोमॅटिक सिस्टिम्स या अत्याधुनिक यंत्रणांचा वापर वाढला आहे आणि त्यांचा मुख्य कणा इलेक्ट्रॉनिक्स आहे. शेतीसारख्या क्षेत्रात तसेच घरातील स्वयंपाकाच्या कामांमध्येही इलेक्ट्रॉनिक उपकरणे वापरली जात आहेत. पेनाची जागा कॉम्प्युटरवरील टायपिंगने कधीच घेतली आहे. युद्धतंत्र, कलाक्षेत्र यांतही आणखी नवे आविष्कार इलेक्ट्रॉनिक्समुळे घडणार आहेत. प्रवासाची साधने, सुरक्षितता, मोजमापाची पद्धत, वस्तुनिर्माण, औद्योगिक उत्पादने, आदी गोष्टींमध्ये इलेक्ट्रॉनिक्सचे योगदान वाढतच जाणार आहे. त्यामुळे इथून पुढचा काळ हा इलेक्ट्रॉनिक्स युगाच्या अत्युच्च प्रगतीचा असेल, यात शंका नाही.

❖❖❖

बीएससी (ॲग्रिकल्चर)

भारतात शेतीवर अवलंबून असलेली लोकसंख्या मोठी आहे. मागील काही वर्षांत शेतीचे प्रमाण काही अंशी कमी होऊन तुलनेने सेवाक्षेत्राचे प्रमाण वाढले असले, तरी मुळात भारत हा कृषिप्रधान देश आहे. बदलत्या काळात शेती करणे सोपे राहिलेले नाही, असे एकीकडे म्हटले जाते, तर दुसरीकडे अनेकांनी आधुनिक पद्धती वापरून व्यावहारिकदृष्ट्या यशस्वी आणि दर्जेदार शेती करून दाखवली आहे. कृषिविषयक पारंपरिक पद्धतींना आधुनिक तंत्रज्ञानाची जोड दिल्यास शेतीसारखे करिअर नाही, अशी काहींची धारणा आहे. शेतीच्या शिक्षणासाठी विविध पर्याय उपलब्ध आहेत. त्यांपैकी एक आहे बीएससी (ॲग्रिकल्चर).

कालावधी

हा बारावीनंतर (सायन्स) चार वर्षांचा पूर्णवेळ, नियमित, पदवी अभ्यासक्रम आहे.

पात्रता

फिजिक्स, केमिस्ट्री, बायोलॉजी (पीसीबी) या विषयांसह बारावी (सायन्स) उत्तीर्ण होताना किमान ५०% गुण असावे लागतात.

प्रवेशपरीक्षा

एमएचटी-सीईटी ह्या परीक्षेतील पीसीबी स्कोअरच्या आधारे प्रवेश दिले जातात.

अभ्यासक्रमाचे स्वरूप

हा चार वर्षांचा कोर्स आठ सेमिस्टर्समध्ये विभागलेला असतो.

अभ्यासक्रमातील विषय

ह्या अभ्यासक्रमात रूरल सोशिऑलॉजी, प्लांट बायोकेमिस्ट्री, ॲग्रिकल्चरल इकॉनॉमिक्स, ॲग्रिकल्चरल फायनान्स अँड कोऑपरेशन, ट्रेड अँड प्राइसेस, ॲग्रिकल्चरल इंजिनिअरिंग, कल्टिव्हेशन टाइप्स, ॲग्रोप्रोसेसिंग, ॲग्रिकल्चरल एंटॉमॉलॉजी, क्रॉप पेस्ट मॅनेजमेंट, सीरिकल्चर, ॲग्रिकल्चरल एक्स्टेन्शन एज्युकेशन, उद्योजकता विकास, ॲग्रिकल्चरल मायक्रोबायोलॉजी, सॉइल मायक्रोबायोलॉजी, ॲग्रिकल्चरल स्टॅटिस्टिक्स, हॉर्टिकल्चर, क्रॉप प्रॉडक्शन, क्रॉप फिजिऑलॉजी, ऑरगॅनिक फार्मिंग, प्लांट पॅथॉलॉजी, ॲग्रिकल्चरल हेरिटेज, ॲनिमल हसबंडरी, सॉइल अँड वॉटर कॉन्झर्व्हेशन, प्लांट ब्रीडिंग, पोल्ट्री प्रॉडक्शन, डेअरी सायन्स, लँडस्केपिंग, खते, फार्म मॅनेजमेंट, ॲग्रिकल्चरल मार्केटिंग, पिकांवरील आजार, वॉटरशेड मॅनेजमेंट, सीड प्रॉडक्शन, आदी विषय शिकवले जातात.

उच्च शिक्षण

बीएससी (ॲग्रिकल्चर) केल्यानंतर हॉर्टिकल्चर, ॲग्रॉनॉमी, ॲग्रिकल्चर बिझनेस मॅनेजमेंट, ॲग्रिकल्चरल इकॉनॉमिक्स, एंटॉमॉलोजी, बायोटेक्नॉलॉजी, प्लांट फिजिऑलॉजी, फॉरेस्ट्री, प्लांट ब्रीडिंग अँड जेनेटिक्स, प्लांट पॅथॉलॉजी, आदी स्पेशलायझेशन्समध्ये एमएससी करता येते.

नोकरी कुठे ?

कृषी संदर्भातील सर्व सरकारी विभाग, आयसीएआर, फूड कॉर्पोरेशन ऑफ इंडिया, कॉटन कॉर्पोरेशन ऑफ इंडिया, डेअरी डेव्हलपमेंट बोर्ड, नॅशनल सीड कॉर्पोरेशन, ॲग्रिकल्चर बँका, कृषी विज्ञान केंद्रे, नाबार्ड (नॅशनल बँक फॉर ॲग्रिकल्चर अँड रूरल डेव्हलपमेंट), इफको (इंडियन फार्मर्स फर्टिलायझर कोऑपरेटिव्ह), खासगी क्षेत्रातील बी-बियाणे निर्मिती प्रकल्प, खतनिर्मिती उद्योग, कृषिप्रक्रिया उद्योग, अन्नप्रक्रिया उद्योग, आदी ठिकाणी नोकरीच्या संधी उपलब्ध होतात.

पदे

शेतीतज्ज्ञ, शेतकी अधिकारी, जिल्हा कृषी अधिकारी, रूरल डेव्हलपमेंट ऑफिसर, फॉरेस्ट ऑफिसर, फार्म मॅनेजर, ॲग्रिकल्चर फील्ड ऑफिसर, संशोधक, विस्तार अधिकारी, प्लांटेशन मॅनेजर, प्रयोगशाळा सहायक, ॲग्रिकल्चर

डेव्हलपमेंट ऑफिसर, ॲग्रॉनॉमिस्ट, प्रोबेशनरी ऑफिसर, फील्ड ऑफिसर, हॉर्टिकल्चर ऑफिसर, फिशरी ऑफिसर, सेल्स मॅनेजर, कृषी सल्लागार, प्रोजेक्ट इकॉनॉमिस्ट, टेरिटरी मॅनेजर, पर्यावरण अधिकारी, इकॉलॉजिस्ट, प्राध्यापक, भू-विकास अधिकारी, गोशाळा व्यवस्थापक, कृषी विश्लेषक, क्रॉप सायंटिस्ट, आदी पदे कृषी पदवीधरांना थेट तसेच अनुभवाअंती, उच्च शिक्षणानंतर किंवा स्पर्धापरीक्षांतील यशानंतर मिळू शकतात.

भविष्यातील वाव

शेती आणि शेतीमधून मिळणारे उत्पन्न यांपासून मानवी जीवन वेगळे करता येणारे नाही. त्यामुळे शेतीला कायमच अनन्यसाधारण महत्त्व राहणार आहे. भविष्यकाळात मात्र शेतीमध्ये आधुनिकता अपेक्षित राहील. केवळ काबाडकष्ट करणारे शेतकरी ही संकल्पना मागे पडून, स्मार्ट पद्धतीने शेती करणारे शेतकरी ही संकल्पना पुढे येईल. संशोधन आणि उद्योजकता हे दोन मार्ग या क्षेत्राला आर्थिकदृष्ट्या मजबूत बनवू शकतात. माती, बिया, पिके, खते, जलसिंचन, पिकांची सुरक्षा, शेती करण्याच्या पद्धती यांमध्ये आणखी संशोधनास वाव आहे. शेतीवर आधारित उद्योग हे शेतीला अधिक फायदेशीर बनवू शकतात. कृषी पदवीधर संशोधनाच्या मार्गाने शेतीमध्ये आधुनिकता आणतील, अशी मोठी अपेक्षा त्यांच्याकडून आहे. त्यामुळे तसा दृष्टिकोन ठेवणाऱ्यांना करिअरच्या आशादायक संधी या पदवीनंतर मिळू शकतात.

❖❖❖

बीएससी (केमिस्ट्री)

"अजब रसायन आहे बुवा!" किंवा "आमची केमिस्ट्री चांगली जमते," अशी वाक्ये आपण ऐकतो. रसायनशास्त्र आणि त्यावर आधारित संशोधन, रसायनांचा वापर अगदी जुन्या काळापासून सुरू आहे. अर्थात, रसायनशास्त्राच्या अभ्यासाचा तो प्रकार वेगळा होता आणि त्या काळी रसायनांच्या वापराला मर्यादा होत्या. आधुनिक युगात मात्र रसायनशास्त्राने मोठी प्रगती केली आहे. आपल्या दैनंदिन जीवनात आता रसायनांचा शिरकाव झालेला आहे. सर्वच क्षेत्रांना रसायनांनी व्यापले आहे. कपडे, औषधे, रंग, सौंदर्यप्रसाधने, खते, अन्नपदार्थांतील काही घटक, छपाई, पुस्तके, दागिने, पॅकिंग, युद्धसामुग्री, आदी सर्वच ठिकाणी रसायनांचा उपयोग आपल्याला पाहायला मिळतो. त्यामुळे केमिस्ट्रीच्या अभ्यासाला महत्त्व आहे. पदवी स्तरावरील केमिस्ट्रीचे शिक्षण आहे बीएससी इन केमिस्ट्री.

कालावधी

बीएससी (केमिस्ट्री) हा बारावीनंतर (सायन्स) तीन वर्षांचा पदवी अभ्यासक्रम आहे. नव्या शैक्षणिक धोरणानुसार चार वर्षांचा पदवी अभ्यासक्रमदेखील उपलब्ध आहे.

पात्रता

बारावीचे (सायन्स) शिक्षण पूर्ण असणे अपेक्षित आहे.

प्रवेशपरीक्षा

प्रवेशासाठी राष्ट्रीय/राज्य स्तरावर स्वतंत्र सीईटी परीक्षा नाही. काही विद्यापीठे आपापल्या स्तरावर प्रवेशपरीक्षा घेऊ शकतात. अन्यथा, बारावीच्या गुणांवरच प्रवेश ठरतो.

अभ्यासक्रमाचे स्वरूप

अभ्यासक्रमात थिअरी लेक्चर्सबरोबरच प्रॅक्टिकल्सचा समावेश असतो. त्यात रसायनांवर प्रयोग करायचे असतात. सेमिस्टर पॅटर्ननुसार सहा महिन्यांतून एकदा परीक्षा होते. तसेच इन-सेम/मिड-टर्म एक्झाम या विद्यापीठ स्तरावरील परीक्षा असतात. चाचणी परीक्षा, ट्यूटोरियल्स या गोष्टी महाविद्यालय स्तरावर होतात. काही विषयांसाठी लेखी परीक्षेबरोबरच प्रॅक्टिकल आणि तोंडी परीक्षा असतात. प्रॅक्टिकल्सच्या कामात जर्नल सबमिशन महत्त्वाचे असते. इंडस्ट्रियल व्हिजिट्स, पेपर प्रेझेंटेशन्स, प्रोजेक्ट वर्क, इंटर्नशिप अशा कृती-आधारित उपक्रमांमुळे या पदवीधरांना रसायनशास्त्राचे सखोल ज्ञान मिळते.

अभ्यासक्रमातील विषय

बीएससीच्या (केमिस्ट्री) अभ्यासक्रमात इनऑरगॅनिक केमिस्ट्री, ऑरगॅनिक केमिस्ट्री, फिजिकल केमिस्ट्री, ॲप्लिकेशन ऑफ कॉम्प्युटर इन केमिस्ट्री, ॲनॅलिटिकल मेथड्स इन केमिस्ट्री, मॉलेक्युलर मॉडेलिंग अँड ड्रग डिझाइन, पॉलिमर केमिस्ट्री, रिसर्च मेथडॉलॉजी फॉर केमिस्ट्री, ग्रीन केमिस्ट्री, इंडस्ट्रियल केमिकल्स अँड एन्व्हायरन्मेंट, इनऑरगॅनिक मटेरियल्स ऑफ इंडस्ट्रियल इम्पॉर्टन्स, इन्स्ट्रुमेंटल मेथड्स ऑफ केमिकल ॲनॅलिसिस, आयटी स्किल्स फॉर केमिस्ट्स, बेसिक ॲनॅलिटिकल केमिस्ट्री, केमिकल टेक्नॉलॉजी अँड सोसायटी, केमोइन्फर्मेटिक्स, बिझनेस स्किल्स फॉर केमिस्ट्स, बायोकेमिस्ट्री, आदी विषय शिकवले जातात.

प्रवेश कोणी घ्यावा?

१. केमिस्ट्री विषय तसेच त्यातील एखादे स्पेशलायझेशन आवडणारे विद्यार्थी
२. संशोधकवृत्ती अंगी असणारे विद्यार्थी
३. कामे काळजीपूर्वक करणारे विद्यार्थी
४. सूक्ष्म अभ्यासाची तसेच प्रॅक्टिकल्सची आवड असणारे विद्यार्थी

उच्च शिक्षण

केमिस्ट्री विषयात बीएससी पदवी घेतल्यावर पोस्टग्रॅज्युएट डिप्लोमा, एमएससी, एमबीए, पीजीडीबीएम, बीएड असे उच्च शिक्षण घेता येते.

स्पेशलायझेशन्स

बीएससीनंतर (केमिस्ट्री) इंडस्ट्रियल केमिस्ट्री, बायोकेमिस्ट्री, न्यूक्लिअर केमिस्ट्री, नॅनोकेमिस्ट्री, टेक्स्टाइल्स, फॉरेन्सिक केमिस्ट्री, फिजिकल केमिस्ट्री, ऑरगॅनिक केमिस्ट्री, इनऑरगॅनिक केमिस्ट्री, ॲनॅलिटिकल केमिस्ट्री, फार्मास्युटिकल्स अशा विषयांमध्ये एमएससी करता येते.

पदे

केमिस्ट, मेटॅलर्जी लॅब असिस्टंट, प्रॉडक्शन इन्चार्ज, प्लांट ऑफिसर, टॉक्सिकॉलॉजिस्ट, केमिकल टेक्निशियन, फूड टेक्नॉलॉजी एक्स्पर्ट, रिसर्च असोसिएट, लॅब केमिस्ट, क्वालिटी कंट्रोलर, फॉरेन्सिक लॅब असिस्टंट, कॉस्मॅटॉलॉजिस्ट, पेट्रोकेमिकल लॅब इन्चार्ज, जिओकेमिस्ट, आदी पदांवर काम करता येते. अर्थात, बीएससीनंतर उच्च शिक्षण घेतले असल्यास अधिक उत्तम. अनुभवाची व्याप्ती वाढल्यानंतर मॅनेजर, संशोधक, विभागप्रमुख, तज्ज्ञ, कन्सल्टंट अशा पदांच्या स्वरूपात कामाच्या संधी मिळू शकतात.

करिअरच्या संधी

रसायने, प्लास्टिक्स, फार्मास्युटिकल्स, कॉस्मेटिक्स, खतनिर्मिती, फूड प्रोसेसिंग, ऑइल अँड गॅस रिफायनरीज, पेंट्स, प्रिंटिंग, ॲग्रिकल्चर, पर्यावरण, ऊर्जानिर्मिती, आदी क्षेत्रांमध्ये रसायनशास्त्राचा पदवीधर काम करू शकतो. तो फॉरेन्सिक लॅब्जमध्ये तसेच केमिकल रिसर्च सेंटर्समध्येही काम करू शकतो.

भविष्यातील वाव

मानवी जीवन अधिकाधिक सहज, सोपे, सोयीस्कर बनवणे हे विज्ञानाचे उद्दिष्ट आहे. केमिस्ट्री आणि त्यावर आधारित तंत्रज्ञान निश्चितच पुढे पावले टाकत आहे. अनेक अशक्य गोष्टी शक्य करून दाखवण्यात केमिस्ट्रीचा आजवर मोठा वाटा राहिला आहे. केमिस्ट्रीच्या पदवीनंतर संशोधन, निर्मिती, उद्योग, आदी क्षेत्रांत संधी आहेत. हे क्षेत्र लोकल-टू-ग्लोबल स्वरूपाचे आहे. आगामी काळात निर्दोष उत्पादनांच्या निर्मितीचे काम करताना केमिस्ट्रीच्या पदवीधरांची आणि पदव्युत्तर पदवीधरांची मोठ्या प्रमाणात गरज भासणार आहे.

❖❖❖

बीएससी (मायक्रोबायोलॉजी)

पीसीबी ग्रूपसह बारावीची (सायन्स) परीक्षा देणारे विद्यार्थी खासकरून 'नीट' ह्या परीक्षेची तयारी करत असतात. डॉक्टर बनण्यासाठी बहुतेकांचे प्रयत्न असतात. मात्र, मोठ्या संख्येने स्पर्धेत असलेले विद्यार्थी आणि उपलब्ध अल्प जागा पाहता अनेकांचे स्वप्न पूर्ण होणे शक्य नसते. असे विद्यार्थी आपापल्या आवडीला अनुसरून अन्य पर्याय शोधत असतात. ज्यांना 'नीट'च्या निमित्ताने बायोलॉजी हा विषय आवडू लागला आहे किंवा आधीपासूनच त्याची आवड आहे, अशांसाठी बीएससी (मायक्रोबायोलॉजी) हा एक पर्याय ठरू शकतो.

प्रवेश कोणी घ्यावा ?

बायोलॉजीची— खासकरून सेल बायोलॉजीची— आवड असावी. यामध्ये 'मायक्रो' विषयांबद्दल नावड, राग, तिरस्कार नको. अचूक निरीक्षण, एका जागेवर बसून काम करण्याची तयारी, प्रयोगशील दृष्टिकोन, कुतूहल, वाचनाची आवड, सूक्ष्म काम करतानाची एकाग्रता, तार्किक शक्ती, संयम या क्षमता विद्यार्थ्यात अपेक्षित आहेत.

कालावधी आणि स्वरूप

बीएससी (मायक्रोबायोलॉजी) हा कोर्स बारावीनंतर (सायन्स) तीन वर्षांचा आहे. नव्या धोरणानुसार काही विद्यापीठांमध्ये हा कोर्स चार वर्षांचा आहे. थिअरी लेक्चर्स, प्रॅक्टिकल्स, प्रोजेक्ट्स, इंटर्नशिप या स्वरूपाचा हा कोर्स असतो.

प्रवेशप्रक्रिया

शक्यतो स्वतंत्र प्रवेशपरीक्षा नसते. बारावीच्या गुणांच्या मेरिटवर प्रवेश मिळतो. तरीही काही संस्था स्वतःची प्रवेशपरीक्षा घेऊ शकतात. अशा परीक्षा बारावीच्या बोर्डाच्या परीक्षेनंतर असतात. सीईटीमधील पीसीबीचा स्कोअर विचारात घेऊन प्रवेश देणाऱ्यासुद्धा काही संस्था आहेत.

अभ्यासक्रमातील विषय

सेल स्ट्रक्चर, ट्रान्समिशन ऑफ जेनेटिक्स, इम्युनॉलॉजी, टिश्यू कल्चर, बायोइन्फर्मेटिक्स, टॅक्सॉनॉमी, मेडिकल मायक्रोबायोलॉजी, फर्मेंटेशन, बायोकेमिस्ट्री, एन्झाइम्स, इंडस्ट्रियल मायक्रोबायोलॉजी, पॅरासायटॉलॉजी, मायक्रोबियल बायोटेक्नॉलॉजी, आदी विषय अभ्यासक्रमात असतात. विद्यार्थ्यांकडून जनरल मायक्रोबायोलॉजी, मायकॉलॉजी, ॲनॅलिटिकल बायोकेमिस्ट्री, फिजिकल सायन्स, जेनेटिक इंजिनिअरिंग, मायक्रोबियल फिजिऑलॉजी, आदी विषयांवर आधारित प्रॅक्टिकल्स करवून घेतली जातात.

उच्च शिक्षण

बीएससीनंतर एमएससी (मायक्रोबायोलॉजी), एमएससी (बायोटेक्नॉलॉजी), एमबीए (बायोटेक्नॉलॉजी), एमएससी (बॉटनी), एमएससी (झूलॉजी), एमएससी (जेनेटिक्स), आदी कोर्सेस करता येतात. उच्च शिक्षण घेतल्यानंतर खऱ्या अर्थाने जास्त संधी उपलब्ध होतात.

करिअरच्या संधी

बीएससी (मायक्रोबायोलॉजी) पदवीनंतर आरोग्य, पॅथॉलॉजी, औषधनिर्माण, पर्यावरण, अन्नप्रक्रिया उद्योग, जेनेटिक्स, आदी क्षेत्रांमध्ये नोकरीच्या संधी उपलब्ध आहेत. उच्च शिक्षणानंतर प्रामुख्याने संशोधनातील संधी मिळतात. त्यांत प्रयोगशाळांमधील काम सर्वाधिक असते. संबंधित क्षेत्रातील इंडस्ट्रियल प्रॉडक्शन प्रोसेसेसमध्ये तसेच आर अँड डी (रिसर्च अँड डेव्हलपमेंट) विभागात संशोधक म्हणून ह्या पदवीधरांना संधी मिळते. सरकारी विभागांमध्ये संशोधनाचे काम असते; परंतु तिथे संख्येवर मर्यादा आहे. परदेशात संधी अधिक असल्याने ह्या करिअरला आपण ग्लोबल करिअर म्हणू शकतो. खासकरून क्लिनिकल

रिसर्चमधील संधी महत्त्वाच्या आहेत. बॅक्टेरिऑलॉजिस्ट्सही चांगले करिअर करू शकतात. मायकॉलॉजिस्ट्स हे कवक (फंगाय) या विषयातील संशोधक असतात. तत्संबंधित उत्पादने तयार करण्याच्या प्रक्रियेत मायकॉलॉजिस्ट्सची गरज असते. पॅरासायटॉलॉजिस्ट्स आणि व्हायरॉलॉजिस्ट्स यांनादेखील करिअरच्या विविध संधी मिळतात. इंडस्ट्रियल मायक्रोबायॉलॉजिस्ट, बायोकेमिस्ट, सेल बायोलॉजिस्ट, मेडिकल मायक्रोबायॉलॉजिस्ट, आदी पदांवर काम करण्यासाठी हा कोर्स उपयुक्त ठरतो. फॉरेन्सिक सायन्समध्येही या पदवीधरांना संधी मिळते. उच्च शिक्षण किंवा पीएचडी पूर्ण झाल्यावर अध्यापन क्षेत्रातसुद्धा संधी मिळू शकते.

❖❖❖

बीएससी (मॅथेमॅटिक्स)

गणित हा अनेक विषयांचा पाया आहे. विज्ञानाचा आधारस्तंभ आहे. तरीदेखील गणिताची ओळख नावडता विषय, अवघड विषय अशीच आहे. अमुक एका क्षेत्रात प्रवेश घेताना त्यात मॅथेमॅटिक्सचा वापर करावा लागणार आहे की नाही, यावरून निर्णय घेणारे अनेक विद्यार्थी असतात. दुसरीकडे गणिती उदाहरणे सोडवताना भान विसरून जाणारे, गणिताला सर्वस्व मानणारे विद्यार्थीदेखील असतात. गणित विषय आवडतो आहे म्हणून रिसर्च, इंजिनिअरिंग, कॉम्प्युटर, कॉमर्स, फायनान्स, अकाउंटिंग, आदी विषयांत नेत्रदीपक कामगिरी बजावू शकलेले लोक त्यांच्या यशाचे श्रेय गणिताच्या आवडीला देतात. गणित विषयात पदवी घेण्याचा विचार करणाऱ्यांसाठी बारावीनंतर बीएससी (मॅथेमॅटिक्स) हा पर्याय असतो. अर्थात, फार कमी मंडळी आत्यंतिक आवडीने असा निर्णय घेतात.

कालावधी

हा बारावीनंतर (सायन्स) पूर्णवेळ, तीन वर्षांचा, नियमित कोर्स आहे. काही ठिकाणी नवीन शैक्षणिक धोरणानुसार चार वर्षांचा बीएससी (ऑनर्स) कोर्सदेखील सुरू झाला आहे.

पात्रता

पीसीएम ग्रूपसह बारावी (सायन्स) उत्तीर्ण असणे आवश्यक आहे.

प्रवेशपरीक्षा

बारावीच्या गुणांच्या मेरिटवर प्रवेश दिला जातो. राष्ट्रीय/राज्य स्तरावरील कोणतीही प्रवेशपरीक्षा बीएससीसाठी (मॅथेमॅटिक्स) नाही. तरीही काही विद्यापीठे स्वतंत्रपणे प्रवेशपरीक्षा घेतात.

स्वाभाविकपणे अपेक्षित असलेली कौशल्ये

१. उदाहरणाच्या उत्तरापर्यंत जाण्याची मानसिकता
२. गणितीय आकडेमोड वेगाने करण्याची क्षमता
३. उदाहरणे सोडवताना अचूकता
४. तार्किक विचारपद्धती
५. शिस्तबद्ध काम करण्याची सवय
६. वेगळा विचार करण्याची क्षमता
७. सूत्रे वापरण्यासाठी स्मरणशक्ती
८. संशोधक वृत्ती

अभ्यासक्रमातील विषय

ह्या अभ्यासक्रमामध्ये अल्जिब्रा, डिफ्रन्शियल कॅल्क्युलस, व्हेक्टर कॅल्क्युलस, इंटिग्रल कॅल्क्युलस, ट्रिग्नॉमेट्री, व्हेक्टर ॲनॅलिसिस, जिऑमेट्री, ॲडव्हान्स्ड कॅल्क्युलस, डिफ्रन्शियल इक्वेशन्स, मॅथेमॅटिकल मेथड्स, मेकॅनिक्स, लीनिअर प्रोग्रॅमिंग अँड ऑप्टिमायझेशन, प्रोबॅबिलिटी, न्यूमरिकल मेथड्स, रिअल ॲनॅलिसिस, ॲबस्ट्रॅक्ट अल्जिब्रा, कॉम्प्लेक्स ॲनॅलिसिस, डिस्क्रीट मॅथेमॅटिक्स, लीनिअर अल्जिब्रा, स्टॅटिस्टिक्स, आदी विषय शिकवले जातात.

उच्च शिक्षण

बीएससी (मॅथेमॅटिक्स) पदवी घेतल्यानंतर एमएससी (मॅथेमॅटिक्स), एमएससी (स्टॅटिस्टिक्स), एमएससी (फायनान्शियल मॅथेमॅटिक्स), पोस्टग्रॅज्युएट डिप्लोमा / सर्टिफिकेट कोर्सेस इन मॅथेमॅटिक्स, एमसीए (मास्टर ऑफ कॉम्प्युटर ॲप्लिकेशन्स), एमबीए (फायनान्स), सीए, बीएड, आदी उच्च शिक्षण घेण्याची संधी असते. मास्टर्स शिक्षणानंतर पीएचडी करता येते.

स्पर्धापरीक्षा

परदेशात जाण्यासाठीच्या जीआरई, जी-मॅट या परीक्षांची तयारी करता येते. एमपीएससी, यूपीएससीच्याही परीक्षांना बसता येते. नागरी सेवांप्रमाणेच, संरक्षण दलांमध्ये जाण्यासाठीच्या सीडीएसई ह्या परीक्षेची तयारी करता येते.

प्रोबेशनरी ऑफिसर, बँक मॅनेजर, मार्केट रिसर्च ॲनॅलिस्ट, बँक क्लार्क आणि इन्शुरन्स (विमा) विभागातील पदे यांकरिता घेतल्या जाणाऱ्या स्पर्धापरीक्षांना बसता येते. मास्टर्स केल्यानंतर सेट, नेट अशा परीक्षांना सामोरे जाऊन प्राध्यापक बनता येते. एमएससी (मॅथेमॅटिक्स) केल्यानंतर 'गेट'मध्ये उत्तीर्ण होऊन एमटेक करता येते.

पदे

बीएससीनंतर (मॅथेमॅटिक्स) संबंधित उच्च शिक्षण घेतल्यास गणितज्ञ, सांख्यिकी तज्ज्ञ, ॲक्चुअरी एक्स्पर्ट, अकाउंटंट, इकॉनॉमिस्ट, फायनान्शियल ॲनॅलिस्ट, ऑपरेशन्स रिसर्च एक्स्पर्ट, हवामान विभागातील तज्ज्ञ, संगणकतज्ज्ञ, अल्गोरिदम एक्स्पर्ट, फायनान्स विभागातील तज्ज्ञ, प्राध्यापक, शिक्षक, आदी पदांवर काम करता येते.

कार्यक्षेत्रे

बँकिंगमध्ये मॅथेमॅटिक्समधील तज्ज्ञ काम करताना दिसतात. अध्यापन क्षेत्रात प्राथमिक आणि माध्यमिक शाळा, सीनिअर व ज्युनिअर महाविद्यालये, विद्यापीठे, अभियांत्रिकी महाविद्यालये या ठिकाणी काम करता येते. गणिताच्या पदवीधरांना संबंधित पात्रता पूर्ण केल्यानंतर अकाउंटिंग तसेच स्टॅटिस्टिक्समध्ये शिरकाव करता येतो.

डेटा सायन्ससारख्या अत्याधुनिक क्षेत्रात डेटा ॲनॅलिस्ट, डेटा सायंटिस्ट, बिझनेस ॲनॅलिस्ट ह्या पदांवर काम करता येते. स्पर्धापरीक्षांच्या माध्यमातून तसेच संबंधित विभागांमधील भरतीद्वारे सरकारी नोकऱ्या मिळू शकतात. इस्रो, रेल्वे, अणुऊर्जा विभाग हे केंद्र सरकारचे विभागदेखील मॅथेमॅटिक्समधील तज्ज्ञाला सामावून घेऊ शकतात.

भविष्यातील वाव

गणित या विषयाला पर्याय नाही. सर्व प्रकारच्या वैज्ञानिक आणि तांत्रिक संशोधनात गणितीय सूत्रांचा वापर अनिवार्य आहे. गणिताची आवड आहे आणि त्यामध्ये गती आहे, अशा पदवीधरांना कायमच मोठ्या संधी उपलब्ध असणार आहेत., मात्र, उच्च शिक्षण तसेच डॉक्टरेटपर्यंतचे शिक्षण घेतल्यासच या संधींचा खरा लाभ घेता येईल. गणितज्ञांद्वारे जितके अधिक संशोधन गणितामध्ये होईल, तितका जास्त वेग तंत्रज्ञानात होणाऱ्या प्रगतीला येईल. त्यामुळे संधी जगभर आहेत. गणितामध्ये नैपुण्य असणाऱ्यांची संख्या मोठी नसल्याने, जी मंडळी यात करिअर करू इच्छित आहेत, त्यांनी आत्मविश्वासाने पुढे पावले टाकल्यास यश मिळणे अवघड नाही.

❖❖❖

फूड टेक्नॉलॉजीची पदवी

शेतामध्ये तयार झालेले उत्पादन (उदाहरणार्थ, धान्य, भाज्या, फळे) थेट आपल्या घरात पोहोचवले जाऊन आपण ते खाणे किंवा त्याचे जिन्नस तयार करणे, ही झाली पारंपरिक पद्धत. मात्र, त्या उत्पादनांपासून अन्नपदार्थांचे अनेकविध प्रकार तंत्रज्ञानाच्या मदतीने निर्माण करणे म्हणजे फूड टेक्नॉलॉजीचा वापर. वाढती लोकसंख्या, धावपळीचे जीवन, अन्नपदार्थांत वैविध्य राखण्याची आणि तयार पदार्थांची गरज हे घटक या क्षेत्राची जननी आहेत. विविध तंत्रज्ञान वापरून अन्नपदार्थ तयार करणे, त्यासाठी शेतातून तयार होणाऱ्या कच्च्या मालावर शास्त्रशुद्ध प्रक्रिया करणे, व्यवस्थित आणि नेटके पॅकेजिंग करणे, अन्नाची गुणवत्ता राखणे, आधुनिक तंत्रांचा वापर करून त्याची साठवणूक करणे, सुरळीतपणे पुरवठा करणे अशी अनेक कामे फूड टेक्नॉलॉजी क्षेत्रात केली जातात. आंबा ते आंब्याचा पॅकबंद रस, कैरी ते लोणचे, मिरच्या ते मसाले असा हा प्रवास असतो. आजघडीला जवळजवळ सर्वच अन्नपदार्थ तंत्रज्ञानाचा वापर करून तयार होत आहेत आणि थेटपणे ग्राहकांच्या घरांपर्यंत पोहोचत आहेत, ते फूड टेक्नॉलॉजीमुळेच. ह्या क्षेत्रातील शिक्षण म्हणजे बीटेक किंवा बीएससी इन फूड टेक्नॉलॉजी.

पात्रता

बीटेकसाठी (फूड टेक्नॉलॉजी) फिजिक्स, केमिस्ट्री आणि मॅथेमॅटिक्ससह बारावी (सायन्स) उत्तीर्ण असणे आवश्यक आहे. बायोलॉजी हा विषयही घेतलेला असणे अपेक्षित आहे. जेईई किंवा एमएचटी-सीईटी ही प्रवेशपरीक्षा देऊन बीटेकसाठी प्रवेश मिळू शकतो. बीएससीसाठी (फूड टेक्नॉलॉजी) पीसीबी (फिजिक्स, केमिस्ट्री, बायोलॉजी) ग्रूप पुरेसा आहे. त्यातील गुणांच्या आधारे प्रवेश दिला जातो. खासगी विद्यापीठांकडून स्वतंत्र प्रवेशपरीक्षा घेतल्या जाऊ शकतात.

अभ्यासक्रमाचे स्वरूप

बीटेक हा बारावीनंतर (सायन्स) चार वर्षांचा, पूर्णवेळ, पदवी अभ्यासक्रम आहे. तज्ज्ञांच्या थिअरी लेक्चर्सबरोबरच प्रॅक्टिकल्समधून अध्यापन केले जाते. प्रयोगशाळेपासून वर्कशॉपपर्यंतचे आणि शेतापासून बाजारपेठेपर्यंतचे ज्ञान दिले जाते. शेवटच्या वर्षात प्रोजेक्ट वर्क असते. इंटर्नशिपमधून विद्यार्थ्यांना प्रत्यक्ष कामाचा अंदाज येतो.

अभ्यासक्रमातील विषय

ह्या अभ्यासक्रमात बायोलॉजी, फूड बायोकेमिस्ट्री, फूड मायक्रोबायोलॉजी, फूड प्रोसेसिंग इंजिनिअरिंग, फ्रूट अँड व्हेजिटेबल प्रोसेसिंग, क्रॉप प्रोसेसिंग इंजिनिअरिंग, डेअरी प्लांट इंजिनिअरिंग, फूड प्लांट सेफ्टी, फूड फर्मेंटेशन, फूड प्रोसेसिंग अँड मॅनेजमेंट, फूड पॅकेजिंग टेक्नॉलॉजी, बेकरी अँड कन्फेक्शनरी, इलेक्ट्रिकल इंजिनिअरिंग, थर्मोडायनॅमिक्स, इन्स्ट्रुमेंटेशन अँड प्रोसेस कंट्रोल, फूड अँड वेस्ट मॅनेजमेंट, मटेरियल सायन्स हे विषय शिकवले जातात.

पदे

ह्या शिक्षणानंतर प्रॉडक्शन मॅनेजर, फूड इंजिनिअर, फूड स्टोरेज मॅनेजर, न्यूट्रिशन स्पेशालिस्ट, क्वालिटी कंट्रोल एक्झिक्युटिव्ह, फूड सेफ्टी ऑफिसर, न्यूट्रिशनल थेरपिस्ट, क्वालिटी मॅनेजर, रिसर्च सायंटिस्ट, टेक्निकल सर्व्हिसेस मॅनेजर, टेक्निकल प्रोसेस डेव्हलपमेंट सायंटिस्ट, रेग्युलेटरी अफेअर्स ऑफिसर, फूड ब्लॉगर, शेफ, आदी पदांवर काम करता येते.

जबाबदाऱ्या

- अन्नावरील प्रक्रिया सुरळीतपणे कशी पार पडेल याची काळजी घेणे
- अन्नसाठवण उपकरणे आणि तंत्रप्रणालींची काळजी घेणे
- अन्नावरील प्रक्रिया, पॅकेजिंग, हाताळणी यांसाठीचे डिझाइन तयार करणे
- प्रोटोटाइप यंत्रसामुग्री, उपकरणे आणि अन्नप्रक्रिया यांची विशेष काळजी घेणे
- उत्पादनांवरील/प्रक्रियेवरील संशोधन आणि विकास यांमध्ये सहभागी होणे
- सार्वजनिक आरोग्याचे संरक्षण आणि नियमन करणे

कोर्समधून विकसित व्हावीत अशी कौशल्ये

- अन्नातील घटकांचा परिपूर्ण अभ्यास
- अन्नप्रक्रियेचे संपूर्ण ज्ञान आणि कामाबद्दलची सुस्पष्टता
- अन्नप्रक्रियेसंदर्भातील यांत्रिक घटकांचे ज्ञान
- गुणवत्ता, सुरक्षितता आणि स्वच्छता यांचा अभ्यास
- कामे करवून घेता येण्याचे कौशल्य
- अन्नपदार्थांच्या निर्मितीपासून ते त्यांवरील संशोधनापर्यंतचे प्रशिक्षण

करिअरच्या संधी

सध्या आउटसोर्सिंगचा जमाना आहे. आपापल्या कामांमध्ये व्यग्र असण्याचे प्रमाण इथून पुढे वाढतच जाणार आहे. अन्नपदार्थ स्वतः तयार करणे हे हळूहळू मागे पडून, आपण आता रेडीमेड फूडकडे (किंवा फास्ट फूडकडे) वळत आहोत. दुसऱ्या बाजूला विविधता असलेले पदार्थ, चविष्ट पदार्थ, अन्नघटकांचा समतोल असलेले पदार्थ, स्वच्छतेचे निकष पाळून तयार केलेले पदार्थ यांकडे कल वाढतो आहे. त्यामुळे या क्षेत्रातील काम वाढणार आहे. अनेक नवनवे उत्पादक या क्षेत्रात दाखल होत आहेत आणि त्यामुळे अर्थातच फूड टेक्नॉलॉजिस्ट्सची मागणी वाढणार आहे.

❖❖❖

बीव्हीएससी

सध्या पेट्सचा (पाळीव प्राण्यांचा) ट्रेंड आहे. पाळीव प्राण्यांवर मनापासून प्रेम करणारी मंडळी आजकाल आपल्या आजूबाजूला अधिक संख्येने दिसू लागली आहेत. माणसासारखीच या प्राण्यांनाही वैद्यकीय उपचारांची गरज पडते. प्राण्यांवर उपचार करणारी मंडळी म्हणजे व्हेटर्नरी डॉक्टर्स. प्राण्यांचा डॉक्टर होणे हे एक उत्तम करिअर तर आहेच; परंतु एक चांगले सेवाकार्यदेखील आहे. त्यासाठी शिक्षण हवे बीव्हीएससी अँड एएच— म्हणजे बॅचलर इन व्हेटर्नरी सायन्स अँड ॲनिमल हजबंडरी. बीव्हीएससी म्हणजे प्राण्यांचा वैद्यकीय तज्ज्ञ किंवा जनावरांचा डॉक्टर. प्राण्यांचे पालनपोषण, प्रजनन आणि त्यांवरील उपचार यांची आवड असलेल्यांसाठी आणि या क्षेत्रात काम करू इच्छिणाऱ्यांसाठी ही पदवी उपयुक्त आहे.

पात्रता

हा बारावीनंतरचा (सायन्स) नियमित, पूर्णवेळ, वैद्यकीय अभ्यासक्रम आहे. बारावीला पीसीबी ग्रूप घेतलेला असणे आवश्यक असून 'नीट' ह्या परीक्षेतील मेरिटनुसार प्रवेश ठरतो.

कालावधी आणि अभ्यासक्रमाचे स्वरूप

कोर्सचा एकूण कालावधी साडेपाच वर्षांचा असतो. पहिल्या तीन सेमिस्टर्स प्रत्येकी एक वर्ष कालावधीच्या असतात, तर शेवटची सेमिस्टर दीड वर्षांची असते. त्यानंतर एका वर्षाची, पूर्णवेळ स्वरूपाची इंटर्नशिप करावी लागते. थिअरी लेक्चर्सबरोबरच प्रॅक्टिकल्सच्या माध्यमातून अध्यापन केले जाते. व्हायवा, जर्नल वर्क, कार्यशाळा, सेमिनार्स, मिड-सेमिस्टर आणि एंड-सेमिस्टर परीक्षा, थिअरी आणि प्रॅक्टिकल परीक्षा, इंटर्नशिप असा अभ्यासक्रमाचा आराखडा

असतो. इंटर्नशिप ही महत्त्वाची मानली जाते. त्यामध्ये काही भाग हा उद्योजकता प्रशिक्षणाचादेखील असतो. इंटर्नशिपच्या काळात प्राण्यांच्या विविध जाती-प्रजातींची ओळख करून दिली जाते. तसेच प्राण्यांच्या छोट्या आजारांपासून ते मोठ्या आजारांपर्यंतची लक्षणे, त्यांवरील उपचार, प्राण्यांच्या दातांचे आरोग्य, आहार नियोजन, दुधाच्या तपासण्या, सॅम्पल कलेक्शन, रक्त-तपासण्यांचे विश्लेषण, भूल, सर्वसाधारण शस्त्रक्रिया, औषध नियोजन, लसीकरणाचे नियोजन, आदी बाबी प्रत्यक्षपणे शिकवल्या जातात.

अभ्यासक्रमातील विषय

व्हेटर्नरी ॲनाटॉमी, फिजिऑलॉजी, व्हेटर्नरी बायोकेमिस्ट्री, फार्माकॉलॉजी अँड टॉक्सिकॉलॉजी, पॅरासायटॉलॉजी, व्हेटर्नरी मायक्रोबायोलॉजी, पॅथॉलॉजी, व्हेटर्नरी पब्लिक हेल्थ अँड एपिडेमिऑलॉजी, ॲनिमल न्यूट्रिशन, ॲनिमल जेनेटिक्स अँड ब्रीडिंग, लाइव्हस्टॉक प्रॉडक्शन मॅनेजमेंट, लाइव्हस्टॉक प्रॉडक्ट टेक्नॉलॉजी, व्हेटर्नरी गायनॅकॉलॉजी, व्हेटर्नरी सर्जरी, व्हेटर्नरी मेडिसिन, क्लिनिकल प्रॅक्टिसेस, लाइव्हस्टॉक फार्म प्रॅक्टिसेस, आदी विषय अभ्यासक्रमात असतात.

प्रवेश कोणी घ्यावा ?

१. प्राण्यांविषयी प्रेम असणारे विद्यार्थी
२. ग्रामीण भागातील लोक तसेच शहरातील मंडळी यांच्याशी नीट संवाद साधू शकणारे विद्यार्थी
३. उत्तम संभाषणकौशल्य असणारे विद्यार्थी
४. डॉक्टरच व्हायचे आहे; मग तो प्राण्यांचा का असेना, अशी मानसिकता असणारे विद्यार्थी
५. ग्रामीण भागातील कामाबद्दल आकर्षण असणारे विद्यार्थी
६. उत्तम निरीक्षणशक्ती असणारे विद्यार्थी
   (कारण इथे पेशंट्स बोलू शकत नाहीत!)

करिअरच्या संधी

शिक्षण पूर्ण केल्यानंतर व्हेटर्नरी डॉक्टर म्हणून करिअर सुरू करता येते. काही डॉक्टर्स हे कुत्रे, मांजर अशा पाळीव प्राण्यांवर उपचार करतात. त्यांचे स्वतंत्र

क्लिनिक असते किंवा ते प्राण्यांच्या हॉस्पिटलमध्ये कार्यरत असतात. काही डॉक्टर्स हे शेतात काम करणाऱ्या गुरांसाठी, जनावरांसाठी काम करतात. प्राण्यांशी संबंधित असणाऱ्या मायक्रोबायोलॉजी, बायोटेक्नॉलॉजी, पॅथॉलॉजी, औषधनिर्माण, आदी क्षेत्रांतसुद्धा ह्या पदवीधरांना आणि या क्षेत्रातील उच्चशिक्षितांना नोकरीच्या संधी मिळतात. काही मंडळी प्राण्यांच्या आहारातील तज्ज्ञ बनतात, तर काही प्राण्यांच्या केअरटेकिंगमध्ये रस घेतात.

पोल्ट्री, मांस, डेअरी ही मोठ्या मागणीची क्षेत्रे आहेत. तिथे प्राण्यांचे तज्ज्ञ डॉक्टर्स गरजेचे असतात. प्राणी आणि माणसे यांना एकमेकांपासून आजार उद्भवू नयेत म्हणून संशोधनात्मक काम आणि प्रतिबंधात्मक उपाय करणारेही काही डॉक्टर्स असतात. स्पर्धांसाठीच्या घोड्यांना शुश्रूषेची गरज असते. तिथेही पशुवैद्यांची आवश्यकता असते. प्राण्यांच्या आरोग्याविषयी आणखी सखोल संशोधन होणे अपेक्षित आहे. या विषयाची आवड असणारी मंडळी व्हेटर्नरी रिसर्चमध्ये मोठे करिअर करू शकतात. हे करिअर आंतरराष्ट्रीय पातळीवर चांगले यश देऊ शकते.

उच्च शिक्षण

परदेशात जाऊन डीव्हीएम (डॉक्टर ऑफ व्हेटर्नरी मेडिसिन) हा कोर्स पूर्ण करता येऊ शकतो. डीव्हीएम हा चार वर्षांचा कोर्स आहे. त्यासाठी जीआरई ही परीक्षा द्यावी लागते. काही परदेशी विद्यापीठांमध्ये जीआरईऐवजी एम-कॅटचे (मेडिकल कॉलेज ॲडमिशन टेस्ट) किंवा व्ही-कॅटचे (व्हेटर्नरी कॉलेज ॲडमिशन टेस्ट) गुण ग्राह्य धरले जातात.

सरकारी संधी

भारतात सरकारी यंत्रणेतूनसुद्धा प्राण्यांच्या आरोग्याची काळजी घेतली जाते. त्यामुळे बीव्हीएससी पदवीधरांसाठी सरकारी कामाच्याही संधी असतात. सरकारच्या ताब्यात असलेले प्राणी, संरक्षण दलांतील आणि पोलिस खात्यातील प्राणी (खासकरून प्रशिक्षित कुत्री), शेती विभागाशी संबंधित प्राणी, प्राणिसंग्रहालयांतील जंगली प्राणी यांच्या केअरटेकिंगसाठी अशा पदवीधरांची नियुक्ती होऊ शकते. अभयारण्ये तसेच वन्यजीव विषयात काम करणाऱ्या संस्था या ठिकाणीही ह्या पदवीधरांना कामाची संधी असते. काही मंडळी शिक्षक, अभ्यासक, संशोधक आणि प्रशिक्षक म्हणूनसुद्धा काम पाहतात.

सध्याचा वाव

माणसांइतकेच प्रेम प्राण्यांनाही द्यावे, हा विचार आता नव्याने रुजत आहे. प्राण्यांची काळजी घेणारी मंडळी वाढत असल्याने प्राण्यांना डॉक्टरकडे घेऊन जाण्याचेही प्रमाण वाढले आहे. शहरांमध्ये पाळीव प्राण्यांसाठी वेळ देऊ शकणारी मंडळी आहेत. हीसुद्धा या क्षेत्रामध्ये काम करू इच्छिणाऱ्यांसाठी आनंदाची बाब आहे. या क्षेत्राकडे बघण्याचा दृष्टिकोन आज खूप बदलला आहे. शहरी भागातील विद्यार्थीसुद्धा या क्षेत्राचा पर्याय म्हणून विचार करत आहेत. या कोर्सला प्रवेश घेणाऱ्या मुलींचे प्रमाणसुद्धा आता लक्षणीय झाले आहे. 'इतर कोर्सेसना प्रवेश मिळाला नाही; पण डॉक्टरच व्हायचे होते, म्हणून आता मी प्राण्यांचा डॉक्टर होणार,' हा विचारसुद्धा स्वागतार्ह आहे. प्राण्यांना जपायची मानसिकता असणाऱ्यांसाठी, शेती आणि प्राणी यांच्याशी जवळीक असणाऱ्यांसाठी किंवा 'लहानपणापासून याच क्षेत्राची आवड आहे,' असे म्हणणाऱ्यांसाठी बीव्हीएससी अँड एएच हे एक चांगले करिअर ठरू शकते.

❖❖❖

बीसीए

सध्या कॉम्प्युटर, आयटी, सॉफ्टवेअर या क्षेत्राचा बोलबाला आहे. करिअरमध्ये चांगल्या संधींसाठी हे क्षेत्र उत्तम आहे, असा अनेकांचा अनुभव आहे. इंजिनिअरिंग, सायन्सबरोबरच पदवीचे काही स्पेशल कोर्सेस या क्षेत्रात करिअर करण्यासाठी उपयुक्त ठरू शकतात. त्यांपैकीच एक आहे बीसीए. बीसीए म्हणजे बॅचलर ऑफ कॉम्प्युटर ॲप्लिकेशन्स. बीसीए या पदवीच्या शिक्षणात सॉफ्टवेअरमधील बेसिक ॲप्लिकेशन्स आणि सॉफ्टवेअर डेव्हलपमेंट या विषयांचा प्राथमिक स्वरूपाचा अभ्यासक्रम असतो.

कालावधी

बीसीए हा तीन वर्षांचा, पूर्णवेळ, पदवी अभ्यासक्रम आहे.

पात्रता

सायन्स, कॉमर्स आणि आर्ट्स यांपैकी कोणत्याही शाखेतून बारावी झालेला विद्यार्थी प्रवेशासाठी पात्र असतो. प्रवेशासाठी प्रवेशपरीक्षा असते. बारावीमध्ये किमान ५०% गुण (राखीव प्रवर्गांतील विद्यार्थ्यांसाठी ४५%) असावे लागतात. काही विद्यापीठांमध्ये ४५% ही एकूण गुणांची अट असते. बारावीला कॉम्प्युटर हा विषय घेतलेला हवाच, असे आवश्यक नसते. काही विद्यापीठांच्या बाबतीत बारावीला मॅथेमॅटिक्स हा विषय नसेल, तरीसुद्धा बीसीएला प्रवेश मिळू शकतो. इंग्लिश विषय मात्र आवश्यक आहे. पारंपरिक विद्यापीठांच्या अंतर्गत येणारी महाविद्यालये, स्वतंत्र विद्यापीठे, खासगी महाविद्यालये अशा ठिकाणी हा कोर्स करता येतो. बदलत्या काळात ऑनलाइन पद्धतीनेदेखील बीसीए करता येऊ शकते.

प्रवेश कोणी घ्यावा?

इंजिनिअरिंगच्या चार वर्षांच्या कोर्सशी बीसीएची थेट तुलना करता येणार नाही. इंजिनिअरिंगला प्रवेश मिळतो आहे, चांगले गुण आहेत, गुणवत्तादेखील आहे, अशा विद्यार्थ्यांनी इंजिनिअरिंगचा मार्ग टाळून केवळ 'कोर्स सोपा वाटतो आहे,' आणि 'तीन वर्षे हा कमी कालावधी आहे,' म्हणून बीसीए करू नये. मात्र,

१. ज्यांना संगणक क्षेत्रात काम करायचे आहे, असे विद्यार्थी
२. ज्यांना इंजिनिअरिंगला प्रवेश मिळत नाही आहे, असे विद्यार्थी
३. ज्यांना कॉम्प्युटर सायन्स क्षेत्राशी संबंधित कमी कालावधीचा कोर्स हवा आहे, असे विद्यार्थी
४. ज्यांना कॉम्प्युटर सायन्सचा जरा सोपा वाटणारा कोर्स करायचा आहे, असे विद्यार्थी आणि
५. ज्यांना इंजिनिअरिंगचा मोठा अभ्यास आपल्याला झेपणार नाही, असे वाटते, असे विद्यार्थी

या सर्वांनी बीसीएला प्रवेश घेण्यास हरकत नाही.

उच्च शिक्षण

एमसीए किंवा एमसीएस (मास्टर ऑफ कॉम्प्युटर सायन्स) अशी पदव्युत्तर पदवी घेणे अत्यंत गरजेचे आहे. सी, सीप्लसप्लस, व्हीबी, जावा, डॉटनेट, पायथन, आर्टिफिशियल इंटेलिजन्स, डेटा सायन्स, सॉफ्टवेअर टेस्टिंग या विषयांतील काही पदव्युत्तर कोर्सेसही करता येतील.

नोकरी कुठे?

कॅम्पस प्लेसमेंटमध्ये नोकरी मिळाल्यास सर्वोत्तम. अर्थात, सुरुवातीला तरी बीई (कॉम्प्युटर) पदवीधरांसारख्या जास्त पगाराच्या नोकऱ्या उपलब्ध होत नाहीत. त्यासाठी एमसीए कोर्सचा आधार घ्यावा लागेल. मात्र, बीसीए उत्तमपणे केले असल्यास नोकरी मिळण्यात अडचण येत नाही. उत्तम गुण, कॉम्प्युटरचे आणि कॉम्प्युटर सिस्टिम्सचे उत्तम ज्ञान, चांगली संभाषणकौशल्ये असल्यास त्यांचा नोकरी मिळवताना उपयोग होतो. सुरुवातीला पगार जरा कमी असला, तरी कामातील अनुभवातून तो हळूहळू वाढतो. कार्यकुशलता आणि चांगल्या अनुभवानंतर यशस्वी करिअरचे दालन खुले होते.

करिअरच्या संधी

१. बीसीएनंतर काही विद्यार्थी नोकरी करतात.
२. काही विद्यार्थी पदव्युत्तर शिक्षण घेतात आणि त्यानंतर नोकरी करतात.
३. विद्यार्थ्यांना एमबीएसारखे शिक्षण घेऊन मॅनेजमेंट क्षेत्रातही जाता येते.
४. बीसीएनंतर विद्यार्थी उद्योजकही बनू शकतात.

बीसीए हा इंजिनिअरिंग किंवा मेडिकलप्रमाणे करिअरचा मोठा पर्याय नसला, तरी ह्या शिक्षणानंतर— प्रामाणिकपणा आणि मेहनत यांच्या आधारे— कॉम्प्युटर क्षेत्रातील मुख्य प्रवाहात जाता येते. अनेकांनी तसे करून दाखवलेले आहे.

भविष्यातील वाव

थेट प्रोग्रॅमर नाही; पण कॉम्प्युटर सिस्टिम्सशी जवळीक असणाऱ्या पदांवर काहींची वर्णी लागू शकते. मात्र, त्यासाठी कष्ट करायची तयारी हवी. जर आर्ट्स किंवा कॉमर्समधील कोअर शिक्षण घेणार नसाल, तर बीकॉम, बीए अशा पारंपरिक पदव्यांपेक्षा बीसीए हा पर्याय विचारात घ्यायला हरकत नाही. अर्थात, प्रत्येकाने आपल्या पुढच्या करिअरविषयक योजना काय, यानुसार निर्णय घेणे हितकारक आहे.

❖❖❖

बीव्होक

पदवी मिळाली, तरी नोकरी मिळेल याची शाश्वती काय, असा प्रश्न अनेकदा असतो. अर्थात, सर्वच पदवी अभ्यासक्रमांना ही अडचण नसते. मात्र, पुस्तकी अभ्यास आणि प्रत्यक्ष व्यावहारिक काम यांत मोठी तफावत असते. बऱ्याच पदवीधरांना संबंधित शाखांचे परिपूर्ण ज्ञान नसते आणि त्यांच्यामध्ये अपेक्षित कौशल्ये निर्माण होत नाहीत. त्यामुळेच नोकरी मिळत नाही, बेरोजगारी वाढते, ही वस्तुस्थिती आहे. अनेक पारंपरिक अभ्यासक्रमांचा मागील काही वर्षांचा विचार केल्यावर ही समस्या धोरणकर्त्यांच्या लक्षात आली. आपण केवळ बेरोजगार पदवीधर तयार करत असू, तर हे गंभीर आहे, असे त्यांना वाटू लागले. त्यामुळे कौशल्याधिष्ठित शिक्षण द्यावे, प्रात्यक्षिकांवर आधारित अध्यापन व्हावे आणि विद्यार्थी रोजगारक्षम व्हावा, या दृष्टीने बीव्होक (बॅचलर ऑफ व्होकेशन) हा कोर्स तयार करण्यात आला. असे पदवीधर संबंधित शिक्षणानंतर केवळ रोजगारक्षम नव्हेत, तर कुशल उद्योजक व्हावेत, हीदेखील अपेक्षा या कोर्सच्या निर्मितीमागे होती.

कालावधी

कोणत्याही शाखेतील बारावीनंतर हा तीन वर्षांचा कोर्स आहे. नवीन शैक्षणिक धोरणानुसार चार वर्षांचे कोर्सेसदेखील सुरू झाले आहेत.

स्पेशलायझेशन्स

बीव्होकचा कोर्स असंख्य विषयांमध्ये उपलब्ध आहे; उदाहरणार्थ, डिजिटल मार्केटिंग, ॲनिमेशन, बँकिंग अँड फायनान्स, कलिनरी आर्ट्स, रेफ्रिजरेशन अँड एअर-कंडिशनिंग, प्रोग्रॅमिंग, ॲप्लाइड कॉम्प्युटर टेक्नॉलॉजी, हेल्थकेअर, सॉफ्टवेअर डेव्हलपमेंट, थिएटर अँड ॲक्टिंग, रिटेल मॅनेजमेंट, डेटा ॲनॅलिटिक्स,

फूड सायन्स, ग्रीन हाउस टेक्नॉलॉजी, मेडिकल लॅब टेक्नॉलॉजी, ऑटोमेशन मेकॅट्रॉनिक्स, ब्यूटी अँड वेलनेस, ऑप्टोमेट्री, ज्वेलरी डिझाइन, फॅशन टेक्नॉलॉजी अँड ॲपरेल डिझायनिंग, पब्लिक हेल्थ मॅनेजमेंट, हॉस्पिटॅलिटी अँड टूरिझम, ग्राफिक आर्ट, टी हजबंडरी अँड टेक्नॉलॉजी, एनर्जी इंजिनिअरिंग, सॉइल अँड वॉटर कॉन्झर्व्हेशन, इंटिरिअर डिझाइन, प्रिंटिंग अँड पब्लिकेशन, ऑरगॅनिक ॲग्रिकल्चर, वेब टेक्नॉलॉजी, ऑटोमोबाइल, फूड प्रोसेसिंग अँड क्वालिटी मॅनेजमेंट, इत्यादी.

पात्रता

बारावी उत्तीर्ण असणे एवढी एकच आवश्यक पात्रता असते. बारावीतील गुणांवर प्रवेश ठरतो. काही ठिकाणी बारावीत किमान ५०% गुण असणे आवश्यक असते. स्वतंत्र प्रवेशपरीक्षा नसते. तरीदेखील नामांकित विद्यापीठांमध्ये राष्ट्रीय स्तरावरील प्रवेशपरीक्षा आणि खासगी विद्यापीठांमध्ये त्यांच्या स्तरावर स्वतंत्र प्रवेशपरीक्षा या असू शकतात. सध्या 'ट्रेंडिंग' असलेल्या शाखांना चांगले गुण असल्यावरच प्रवेश मिळतो; कारण तिथे कट-ऑफ मेरिट जास्त असते.

अभ्यासक्रमाचे स्वरूप

'स्किल इंडिया'च्या माध्यमातून या कोर्सला विशेष बळकटी देण्यात आली आहे. पुस्तकी अभ्यासापेक्षा कौशल्याधिष्ठिततेतून युवक तयार व्हावेत, हा 'स्किल इंडिया'चा हेतू आहे. बीव्होक केल्यानंतर उमेदवाराला थेट संबंधित क्षेत्रात उतरून उत्तमपणे काम करता येणे अपेक्षित आहे. त्यामुळे इथे थिअरीपेक्षा प्रॅक्टिकल्सना अधिक प्राधान्य दिलेले असते. ६०% अध्यापन प्रॅक्टिकल्सद्वारे, तर केवळ ४०% अध्यापन थिअरी स्वरूपाचे असते. अध्यापन करणारी बहुतांश मंडळी त्या-त्या इंडस्ट्रीमधील तज्ज्ञ असतात. त्यासाठी महाविद्यालये इंडस्ट्रीशी सामंजस्य करार करतात. काही ठिकाणी प्रॅक्टिकल्स ही प्रत्यक्ष फील्डवर किंवा कंपनीमध्ये होतात. इंडस्ट्री व्हिजिट्स, प्रोजेक्ट्स, इंटर्नशिप ह्या माध्यमांतून अभ्यासक्रम शिकवला जातो.

अभ्यासक्रमाचे वैशिष्ट्य

मल्टिपल एक्झिट्स हे या अभ्यासक्रमाचे वैशिष्ट्य आहे. पहिले वर्ष पूर्ण झाल्यावर विद्यार्थी बाहेर पडल्यास त्याला सर्टिफिकेट, तर दुसऱ्या वर्षी बाहेर पडल्यास त्याला डिप्लोमा मिळतो. तिसरे वर्ष पूर्ण केल्यानंतर बीव्होक पदवी मिळते.

अर्थात, हा पॅटर्न प्रत्येक ठिकाणी वेगवेगळा असू शकतो. अलीकडे अनेक कोर्सेसची आखणी अशाच पद्धतीने केली जात आहे.

प्रवेश कोणी घ्यावा?

१. पुस्तकी अभ्यासापेक्षा प्रॅक्टिकल्समध्ये रमणारे विद्यार्थी
२. उद्योजकतेत करिअर करू इच्छिणारे विद्यार्थी
३. संशोधक, अधिकारी किंवा मॅनेजर बनण्यापेक्षा तंत्रज्ञ होऊ पाहणारे विद्यार्थी
४. एखाद्या विशिष्ट क्षेत्रातील कौशल्ये अंगी असणारे विद्यार्थी
५. परीक्षांमध्ये कमी गुण आहेत; परंतु प्रात्यक्षिक कामात गती आहे, असे विद्यार्थी
६. गणिती विषय, पाठांतर, सायन्स, इंग्लिश असे विषय रटाळ वाटणारे विद्यार्थी
७. इंजिनिअरिंगला प्रवेश मिळाला नाही; परंतु तांत्रिक काम करण्याची इच्छा आहे, असे विद्यार्थी
८. मोठ्या कोर्सेसना प्रवेश घेण्यासाठीची पात्रता नसणारे; पण संबंधित क्षेत्रात कुशलतेने काम करू शकणारे विद्यार्थी
९. आर्थिक परिस्थिती नाजूक असूनही मोठी स्वप्ने बाळगणारे आणि उद्योजक बनण्याची धमक असणारे विद्यार्थी

भविष्यातील वाव

हे शिक्षण पूर्ण झाल्यानंतर कौशल्यावर आधारित नोकरी मिळणे शक्य असते. अर्थात, त्यासाठी विद्यार्थीदेखील होतकरू आणि कष्टाळू असायला हवा. कोर्सदरम्यान काम शिकण्यासाठी, नवनवी कौशल्ये आत्मसात करण्यासाठी धडपडणारा विद्यार्थी असेल, तर त्याला उत्तम नोकरी मिळू शकते. या नोकरीतील प्रगतीमधून तो दर्जेदार करिअर घडवू शकतो. उद्योजकता (स्वयंरोजगार) हा पर्यायसुद्धा या शिक्षणानंतर उपलब्ध असतो. पदवी घेतली, कुशलता प्राप्त केली, काही काळ नोकरी केली आणि आता स्वतःचा छोटा व्यवसाय सुरू केला, अशीही उदाहरणे आढळतात. ते सहजपणे व्हावे, अशा दृष्टिकोनातून बीव्होक हा कोर्स तयार केलेला आहे. अर्थात, कोणत्याही पदवीनंतर उपलब्ध असणारे करिअरचे इतर सर्व पर्याय बीव्होकनंतरही आहेतच.

❖❖❖

बीएससी/बीए (सायकॉलॉजी)

प्रत्येक व्यक्तीला जसे शरीर आहे, तसेच मनदेखील आहे. आपल्या प्रत्येकाच्या प्रत्येक कृतीशी मनाचा संबंध आहे. प्रत्येक व्यक्तीची मानसिकता वेगवेगळी असते. खरे तर मन हा खूप गहन विषय आहे. मनाचा ठाव लागत नाही, असे म्हटले जाते. अशा या मनाचा अभ्यास मानसशास्त्रात केला जातो. आजच्या धावपळीच्या आणि यांत्रिक युगात प्रत्येक व्यक्ती कधी ना कधी मानसिक समस्येत सापडू शकते. त्यामुळे मानसशास्त्रातील पदवी हे एक आश्वासक करिअर ठरू लागले आहे.

पदवीचे नाव आणि कालावधी

मानसशास्त्रामध्ये करिअर करू इच्छिणारे विद्यार्थी बीएससी किंवा बीए इन सायकॉलॉजी या पदवीचा विचार करू शकतात. बायोलॉजीसह बारावी (सायन्स) उत्तीर्ण झालेला विद्यार्थी बीएससी इन सायकॉलॉजी करू शकतो, तर बारावी (आर्ट्स) उत्तीर्ण विद्यार्थी बीए इन सायकॉलॉजी कोर्ससाठी प्रवेश घेऊ शकतो. या दोन्ही पदव्यांचा कालावधी तीन वर्षांचा आहे; परंतु काही विद्यापीठांमध्ये नव्याने कोर्सची आखणी करताना चार वर्षे इतका कालावधी ठरवण्यात आला आहे. या कोर्सला प्रवेश घेताना कोणतीही प्रवेशपरीक्षा द्यावी लागत नाही. बारावीच्या गुणांवरच प्रवेश दिले जातात. मोजक्या महाविद्यालयांत संस्थास्तरावर प्रवेशपरीक्षा घेतली जाऊ शकते.

अभ्यासक्रमातील विषय

व्यक्तीचे वर्तन, मानसिक आरोग्य, बौद्धिक क्षमता, न्यूरोफिजिऑलॉजी, बायोफिजिऑलॉजी, सोशल इंटरॅक्शन्स, मनोविकृती, बालमानसशास्त्र, शालेय

विद्यार्थ्यांचे मानसशास्त्र, समुपदेशनाच्या पद्धती, आदी विषय बीएससीमध्ये (सायकॉलॉजी) असतात. अशाच पद्धतीचे विषय बीएमध्ये (सायकॉलॉजी) असतात. बीएचे विद्यार्थी सामाजिक मानसशास्त्र, भावनिक वाढ, मनोविकृती, शैक्षणिक क्षेत्रातील मानसशास्त्राचा वापर, समुपदेशन, मानसिक आरोग्य, आदी विषय अभ्यासतात. बीएचा अभ्यासक्रम मानसशास्त्राच्या सामाजिक आणि सांस्कृतिक पैलूंवर केंद्रित आहे, तर बीएससीचा अभ्यासक्रम मानसशास्त्राच्या जैविक आणि चेतासंस्थात्मक पैलूंवर भर देतो. दोन्ही अभ्यासक्रमांत प्रॅक्टिकल्स समाविष्ट असतात.

समुपदेशकाची गरज

सध्याच्या काळात पौगंडावस्थेतील मुले, करिअर निवडीच्या टप्प्यावर असलेले शालेय आणि महाविद्यालयीन विद्यार्थी आणि त्यांचे पालक, कौटुंबिक अडचणीत सापडलेल्या महिला, नोकरी-व्यवसाय करणारी मंडळी, वृद्ध रुग्ण, पीडित आणि शोषित सामाजिक घटक, अपघातग्रस्त किंवा आजाराने ग्रस्त व्यक्ती, खेळाडू, आदी सर्वांनाच समुपदेशनाची गरज भासते आहे. यातील काही केसेसमध्ये संवादाच्या माध्यमातून मार्ग सापडतो, तर काही ठिकाणी सातत्याने समुपदेशनाची, मानसिक उपचारांची गरज असते. सल्ला, मार्गदर्शन, मेंदूचे व्यायाम अशा अनेक उपायांनी उत्तरे शोधण्याचा प्रयत्न केला जातो. काहीवेळा एखादी व्यक्ती काहीच कारण नसताना तणावग्रस्त असते, तर काहीवेळा एखाद्या व्यक्तीला मानसिक आधाराची गरज असते.

करिअरच्या संधी

विभक्त कुटुंबपद्धती, व्यक्तिकेंद्रित समाजव्यवस्था, मोबाइलसारख्या अनेक तांत्रिक साधनांचा मानवी जीवनात झालेला शिरकाव, अर्थकेंद्रित समाजरचना, एकलकोंडेपणा, हिंसक वृत्ती अशा अनेक कारणांमुळे हल्ली व्यक्तींना मानसिक समस्या निर्माण होत आहेत. सहजपणे मार्गदर्शन न झाल्यामुळे काहीवेळा या समस्यांची हद्द गाठली जाते आणि त्यामुळे अत्यंत टोकाच्या नकारात्मक गोष्टी समाजात घडताना दिसतात. अशा परिस्थितीत समुपदेशकाची भूमिका खूप महत्त्वाची ठरते. त्यामुळे आजघडीला मोठ्या प्रमाणात समुपदेशकांची गरज निर्माण होत आहे आणि मानसशास्त्राच्या तज्ज्ञांना करिअरसाठी चांगला वाव आहे.

क्लिनिकल सायकॉलॉजिस्ट, चाइल्ड सायकॉलॉजिस्ट, न्यूरोसायकॉलॉजिस्ट, मेडिकल सायकॉलॉजिस्ट, सायकोथेरपिस्ट अशा पदांसाठी मानसशास्त्राचे पदवीधर पात्र असतात. शाळा, महाविद्यालये, हॉस्पिटल्स, क्लिनिक्स, कॉर्पोरेट कंपन्या, स्पोर्ट्स क्लब्ज यांमध्ये हे तज्ज्ञ नोकरी करू शकतात. ते स्वतःचे समुपदेशन केंद्रही चालवू शकतात. उच्च शिक्षण घेतल्यास या विषयातील अध्यापनातदेखील त्यांना संधी मिळू शकते. संशोधक, लेखक, प्रबोधक, प्रशिक्षक, सल्लागार, प्रेरणादायी वक्ते अशा अनेक भूमिका ते निभावू शकतात आणि या क्षेत्रात उत्तम करिअर घडवू शकतात.

❖❖❖

बीई/बीटेक (मेकॅनिकल)

बहुतांश मानवनिर्मित वस्तू या यंत्रांच्या मदतीने बनवल्या जातात. गाड्या, भांडी, टीव्ही, पंखे, शेतीची अवजारे, तारा, पत्रे, नळ्या, मोबाइल, पेन, कापड, पुस्तके, कॉम्प्युटर अशा अगणित वस्तू यंत्रांच्या मदतीने तयार होतात. अगदी कॉम्प्युटरचा माउसदेखील यंत्रावरच तयार होतो. यंत्रांवर म्हणजेच मशीन्सवर करावयाची सर्व कामे ही यांत्रिकी अभियांत्रिकी म्हणजे मेकॅनिकल इंजिनिअरिंगच्या कक्षेत येतात. जोपर्यंत मानवनिर्मित वस्तू निर्माण होत राहतील, तोपर्यंत मेकॅनिकल इंजिनिअर्सची गरज असणारच आहे. असा इंजिनिअर होण्यासाठीचे पदवी शिक्षण असते बीई/बीटेक इन मेकॅनिकल.

कालावधी

हा पदवी अभ्यासक्रम बारावीनंतर (सायन्स) चार वर्षांचा आहे. डिप्लोमा इन मेकॅनिकल इंजिनिअरिंगनंतरदेखील थेट दुसऱ्या वर्षाला प्रवेश घेऊन, तीन वर्षांमध्ये ही पदवी पूर्ण करता येते.

पात्रता

बारावीमध्ये (सायन्स) फिजिक्स, केमिस्ट्री आणि मॅथेमॅटिक्स हे विषय घेऊन बोर्डाची परीक्षा उत्तीर्ण केलेली असावी. बोर्डाच्या परीक्षेत पीसीएम ग्रूपमध्ये ४५% (राखीव प्रवर्गांसाठी ४०%) गुण मिळालेले असावेत. पीसीएममधील गुणांचा हा निकष पूर्ण होत नसेल, तर केमिस्ट्रीऐवजी अन्य (व्होकेशनल) विषयातील गुण विचारात घेतले जातात. एमएचटी-सीईटी या प्रवेशपरीक्षेत पीसीएम ग्रूपमध्ये शून्यापेक्षा अधिक पर्सेंटाइल असावे लागते. मेरिटसाठी सीईटीच्या किंवा जेईईच्या (मेन्स) गुणांचा विचार केला जातो.

अभ्यासक्रमाचे स्वरूप

चार वर्षांच्या कोर्समध्ये आठ सेमिस्टर्स असतात. वेळापत्रकात थिअरी लेक्चर्सबरोबरच प्रॅक्टिकल्सचा समावेश असतो. प्रत्यक्ष मशीन शॉपमध्ये कामाचा अनुभव घेता येतो. कॉम्प्युटर सिस्टिम्सचा वापर करून डिझाइनमधील प्रॅक्टिकल्स आणि असाइन्मेंट्स पूर्ण कराव्या लागतात. इंडस्ट्रियल व्हिजिट्सद्वारे कामाचे स्वरूप प्रत्यक्ष पाहण्याची संधी मिळते. चौथ्या वर्षाच्या शेवटी प्रोजेक्ट वर्क असते. त्यामध्ये एखाद्या तांत्रिक संकल्पनेवर आधारित प्रतिकृती किंवा उपयुक्त रचना मॉडेल स्वरूपात किंवा चलत स्वरूपात तयार करावी लागते. इंटर्नशिपदरम्यान एखाद्या इंजिनिअरिंग कंपनीमध्ये प्रत्यक्ष कामाचा अनुभव मिळू शकतो. विद्यार्थ्याने जर ठरवले, तर रिसर्च पेपर्स ह्या विषयात नियमितपणे भरीव कामगिरी करून चार वर्षांत तो आपल्या संशोधनातील करिअरची पायाभरणी करू शकतो.

अभ्यासक्रमातील विषय

ह्या अभ्यासक्रमामध्ये इंजिनिअरिंग ग्राफिक्स, थिअरी ऑफ मशीन्स, थर्मोडायनॅमिक्स, मशीन डिझाइन, मटेरियल सायन्स, फ्लुइड पॉवर, हीट पॉवर, मेटॅलर्जी, रोबॉटिक्स, मॅन्युफॅक्चरिंग प्रोसेसेस, कॅड (कॉम्प्युटर-एडेड डिझाइन), कॅम (कॉम्प्युटर-एडेड मॅन्युफॅक्चरिंग), ॲडव्हान्स्ड मशीनिंग प्रोसेसेस, आदी विषय शिकवले जातात.

पदे

मेकॅनिकल इंजिनिअरिंग केल्यावर शॉप फ्लोअरवर सुपरवायझर, ज्युनिअर इंजिनिअर, लाइन इन्चार्ज, शिफ्ट इन्चार्ज, प्रॉडक्शन मॅनेजर, प्लांट हेड अशा पदांवर काम करता येते आणि उत्पादन प्रक्रियेत सहभागी होता येते. डिझाइन इंजिनिअर्स हे ऑटोकॅड, कॅड/कॅम, प्रो-ई, कटिया अशा सॉफ्टवेअर्सच्या माध्यमातून उत्पादन प्रक्रियेपूर्वी सहभागी होतात. क्वालिटी कंट्रोल, मटेरियल्स मॅनेजमेंट, प्रॉडक्शन प्लॅनिंग यांतही मेकॅनिकल इंजिनिअर सहभागी होतात आणि उत्पादन प्रक्रियेत काम करतात. व्हीएमसी (व्हर्टिकल मशीनिंग सेंटर), सीएनसी (कॉम्प्युटर न्यूमरिकल कंट्रोल), रोबॉटिक्स, ऑटोमेशन यांमध्ये संबंधित विषयातील तज्ज्ञ सहभाग घेत असतात. फ्लुइड मेकॅनिक्स, बॉयलर डिझाइन यांसंदर्भातील जबाबदाऱ्या, उत्पादन प्रक्रियेपूर्वीचे नियोजन, प्रत्यक्ष उत्पादन, मेंटेनन्स, असेम्ब्ली, प्रॉडक्शन मॅनेजमेंट, आदी सर्वच आघाड्यांवर मेकॅनिकल इंजिनिअर्स काम करताना आढळतात.

उच्च शिक्षण

बीई/बीटेकनंतर मेकॅनिकलच्या अनेक उपयोजित शाखांमध्ये स्पेशलायझेशन असलेले एमई/एमटेकचे शिक्षण घेता येते. तसेच काही ॲडव्हान्स्ड/पोस्टग्रॅज्युएट डिप्लोमा कोर्सेस करता येतात. मेकॅनिकल इंजिनिअरिंगशी संबंधित सॉफ्टवेअर्स शिकून घेऊन डिझाइन क्षेत्रात काम करता येते. परदेशात जाऊन एमएस हे शिक्षण घेता येते. एमबीएच्या स्वरूपात उच्च शिक्षण घेतल्यासही वरिष्ठ पदे मिळू शकतात.

करिअरच्या संधी

खासगी कारखान्यांमध्ये सर्वाधिक संधी मेकॅनिकल इंजिनिअर्सना असतात. उच्च शिक्षण घेतल्यास सार्वजनिक क्षेत्रातील मोठ्या पदांसाठीच्या संधी मिळू शकतात. आयईएसपासून (इंडियन इंजिनिअरिंग सर्व्हिसेस) ते सिव्हिल सर्व्हिसेसमधील आयएएस (इंडियन ॲडमिनिस्ट्रेटिव्ह सर्व्हिस), आयपीएस (इंडियन पोलिस सर्व्हिस), फॉरेस्ट ऑफिसर, डिफेन्स ऑफिसरपर्यंतच्या पदांवरील संधी आहेतच. संशोधन आणि उद्योजकता या क्षेत्रांकडेही संधी म्हणून पाहता येईल. आधी नोकरी केली, अनुभव घेतला आणि मग व्यवसाय केला, असा मार्गही अनेक विद्यार्थी स्वीकारतात. इंडस्ट्रियल सेफ्टी, मॅनेजमेंट, प्रशिक्षण, अध्यापन याही ठिकाणी संधी उपलब्ध आहेत. मेकॅनिकल इंजिनिअर्स स्वतंत्र प्रशिक्षण घेऊन आयटी क्षेत्रातसुद्धा जाऊ शकतात.

करिअरसाठीचा वाव बदलतोय का?

मागील काही वर्षांत मेकॅनिकल इंजिनिअर्सच्या कामाच्या स्वरूपात आणि मागणीमध्ये विशेष बदल झालेले जाणवतात. इलेक्ट्रिक वाहनांचा ट्रेंड, ऑटोमेशनचा वाढता वापर आणि कोविड काळातील परिणाम यांमुळे काही वर्षे थोडीशी मंदीसदृश परिस्थिती निर्माण झाली होती; परंतु आता ती पूर्ववत होताना दिसते आहे. आता मेकॅनिकल इंजिनिअर्सचे काम सुपरवायझरच्या पारंपरिक जबाबदारीकडून डिझायनिंगकडे सरकले आहे. अजूनही काळानुरूप अनेक बदल होतील. संधींचे स्वरूप बदलेल. करिअरचा वाव तात्पुरता कमीजास्त झाला, तरी मेकॅनिकल इंजिनिअरिंगचा दबदबा कायम राहणार आहे.

❖❖❖

बीई/बीटेक (रोबॉटिक्स)

माणसाचे काम स्वयंचलित यंत्रमानव करू शकेल, अशी पूर्वी केवळ कल्पना होती. मागील दोन शतकांमध्ये विज्ञानाचा आणि तंत्रज्ञानाचा विकास होत गेला. याचा परिणाम म्हणून मानवी श्रमांचे टप्प्याटप्प्याने यांत्रिकीकरण होऊ लागले. मागील काही दशकांमध्ये तर प्रचंड अत्याधुनिक तंत्रे उदयास आली. आज केवळ श्रमाचीच कामे नव्हेत, तर बौद्धिक कामेही यंत्रमानवाकडून म्हणजेच रोबॉटमार्फत करून घेता येणे शक्य झाले आहे. या क्षेत्राच्या प्रगतीचा वेगवान आलेख पाहता येणाऱ्या काळात रोबॉटिक्स इंजिनिअरिंगला भरपूर वाव असणार आहे.

शिक्षणाचे मार्ग

इंजिनिअरिंगमधील रोबॉटिक्स अँड ऑटोमेशन या शाखेत बीई/बीटेक ही पदवी घेतल्यास थेटपणे या क्षेत्रात काम करता येते; परंतु या शाखेची उपलब्धता सर्वत्र नाही. तरीसुद्धा या क्षेत्रामध्ये काम करायचे असेल, अन्य शाखा पूरक शिक्षण देऊ शकतात. मेकॅनिकल, इलेक्ट्रॉनिक्स, ई अँड टीसी, इंडस्ट्रियल इलेक्ट्रॉनिक्स, प्रॉडक्शन, कॉम्प्युटर, आयटी, आर्टिफिशियल इंटेलिजन्स, मशीन लर्निंग, इन्स्ट्रुमेंटेशन, आदी शाखांचे पदवीधर रोबॉटिक्स क्षेत्रामध्ये काम करू शकतात. बारावीनंतर चार वर्षांची बीई/बीटेक पदवी किंवा दहावीनंतर इंजिनिअरिंग डिप्लोमा आणि त्यानंतर बीई/बीटेक पदवी असे शिक्षणाचे दोन पर्याय उपलब्ध आहेत.

पात्रता आणि प्रवेशपरीक्षा

बारावीनंतर बीई/बीटेक करायचे असेल, तर फिजिक्स, केमिस्ट्री, मॅथेमॅटिक्ससह बारावी (सायन्स) ही शिक्षणाची अट आहे. या मार्गाने जाताना उत्तम स्कोअर आला, तर जेईई मेन्सद्वारे एनआयटी, जेईई अॅडव्हान्स्डद्वारे आयआयटी, तर

एमएचटी-सीईटीद्वारे महाराष्ट्रातील महाविद्यालयांत बीई/बीटेकसाठी प्रवेश मिळतो. दहावीनंतर डिप्लोमाला थेट प्रवेश मिळतो. डिप्लोमामध्ये चांगले गुण मिळाले, तर इंजिनिअरिंगच्या पदवीसाठी प्रवेश मिळतो.

अभ्यासक्रमातील विषय

सिग्नल प्रोसेसिंग, ऑटोमेशन, आर्टिफिशियल इंटेलिजन्स, डिजिटल इलेक्ट्रॉनिक्स, डिझाइन, मशीन लर्निंग, हार्डवेअर, सॉफ्टवेअर, मायक्रोप्रोसेसर, रोबॉट प्रॉग्रॅमिंग, रोबॉट मॅनिप्युलेटर्स, कॉम्प्युटेशनल जिऑमेट्री, रोबॉट मोशन प्लॅनिंग, आदी विषय अभ्यासक्रमात शिकवले जातात.

पदे

संबंधित शिक्षण आणि उपयुक्त प्रशिक्षण घेतल्यानंतर रोबॉट डिझाइन इंजिनिअर, रोबॉटिक्स टेस्ट इंजिनिअर, रोबॉटिक्स टेक्निशियन, रोबॉटिक्स प्रोग्रॅमर, रोबॉटिक्स सिस्टिम इंजिनिअर, रोबॉटिक्स क्वालिटी ॲश्युअरन्स इंजिनिअर, ऑटोमेशन इंजिनिअर अशा पदांवर काम करण्याची संधी मिळू शकते.

करिअरच्या संधी

हल्ली जवळजवळ सर्वच ठिकाणी मानवी कामे यंत्रांमार्फत केली जाऊ लागली आहेत. फोटोकॉपी मशीन, वॉशिंग मशीन, गाडी, विमान, मिक्सरपासून ते गूगल मॅप आणि चॅट जीपीटीपर्यंत हेच चित्र आहे. कामांतील मानवी सहभाग टप्प्याटप्प्याने कमी होऊन जास्तीत जास्त वाटा रोबॉटिक यंत्रणा उचलतील, अशी स्थिती आहे. रोबॉट म्हणजे एक प्रकारचे स्मार्ट मशीनच असते. सूचनांप्रमाणे तंतोतंत काम करणारी ती एक यंत्रणा असते. जिथे माणसाला काम करता येणे अशक्य आहे, अशा ठिकाणीही रोबॉट वापरले जातात. आगीच्या किंवा अधिक तापमानाच्या ठिकाणी, धोकादायक कामांमध्ये, प्रतिकूल परिस्थितीमध्ये रोबॉट खूप उपयुक्त ठरतात. ज्या ठिकाणी कामात अचूकता अपेक्षित आहे, कामे एकाच प्रकारे पुनःपुन्हा करावयाची आहेत, जिथे कामामध्ये यांत्रिकपणा आहे, अशा सर्व ठिकाणी आता रोबॉटचा किंवा ऑटोमेशनचा पर्याय वापरला जातो.

औद्योगिक कामांमध्ये रोबॉट स्वरूपातील ऑटोमेशनचे काम आता रूढ झाले आहे. मशीनिंग करण्यासाठी, गाड्यांच्या असेम्ब्लीसाठी, वेल्डिंगसाठी जसा

रोबॉट वापरला जातो, तशीच काही वेळा वैद्यकीय क्षेत्रात सर्जरीसाठी प्रॉग्रॅमिंग केलेली ऑटोमेटेड व्यवस्था वापरली जाते. कस्टमर सर्व्हिस विभाग, फाउंड्री, फूड इंडस्ट्री, डिपार्टमेंटल स्टोअर्स, ट्रान्स्पोर्ट विभाग, विविध कंपन्यांचे सुरक्षा तसेच इन्स्पेक्शन विभाग, आदी अनेक ठिकाणी रोबॉटिक्स आणि ऑटोमेशन यांचा उपयोग केला जाऊ लागला आहे. रोबॉट शिक्षक वर्गात मुलांना शिकवण्याचे काम करेल, असे संशोधन नुकतेच पूर्ण झाले आहे. नजीकच्या काळात स्वयंपाक करणारा, घर स्वच्छ करणारा, शेतात नांगरणी करणारा, गाडी चालवणारा रोबॉट आपल्याला सार्वत्रिकपणे दिसायला सुरुवात होईल. भावनिक आणि बौद्धिक आघाड्यांवर रोबॉट्स मानवाच्या जवळपास कसे जातील, यावर आता प्रामुख्याने संशोधन सुरू आहे. रोबॉट्सचा वापर वाढल्याने रोबॉटिक्स अँड ऑटोमेशन या क्षेत्रात करिअरला भरपूर वाव आहे. हे अत्याधुनिक तंत्रज्ञानाचा वापर असलेले करिअर आहे. विशेष म्हणजे, हे ग्लोबल करिअर आहे.

❖❖❖

कायद्याच्या पदव्या

कोर्टकचेरी म्हटले, की अनेकांना भीती वाटते; परंतु याच क्षेत्रात करिअर करणे हे अनेकांचे स्वप्न असते. कायदाविषयक शिक्षण घेतल्यानंतर ते साकार होते.

शिक्षणाचे मार्ग

बारावीनंतर पाच वर्षांचा पुढीलपैकी कोणताही एक इंटिग्रेटेड कोर्स करता येतो : बीए एलएलबी, बीकॉम एलएलबी, बीएससी एलएलबी, बीबीए एलएलबी, बीएलएस (बॅचलर ऑफ लीगल सायन्स) आणि एलएलबी (बॅचलर ऑफ लॉज). जर पदवी शिक्षण पूर्ण झालेले असेल, तर तीन वर्षांचा एलएलबी कोर्स करता येतो.

प्रवेशपरीक्षा

कायदाविषयक शिक्षणाकरिता सी-लॅट (कॉमन लॉ ॲडमिशन टेस्ट), एल-सॅट (लॉ स्कूल ॲडमिशन टेस्ट), एआयएलईटी (ऑल इंडिया लॉ एंट्रन्स टेस्ट), एमएच-सीईटी (लॉ) या प्रवेशपरीक्षा आहेत.

पात्रता

पाच वर्षांच्या इंटिग्रेटेड कोर्ससाठी बारावीची परीक्षा उत्तीर्ण केलेली असणे आवश्यक आहे. तीन वर्षांच्या एलएलबी या पदव्युत्तर पदवी शिक्षणासाठी कोणत्याही शाखेतील पदवी ही पात्रता आहे. संबंधित प्रवेशपरीक्षा दिल्यानंतर त्यातील मेरिटच्या आधारे प्रवेश निश्चित केला जातो.

स्पेशलायझेशन्स

बिझनेस लॉ, कॉर्पोरेट लॉ, क्रिमिनल लॉ, सायबर लॉ, इंटरनॅशनल ट्रेड लॉ,

इंटलेक्चुअल प्रॉपर्टी लॉ, लेबर लॉ ही कायद्याच्या शिक्षणामधील विविध स्पेशलायझेशन्स आहेत.

अभ्यासक्रमातील विषय

पोलिटिकल सायन्स, कॉन्स्टिट्यूशनल लॉ, लीगल मेथड, सिव्हिल प्रोसिजर कोड, क्रिमिनल लॉ, लॉ ऑफ एव्हिडन्स, प्रॉपर्टी लॉ, लीगल रायटिंग, प्रोफेशनल एथिक्स, कोड ऑफ क्रिमिनल प्रोसिजर, बिझनेस लॉ, फॅमिली लॉ, लॉ ऑफ काँट्रॅक्ट, लीगल इंग्लिश, लॉ ऑफ क्राइम्स, कन्झ्युमर प्रोटेक्शन लॉ, आदी विषय पदवीच्या अभ्यासक्रमात शिकवले जातात. थिअरी, प्रॅक्टिकल्स, इंटर्नशिप या माध्यमांतून हे विषय शिकवले जातात. लॉ ग्रॅज्युएट विद्यार्थ्यांनी एखाद्या लॉ फर्ममध्ये किंवा वरिष्ठ वकिलाच्या मार्गदर्शनाखाली इंटर्नशिप करणे आवश्यक असते.

पदे

वकील/अ‍ॅडव्होकेट, लीगल मॅनेजर, सिव्हिल लॉयर, क्रिमिनल लॉयर, कॉर्पोरेट लॉयर, लीगल अ‍ॅडव्हायजर, लॉ ऑफिसर, लीगल अ‍ॅनॅलिस्ट, नोटरी, प्राध्यापक, लीगल रिसर्चर, लीगल रायटर, कोर्पोरेट काउन्सेलर, कंपनी सेक्रेटरी, न्यायाधीश, आदी पदांवर काम करण्यास कायद्याचे पदवीधर आणि तत्संबंधित उच्च शिक्षण घेतलेली मंडळी पात्र असतात.

करिअरच्या संधी

न्यायाधीश : विद्यार्थ्यांने कायदाविषयक पदवीचे शिक्षण पूर्ण केले असेल आणि २१ ते ३५ वर्षे या वयोमर्यादेमध्ये 'महाराष्ट्र सिव्हिल जज (ज्युडिशियल सर्व्हिसेस) एक्झाम' ही परीक्षा उत्तीर्ण केली असेल, तर न्यायाधीश या पदावर नेमणूक होऊ शकते.

वकील : कोर्टात वकिली करण्यासाठी पात्र होण्याकरिता 'ऑल इंडिया बार काउन्सिल'कडून घेण्यात येणारी परीक्षा उत्तीर्ण होणे आवश्यक असते. 'ऑल इंडिया बार काउन्सिल'कडे नावनोंदणी झाल्यानंतर ही मंडळी देशातील कोणत्याही न्यायालयात प्रॅक्टिस करू शकतात.

अन्य संधी : एलएलबीनंतर उत्तम करिअरसाठी विद्यार्थी सरकारी सेवेत रुजू होण्याचा पर्याय निवडू शकतात; कारण ते भारतीय विधी सेवेतील विविध पदांसाठी पात्र ठरतात. यांमध्ये विधी सल्लागार आणि कायदेशीर व्यवहार विभागातील

कायदा सल्लागार ह्या पदांचा समावेश होतो. एलएलबी झालेल्या उमेदवारांना यूपीएससी/एमपीएससीच्या परीक्षांसह डिफेन्स सर्व्हिसेसमधील परीक्षांनंतर तेथील सेवांसाठीही संधी असते. सरकारी वकील किंवा सहायक सरकारी वकील होण्याचा पर्यायदेखील त्यांच्यासमोर असतो. कायदाविषयक संस्था, खासगी कंपन्या, कॉर्पोरेट कंपन्या किंवा बँकांमध्ये कायदा सल्लागार म्हणून काम करता येते. कायदा-विश्लेषक मंडळी विविध कायदेशीर दस्तऐवज तयार करतात आणि वकिलांनादेखील मदत करतात. अनेक ॲडव्होकेट्स हे राजकीय क्षेत्रातही करिअर करतात, तर कॉर्पोरेट काउन्सेलर्स हे कंपन्यांचे पूर्णवेळ सल्लागार म्हणून काम करतात. सायबर लॉ विषयामध्ये स्पेशलायझेशननंतर सायबर वकील, सायबर सुरक्षा फॉरेन्सिक तज्ज्ञ, आदी पदांवर करता येते. कॉर्पोरेट कंपन्या, सरकारी संस्था, कायदाविषयक कंपन्या आणि कायद्याची अंमलबजावणी करणाऱ्या एजन्सीज ह्या सायबर कायदातज्ज्ञांची नियुक्ती करतात. प्राध्यापक, संशोधक, लीगल रायटर किंवा मानवी हक्क क्षेत्रातील वकील म्हणूनसुद्धा करिअर करता येऊ शकते.

उत्तम वकील होण्यासाठीची कौशल्ये

१. कायद्याचा सूक्ष्म अभ्यास
२. सतत शिकण्याची तयारी
३. घटनांचा बारीक तपशील टिपण्याची क्षमता
४. मानसशास्त्राचा अभ्यास
५. नेमकेपणाने बोलण्याची हातोटी
६. बोलताना भावनांवर ताबा ठेवता येण्याची क्षमता
७. प्रभावी संवादकौशल्ये
८. परिस्थितीचे विश्लेषण करण्याची क्षमता

भविष्यातील वाव

गुन्हेगारी, वादविवाद, फसवणूक, अन्याय ह्या गोष्टी समाजात अनादिकालापासून चालत आल्या आहेत. न्यायव्यवस्था निःपक्षपातीपणे काम करून निरपराधांना न्याय देते आणि गुन्हेगारांना शिक्षा देते. ह्या प्रक्रियेत वकिलीचे शिक्षण घेतलेल्यांना अगणित संधी आहेत आणि भविष्यातही राहतील.

❖❖❖

बीई/बीटेक (कॉम्प्युटर)

आधुनिक जगताचा प्रवास हा संगणकाच्या माध्यमातून सुरू आहे. मानवी इतिहासामध्ये संगणक आणि त्या अनुषंगाने जीवनात झालेले बदल हे एखाद्या क्रांतीसारखे आहेत. काही दशकांपूर्वी अवतरलेले संगणकयुग हे आज जीवनाच्या सर्व क्षेत्रांना व्यापून उरले आहे. दैनंदिन जीवनातील कामे सोपी आणि अचूकपणे व्हावीत, मानवी श्रम कमी लागावेत, ह्या हेतूने सुरू झालेला संगणकाचा वापर आता अनिवार्य झाला आहे. त्यामध्ये दिवसेंदिवस नवनवीन सेवांची भर पडत आहे. आकडेमोड आणि टायपिंगपासून सुरू झालेला हा प्रवास आजमितीला यंत्राने निर्णय घेणे, विचार करून कृती करणे, मानवी बुद्धीला पर्याय ठरणे इथपर्यंत पोहोचला आहे. म्हणूनच, या क्षेत्रातील शिक्षण घेऊन करिअर करणाऱ्यांना मागील अनेक वर्षांपासून चांगले दिवस आहेत. अर्थात, या क्षेत्राला तात्कालिक चढ-उतारांना सामोरे जावे लागते; परंतु सध्याच्या काळातील एक लोकप्रिय करिअर म्हणूनच याकडे पाहायला हवे. हे शिक्षण आहे कॉम्प्युटर विषयातील बीई/बीटेक पदवीचे.

कालावधी

बारावीनंतर (सायन्स) हा चार वर्षांचा पदवी अभ्यासक्रम आहे, तर इंजिनिअरिंग डिप्लोमानंतर ही तीन वर्षांची पदवी आहे.

पात्रता

फिजिक्स, केमिस्ट्री, मॅथेमॅटिक्स हे विषय घेऊन बारावीची (सायन्स) परीक्षा उत्तीर्ण केलेली असावी. बोर्डाच्या परीक्षेत पीसीएम ग्रूपमध्ये ४५% (राखीव प्रवर्गांसाठी ४०%) गुण असावेत. पीसीएममधील गुणांचा हा निकष पूर्ण होत नसेल, तर केमिस्ट्रीऐवजी व्होकेशनलसारख्या अन्य विषयाचे गुण विचारात घेतले

जातात. एमएचटी-सीईटी या प्रवेशपरीक्षेत पीसीएम ग्रूपमध्ये शून्यापेक्षा अधिक पर्सेंटाइल असावे लागते. मेरिटसाठी सीईटीच्या गुणांचा विचार केला जातो. जेईईच्या (मेन्स) गुणांवरदेखील काही जागा उपलब्ध असतात.

विविध शाखा

मुळात संगणक किंवा सॉफ्टवेअर या क्षेत्रात जाण्यासाठीच्या इंजिनिअरिंग शाखेला कॉम्प्युटर सायन्स किंवा आयटी असे संबोधले जाते. या दोन्ही शाखा अगदीच समान आहेत. त्यांमध्ये असणारा अभ्यासक्रम, विषय, पुस्तके, प्रयोगशाळा, शिक्षक, कामाच्या संधी हे जवळजवळ एकच आहे. त्यात आता नव्याने भर पडली आहे ती म्हणजे एआय (आर्टिफिशियल इंटेलिजन्स), एमएल (मशीन लर्निंग) आणि डीएस (डेटा सायन्स) या शाखांची. ह्या नवीन शाखांमधील विषयांचा अंतर्भाव मूळ संगणकशास्त्र आणि आयटी शाखांतील अभ्यासक्रमातदेखील करण्यात आला आहे. थोडक्यात काय, तर या सर्व शाखा एकाच क्षेत्रात जाण्यासाठीच्या, तुल्यबळ स्वरूपाच्या आहेत. कॅम्पस प्लेसमेंटदरम्यान कंपन्यांकडून या शाखा फार वेगळ्या मानल्या जात नाहीत.

अभ्यासक्रमाचे स्वरूप

चार वर्षांच्या कोर्समध्ये थिअरी लेक्चर्सबरोबर प्रॅक्टिकल्स असतात. विविध प्रॉग्रॅमिंग लँग्वेजेस शिकविल्या जातात. काही विद्यार्थी वैयक्तिक स्तरावर विविध ऑनलाइन सर्टिफिकेशन्स मिळवतात आणि नवीन टेक्नॉलॉजीशी संबंधित कोर्सेस करतात. सॉफ्टवेअर प्रोग्रॅमिंगमध्ये हातखंडा येण्यासाठी हा महाविद्यालयीन कालखंड महत्त्वाचा असतो. प्रोजेक्ट वर्क आणि संबंधित तांत्रिक उपक्रम नीटपणे पूर्ण केल्यास विद्यार्थी स्पर्धात्मकदृष्ट्या तयार होतात. चांगल्या ठिकाणी इंटर्नशिप करण्याची संधी मिळाली, तर करिअरचा पाया पक्का झाला, असे समजायला हरकत नाही.

उच्च शिक्षण

जर बीई/बीटेक केल्यानंतर नोकरी मिळवण्यात समस्या आली, तर काहीजण सॉफ्टवेअर कोर्सेस करतात, तर काहीजण पदव्युत्तर अभ्यासक्रमांना प्रवेश घेतात. काहीजण एमई/एमटेक करतात. अनेकांचा कल परदेशात जाऊन एमएस

करण्याकडे असतो. त्यामागे, अधिक व्यापक संधी मिळावी, हा दृष्टिकोन असतो. तरीही आयटी क्षेत्रात सुरुवात करण्यासाठी बीई/बीटेक हे पदवीचे शिक्षण पुरेसे असते, हे लक्षात घ्यावे.

करिअरच्या संधी

जगभरात सध्या आयटी क्षेत्र काहीसे मंदीच्या वातावरणात आहे. हे चित्र तात्पुरते आहे. अन्यथा, दरवर्षीचा ट्रेंड पाहता, नावाजलेल्या आयटी कंपन्या विविध अभियांत्रिकी महाविद्यालयांमध्ये जाऊन कॅम्पस प्लेसमेंट करतात. बहुतांश कंपन्यांचे पगाराचे आकडे हे मोठे असतात. खासगी कॉर्पोरेट क्षेत्राचा नोकरीच्या संधींमधील वाटा मोठा आहे. कॅम्पस प्लेसमेंटमध्ये नोकरी मिळाली नाही, तर मात्र ह्या पदवीधरांना पहिली नोकरी मिळवण्यासाठी काही काळ संघर्ष करावा लागतो. पहिल्या दोनतीन कंपन्यांमधील कामाच्या अनुभवानंतर अधिक दर्जेदार संधी मिळत जातात. अल्पावधीतच उमेदवार करिअरच्या उन्नत टप्प्यावर पोहोचतो. बरेच जण परदेशात जाऊनही करिअर करतात. बीई/बीटेक (कॉम्प्युटर) हे एक ग्लोबल करिअर आहे.

भविष्यातील वाव

आगामी काळ अधिक ऑटोमेटेड तंत्रांचा, यांत्रिकीकरणाचा, डिजिटल असणार आहे. आपली कामे अधिक वेगाने, अत्यंत सुरळीतपणे आणि कमालीची अचूक होणे, हे मानवाच्या महत्त्वाच्या उद्दिष्टांचा भाग आहे. त्यामुळे संगणक क्षेत्राचा वरचष्मा वाढतच जाणार आहे. नजीकच्या भविष्यात तंत्रज्ञानाचे वेगवेगळे आविष्कार दाखवत हे क्षेत्र प्रगती करत राहील. अर्थात, येणारा काळ आपल्यासमोर कायकाय वाढून ठेवेल, हे पाहणे उत्सुकतेचे असेल.

❖❖❖

बीएससी (कॉम्प्युटर सायन्स)

संगणक क्षेत्रात करिअर करण्याचे अनेक मार्ग आहेत. त्यांतीलच एक आहे बीएससी इन कॉम्प्युटर सायन्स. गेल्या दोन दशकांपासून सॉफ्टवेअर क्षेत्रातील करिअर हे ट्रेंडिंग मानले जाते आहे. सॉफ्टवेअर क्षेत्रामध्ये जसे इंजिनिअर बनून जाता येते, तसेच संगणकशास्त्रातील पदवीधर बनूनही जाता येते. आज असे असंख्य पदवीधर हे (त्यानंतर एमसीए/एमसीएस करून) आयटी क्षेत्रात चांगल्या प्रकारे करिअर करत आहेत. लोकल ते ग्लोबल अशा स्वरूपाचे हे क्षेत्र आहे.

कालावधी

हा बारावीनंतर (सायन्स) तीन वर्षांचा कोर्स आहे. काही विद्यापीठांमध्ये चार वर्षांचा बीएससी (ऑनर्स) कोर्सदेखील उपलब्ध आहे.

पात्रता

फिजिक्स, केमिस्ट्री, मॅथेमॅटिक्ससह बारावीची (सायन्स) परीक्षा उत्तीर्ण केली असल्यास बीएससीला (कॉम्प्युटर सायन्स) प्रवेश मिळू शकतो. प्रवेश बारावीच्या एकूण गुणांवर अवलंबून असतो. त्यासाठी राष्ट्रीय किंवा राज्य स्तरावर कोणतीही प्रवेशपरीक्षा नसते. तरीही काही विद्यापीठे स्वतंत्रपणे प्रवेशपरीक्षा घेऊ शकतात.

प्रवेश कोणी घ्यावा ?

ज्यांना संगणक किंवा आयटी क्षेत्रातच काम करायचे आहे, परंतु

१. सीईटीचा स्कोअर कमी असल्याने ज्यांना कॉम्प्युटर/आयटी इंजिनिअरिंगला प्रवेश मिळालेला नाही,

२. ज्यांनी बारावीनंतर सीईटीची परीक्षा दिलेली नाही,
३. जे बारावीनंतर इंजिनिअरिंगच्या प्रवेशाचा पात्रता निकष (बोर्डाचे पीसीएममधील किंवा सूचित केलेल्या विषयांतील गुण) पूर्ण करू शकलेले नाहीत,
४. ज्यांना इंजिनिअरिंगमधील शिक्षण घेणे परवडत नाही किंवा अवघड वाटते,
५. ज्यांना तुलनेने कमी कालावधीत शिक्षण पूर्ण करायचे आहे,

असे विद्यार्थी बीएससी (कॉम्प्युटर सायन्स) करू शकतात.

अभ्यासक्रमाचे स्वरूप

तीन वर्षांचा हा कोर्स सहा (जर चार वर्षांचा कोर्स असेल, तर आठ) सेमिस्टर्समध्ये विभागलेला असतो. थिअरी लेक्चर्सबरोबरच प्रॅक्टिकल्स असतात. त्यांमध्ये प्रोग्रॅमिंग लँग्वेजेस शिकवल्या जातात व प्रॉब्लेम सॉल्व्हिंग करून घेतले जाते. ही प्रॅक्टिकल्स प्रोग्रॅमिंग, कोडिंग, आदींमधील प्रत्यक्ष कामाचा अनुभव येण्यासाठी आवश्यक असतात. अभ्यासक्रमात गेस्ट लेक्चर्स, इंडस्ट्रियल व्हिजिट्स, इंटर्नशिप यांचा अंतर्भाव असतो. कोर्सच्या शेवटी प्रोजेक्ट असतो. दरम्यानच्या काळात सेमिस्टर्सचे मूल्यमापन होण्यासाठी विद्यापीठ स्तरावर परीक्षा घेतल्या जातात.

अभ्यासक्रमातील विषय

ऑपरेटिंग सिस्टिम्स, कॉम्प्युटर नेटवर्क्स, डेटाबेस मॅनेजमेंट, डिस्क्रीट मॅथेमॅटिक्स, कॉम्प्युटर ग्राफिक्स, जावा प्रोग्रॅमिंग, डेटा स्ट्रक्चर, सॉफ्टवेअर इंजिनिअरिंग, पायथन, थिअरी ऑफ कॉम्प्युटेशन, कॉम्प्युटर आर्किटेक्चर, सिस्टिम प्रोग्रॅमिंग, सी प्रोग्रॅमिंग, सीप्लसप्लस प्रोग्रॅमिंग, इन्फर्मेशन सिक्युरिटी, डेटा मायनिंग, आर्टिफिशियल इंटेलिजन्स, मशीन लर्निंग, आदी विषय अभ्यासण्यासाठी असतात. विद्यापीठांनुसार विषय बदलू शकतात.

स्पेशलायझेशन्स

बीएससी इन कॉम्प्युटर सायन्स हीच मुख्य पदवी आहे. बीएससी इन आयटी (इन्फर्मेशन टेक्नॉलॉजी) ही त्याच्याशी साधर्म्य असलेली पदवी आहे. दोन्हींमध्ये विशेष फरक नाही. तरीही आता काही विद्यापीठांनी पदवी स्तरावरच आर्टिफिशियल इंटेलिजन्स, मशीन लर्निंग, डेटा सायन्स, सायबर सिक्युरिटी, आदी विषयांमध्ये स्पेशलायझेशन्स उपलब्ध करून दिली आहेत.

उच्च शिक्षण

बीएससी इन कॉम्प्युटर सायन्सनंतर एमएससी इन कॉम्प्युटर सायन्स करता येते. तसेच आर्टिफिशियल इंटेलिजन्स, डेटा सायन्स, आयटी, सायबर सिक्युरिटी आदींमध्येही एमएससी करता येते. एमसीएसारखा उत्तम कोर्सही करता येतो. पोस्टग्रॅज्युएट डिप्लोमा इन बिझनेस ॲनॅलिटिक्स, गेम डिझायनिंग, मोबाइल ॲप डेव्हलपमेंट, ग्राफिक डिझायनिंग, वेब डिझायनिंग, आदी कोर्सेस करणेही शक्य आहे. ॲनिमेशन/व्हीएफएक्स (व्हिज्युअल इफेक्ट्स), एथिकल हॅकिंग, गेम डिझाइनमध्ये काही विद्यार्थी पदव्युत्तर पदवी घेतात. हार्डवेअर, सॉफ्टवेअर, नेटवर्किंगसंदर्भातही काही आंतरराष्ट्रीय पातळीवरची सर्टिफिकेशन्स घेता येतात. काही मंडळी आयआयटी किंवा तत्सम संस्थांमधील ऑनलाइन कोर्सेस पूर्ण करतात. बीएससी (ऑनर्स) कोर्स पूर्ण केल्यानंतर एमटेक/एमएसलाही प्रवेश मिळू शकतो. याशिवाय इतर विषयांमधील उच्च शिक्षण (एमबीए, पोस्टग्रॅज्युएट डिप्लोमा कोर्सेस) घेऊन, त्यामुळे उपलब्ध होणाऱ्या संधींचा विचार केला जाऊ शकतो.

करिअरच्या संधी

सॉफ्टवेअर/आयटी क्षेत्रातील छोट्या कंपन्या, मोठ्या/बहुराष्ट्रीय कंपन्या, प्रॉडक्ट कंपन्या, प्रोसेस कंपन्या, आयटी सिक्युरिटी कंपन्या, वेब डेव्हलपमेंट कंपन्या, इंटरनेट मार्केटिंग कंपन्या, टेक्निकल सपोर्ट कंपन्या, आदी अनेक प्रकारच्या आस्थापनांमध्ये नोकरीच्या संधी असतात. अर्थात, बीएससी (कॉम्प्युटर सायन्स) पदवीधरांना सुरुवातीला थोडा संघर्ष करावा लागतो. जावा डेव्हलपर, कॉम्प्युटर सपोर्ट स्पेशालिस्ट, सॉफ्टवेअर डेव्हलपर, सॉफ्टवेअर टेस्टर, वेब डिझायनर, गेम डेव्हलपर, एसईओ (सर्च इंजिन ऑप्टिमायझेशन) ॲनॅलिस्ट, ग्राफिक डिझायनर, एथिकल हॅकर, सॉफ्टवेअर प्रोग्रॅमर, आयटी इन्स्ट्रक्टर, आदी पदांवर काम करता येते. खासगी क्षेत्राच्या तुलनेत सरकारी आस्थापनांमध्ये अगदीच नगण्य संधी असतात. तसेच, प्रत्येकालाच मोठी संधी लगेच मिळेल, असे नाही. मात्र, कष्टाने काम केल्यास, सतत नवीन शिकत राहिल्यास, तांत्रिक कौशल्ये व संभाषणकौशल्ये विकसित केल्यास चांगले करिअर घडवता येते. काही वर्षांच्या अनुभवानंतर आणि विविध प्रकारची कौशल्ये आत्मसात केल्यावर काही मंडळी भविष्यात स्वतःची छोटी आयटी कंपनी सुरू करण्याचेदेखील ध्येय डोळ्यांपुढे ठेवू शकतात.

❖❖❖

बीए (संस्कृत)

मानवी इतिहासातील सर्वांत प्राचीन भाषांपैकी संस्कृत ही एक आहे. अनेक भाषांचा उगम तिच्यातून झाला आहे आणि अनेक भाषांवर तिचा प्रभावही आहे. सध्याच्या काळात दैनंदिन व्यवहारात अत्यल्प प्रमाणात वापरली जात असूनदेखील ही भाषा अजूनही सन्मानाचे स्थान टिकवून आहे. संस्कृत भाषा ही ज्ञानाचे भांडार आहे. इतिहासापासून योग-आयुर्वेदापर्यंत आणि खगोलशास्त्रापासून गणितापर्यंत अनेक विद्याशाखांचा खजिना संस्कृतमध्ये पाहायला मिळतो. संस्कृत भाषेच्या अध्ययनातून भारतीय ज्ञानपरंपरा आणि संस्कृतीची ओळख होते. त्यामुळे नव्या पिढीतील विद्यार्थीसुद्धा संस्कृत भाषेचा अभ्यास आणि त्यातील संशोधन यांमध्ये रस घेताना दिसतात. संस्कृत भाषेच्या अध्ययनाचे आठवी ते दहावी, अकरावी–बारावी आणि बारावीपासून पदवीपर्यंत असे तीन टप्पे आहेत. संस्कृतमधून पदवी (बीए इन संस्कृत) घेणाऱ्यांची संख्या मर्यादित असली, तरी विशिष्ट उद्दिष्ट समोर असल्याने हे विद्यार्थी पुढे उज्ज्वल यश मिळवताना दिसतात.

पदवी

बीए (संस्कृत) ही संस्कृत विषयातील विद्यापीठ स्तरावरील पदवी आहे.

कालावधी

हा बारावीनंतर तीन वर्षांचा पदवी अभ्यासक्रम आहे. शक्यतो आर्ट्स शाखेतून बारावी झालेले विद्यार्थी या पदवीचा विचार करतात.

पात्रता

विद्यार्थ्याने बारावीचे शिक्षण पूर्ण केलेले असले पाहिजे. शालेय स्तरावर संस्कृत विषय अभ्यासलेला असणे बंधनकारक आहे. प्रवेश हा बारावीच्या गुणांवर होतो. शक्यतो प्रवेशपरीक्षा नसते.

प्रवेश कोणी घ्यावा ?

१. संस्कृत विषय ज्यांच्या आवडीचा आहे, असे विद्यार्थी
२. संस्कृत विषयात उत्तम गुण मिळवलेले विद्यार्थी
३. संस्कृत वाचन, लेखन, भाषण, भाषांतर यांमध्ये काम करायचे आहे, असे वाटणारे विद्यार्थी

अभ्यासक्रमाचे स्वरूप

संस्कृत भाषेच्या अभ्यासाच्या दृष्टीने तासिकांचे महत्त्व मोठे आहे. व्याकरण, भाषा रसग्रहण, संस्कृत ग्रंथ, संस्कृत साहित्य, आदी विषय अभ्यासायचे असतात. संस्कृतच्या अभ्यासासाठी अध्ययन–अध्यापन प्रक्रिया संवादरूपाने अधिक असणे अपेक्षित आहे. मूलभूत संदर्भग्रंथांचा अभ्यास हेदेखील या अभ्यासक्रमाचे आणखी एक वैशिष्ट्य. अभ्यासक्रमावर आधारित महाविद्यालयीन स्तरावरील परीक्षा, विद्यापीठीय परीक्षा यांद्वारे विद्यार्थ्यांचे मूल्यमापन केले जाते. भाषाकौशल्य अवगत होणे, हे अभ्यासक्रमाचे प्रमुख उद्दिष्ट असते.

उच्च शिक्षण

बीए (संस्कृत) पदवी मिळवल्यानंतर विद्यार्थी संस्कृत लिंग्विस्टिक्स, लॉजिक अँड एपिस्टेमॉलॉजी, मॅन्युस्क्रिप्टॉलॉजी, संस्कृत साहित्य या विषयांमध्ये एमए (मास्टर ऑफ आर्ट्स) किंवा पोस्टग्रॅज्युएट डिप्लोमा पूर्ण करू शकतात. एमएनंतर पीएचडीही घेता येते. बीएनंतर एलएलबी, बीलिब, बीएड, आदी पदव्यादेखील घेता येतात.

करिअरच्या संधी

१. बीए (संस्कृत) पदवीनंतर बीएड पदवी मिळवल्यास माध्यमिक विद्यालयात संस्कृत विषयाचा शिक्षक बनता येते.

२. एमए (संस्कृत) आणि बीएडनंतर कनिष्ठ महाविद्यालयात अध्यापक होता येते.
३. एमए (संस्कृत) पदवीनंतर सेट, नेट, पीएचडी यांपैकी कोणतीही एक शैक्षणिक पात्रता मिळवल्यास वरिष्ठ महाविद्यालयात प्राध्यापक होता येते.
४. संस्कृतचे भाषांतर करणे अवगत असल्यास दुभाषी या पदासाठी निवड होऊ शकते.
५. संस्कृत विषय शिकवणारा तज्ज्ञ म्हणून खासगी शिकवणीवर्ग घेता येतात.
६. विद्यापीठांच्या संस्कृत विभागांत वरिष्ठ प्राध्यापक, संशोधक, विभागप्रमुख, आदी पदांवर नियुक्ती होऊ शकते.
७. पुरातत्त्व विभाग, भाषा विभाग, ऐतिहासिक संशोधन विभाग, आदी सरकारी विभागांत संस्कृत भाषासंशोधक या पदावर काम करण्याची संधी मिळू शकते.

याशिवाय प्रसारमाध्यमे, ग्रंथालये, आदी ठिकाणी काम मिळू शकते. लेखक, व्याख्याता म्हणून स्वतंत्रपणेसुद्धा काम करता येते. संस्कृत भाषेत नैपुण्य असल्यास फलज्योतिषतज्ज्ञ, योगशिक्षक, टूरिस्ट गाइड, वृत्तनिवेदक, व्हॉइस-ओव्हर आर्टिस्ट, कॉंटेंट रायटर म्हणूनसुद्धा काम करण्याची संधी मिळू शकते.

❖❖❖

बीई/बीटेक (सिव्हिल)

निवासाची व्यवस्था ही मानवाच्या प्राथमिक गरजांपैकी एक असल्याने बांधकामाला पुरातन काळीच सुरुवात झाली. जगभरातील दर्जेदार वास्तू या बांधकामक्षेत्रातील मानवी कर्तृत्वाचा पुरावा आहेत. पूर्वी— म्हणजे १९७०–८० ह्या दशकामध्ये— इंजिनिअर म्हटले, की सिव्हिल इंजिनिअर असाच अर्थ व्हायचा. दरम्यानच्या काळात इंजिनिअरिंगच्या अन्य अनेक शाखा विकसित झाल्या. अनेक चढउतार सोसूनही आज सिव्हिल इंजिनिअरिंग शाखेची प्रगती होताना दिसत आहे, हे मान्य केले पाहिजे. आजही सिव्हिल इंजिनिअरिंगला 'कोअर' शाखांमध्ये गणले जाते.

पदवीचे नाव

बीई/बीटेक इन सिव्हिल इंजिनिअरिंग ही या क्षेत्रातील पदवी आहे.

कालावधी

पदवीचा कालावधी बारावीनंतर (सायन्स) चार वर्षांचा आहे. इंजिनिअरिंग डिप्लोमानंतर हा कालावधी तीन वर्षांचा आहे.

पात्रता

बारावीची (सायन्स) परीक्षा फिजिक्स, केमिस्ट्री आणि मॅथेमॅटिक्स हे विषय घेऊन उत्तीर्ण केलेली असावी. बोर्डाच्या परीक्षेत पीसीएम ग्रूपमध्ये ४५% (राखीव प्रवर्गांसाठी ४०%) गुण मिळवलेले असावेत. पीसीएममधील गुणांचा हा निकष पूर्ण होत नसेल, तर केमिस्ट्रीऐवजी अन्य (व्होकेशनल) विषयाचे गुण विचारात घेतले जातात. एमएचटी-सीईटी या प्रवेशपरीक्षेत पीसीएम ग्रूपमध्ये शून्यापेक्षा अधिक पर्सेंटाइल असावे लागते. मेरिटसाठी सीईटीच्या किंवा जेईईच्या (मेन्स) गुणांचा विचार केला जातो.

अभ्यासक्रमाचे स्वरूप

चार वर्षांच्या कोर्समध्ये आठ सेमिस्टर्स असतात. त्यामध्ये थिअरी लेक्चर्सबरोबर प्रॅक्टिकल्सचा अंतर्भाव असतो. ड्रॉइंग्ज, सबमिशन्स, असाइन्मेंट्स असतात. सातत्याने अंतर्गत परीक्षा तसेच विद्यापीठीय परीक्षा घेतल्या जातात. टेक्निकल स्पर्धा, पेपर प्रेझेंटेशन्स, सेमिनार्स आयोजित केले जातात. बांधकाम, सर्व्हेयिंग, डिझाइन या संदर्भातील कामे प्रत्यक्षात पाहण्याची आणि करण्याची संधी मिळते. प्रोजेक्ट वर्क आणि संबंधित तांत्रिक उपक्रम नीटपणे पूर्ण केल्यास तसेच इंटर्नशिप चांगल्या ठिकाणी करण्याची संधी मिळाली, तर करिअरचा पाया पक्का होतो.

अभ्यासक्रमातील विषय

सर्व्हेयिंग, इंजिनिअरिंग जिऑलॉजी, इंजिनिअरिंग ड्रॉइंग, स्ट्रेन्थ ऑफ मटेरियल्स, हायड्रॉलिक्स, फ्लुइड मेकॅनिक्स, बिल्डिंग मटेरियल्स, कन्स्ट्रक्शन, प्लॅनिंग, स्ट्रक्चरल ॲनॅलिसिस, ट्रान्स्पोर्टेशन इंजिनिअरिंग, हायड्रॉलॉजी, फाउंडेशन इंजिनिअरिंग, कॅड, सिव्हिल डिझाइन सॉफ्टवेअर्स, कॉस्टिंग, जिओटेक्निकल इंजिनिअरिंग, इरिगेशन, जलव्यवस्थापन, सार्वजनिक बांधकाम, पर्यावरण, आदी विषय या अभ्यासक्रमात शिकवले जातात.

स्पेशलायझेशन्स

कन्स्ट्रक्शन, स्ट्रक्चरल ॲनॅलिसिस, जिओटेक्निकल इंजिनिअरिंग, लॅंड डेव्हलपमेंट, ट्रान्स्पोर्टेशन इंजिनिअरिंग, एन्व्हायरन्मेंटल इंजिनिअरिंग, इरिगेशन, इन्फ्रास्ट्रक्चरल डेव्हलपमेंट, आदी विषयांमध्ये स्पेशलायझेशन करता येते. हे विषय सिव्हिल इंजिनिअरिंगची महत्त्वाची कार्यक्षेत्रे मानली जातात.

उच्च शिक्षण

बीई/बीटेकनंतर एमई/एमटेकचे शिक्षण घेता येते. परदेशात जाऊन एमएसदेखील करता येते. रिमोट सेन्सिंग, लॅंडस्केप डिझाइन, पायपिंग इंजिनिअरिंग, क्वालिटी इन कन्स्ट्रक्शन, आदी विषयांमध्ये पोस्टग्रॅज्युएट डिप्लोमा करता येतो. कॅड, स्टॅडप्रो, आदी सॉफ्टवेअर्सचे प्रशिक्षण घेता येते. कन्स्ट्रक्शन मॅनेजमेंट, इन्फ्रास्ट्रक्चर मॅनेजमेंट, प्रोजेक्ट मॅनेजमेंट, एन्व्हायरन्मेंट मॅनेजमेंट, आदी— खासकरून सिव्हिल शाखेशी संबंधित अशा— विषयांमध्ये एमबीए करता येते.

पदे

पाटबंधारे विभाग, सार्वजनिक बांधकाम विभाग, रस्ते महामंडळ, रेल्वे, स्थानिक स्वराज्य संस्था, ऊर्जानिर्मिती विभाग अशा अनेक सरकारी आस्थापनांमध्ये सिव्हिल इंजिनिअर्सची पदे स्पर्धापरीक्षांद्वारे भरली जातात. खासगी कंपन्यासुद्धा मोठ्या प्रमाणात सिव्हिल इंजिनिअर्सना जबाबदारीच्या पदांवर नेमतात. कन्स्ट्रक्शन प्रोजेक्ट मॅनेजर, सर्व्हेयर, साइट इंजिनिअर, कन्स्ट्रक्शन एस्टिमेटर, कन्स्ट्रक्शन शेड्यूलर, डिझाइन इंजिनिअर, क्वालिटी मॅनेजर, सेफ्टी इंजिनिअर, इरिगेशन सुपरवायझर, इन्फ्रास्ट्रक्चर इंजिनिअर, लँडस्केप डिझायनर, उपअभियंता, सहायक अभियंता, काँट्रॅक्टर, आदी पदांवर काम करता येते.

करिअरच्या संधी

भारतात लोकसंख्या वाढतच चालली आहे. कुटुंबे विस्तारत असताना नव्या घरांची गरज सातत्याने निर्माण होत आहे. गावे आणि वस्त्या सुधारत आहेत. उपनगरे विस्तारत आहेत आणि शहरे महानगरांमध्ये रूपांतरित होत आहेत. अनेक ठिकाणी जुन्या इमारती पाडून रिडेव्हलपमेंटचे काम जोमाने सुरू आहे. घरे, इमारती, बंगले तसेच उंच टॉवर्स, इंडस्ट्रियल शेड्स, कॉर्पोरेट हाउसेस, आयटी हब्ज विकसित होत आहेत. रस्ते सहापदरी होताना उड्डाणपूल, भूमिगत रस्ते मोठ्या प्रमाणात बांधले जात आहेत. जलसिंचनाच्या व्यवस्था विकसित होत आहेत. नद्यांच्या पात्रांमध्ये सुधारणा केली जात आहे. त्यामुळे बांधकाम हे कधीच थांबणारे नाही. मटेरियल, यंत्रसामुग्री, तंत्रज्ञान यांत कमालीच्या सुधारणा झाल्या आहेत. त्यामुळे सिव्हिल इंजिनिअरिंग हे क्षेत्र नव्या स्वरूपात आणि नव्या जोमाने वाढताना दिसत आहे. यामध्ये डिझायनरपासून इंजिनिअरपर्यंत आणि काँट्रॅक्टरपासून मॅनेजरपर्यंत विविध पदांच्या स्वरूपात संधी उपलब्ध आहेत. अर्थात, नोकरी करणाऱ्यांपेक्षा व्यवसाय करणाऱ्यांना जास्त संधी आहेत.

भविष्यात सॉफ्टवेअर्सचा आणि एआयसारख्या तंत्रांचा अधिक वापर होईल. कामातील जबाबदाऱ्या बदलतील. पर्यावरणपूरक विकास होताना तंत्रज्ञानात आणखी नवे बदल होतील. त्यामुळे मध्यंतरीच्या काळात जरा संथ गतीने प्रगती करणारे बांधकाम क्षेत्र हे नजीकच्या भविष्यात वेग पकडताना दिसेल, अशी शक्यता आहे.

❖❖❖

बीएसडब्ल्यू

सामाजिक काम करण्याची आवड असणे, हे एखाद्याचे वैशिष्ट्य असू शकते. मी, माझी गाडी, माझा बंगला आणि माझा बँक बॅलन्स यापलीकडचा विचार क्वचितच केला जाण्याची शक्यता असलेल्या आजच्या काळात 'मी सामाजिक काम करणार,' असे धाडसाने बोलणारी मुलेदेखील आहेत, हे चित्र आशादायी आहे. करिअर म्हणजे मुळात आयुष्य जगण्याचा समृद्ध मार्ग आहे, असे आपण मानणार असू, तर सामाजिक कामातही करिअर घडू शकते. सामाजिक कामातून समाधान तर मिळतेच; पण प्रसिद्धी, प्रतिष्ठा, समाजातील स्थान, आदर याही गोष्टी मिळतात— त्याही न मागता. आयुष्य कारणी लागले, असे मनोमन वाटण्यासाठी समाजकार्य उपयोगी ठरू शकते. गरजवंतांना मदत केल्याचा, एखादा सामाजिक प्रश्न सोडवल्याचा आनंद आणि त्यातून समोरच्याच्या डोळ्यांत उभे राहिलेले आनंदाश्रू ह्या गोष्टी विचार करण्यापलीकडच्या असतात. असा मोठा विचार करणाऱ्यांसाठी एक शिक्षणव्यवस्था निर्माण केली गेली आहे. त्यातीलच एक पदवी आहे बीएसडब्ल्यू म्हणजे बॅचलर ऑफ सोशल वर्क.

कालावधी

हा बारावीनंतर तीन वर्षांचा पदवी अभ्यासक्रम आहे. काही संस्थांनी नवीन शैक्षणिक धोरणानुसार चार वर्षांचा अभ्यासक्रम सुरू केला आहे.

पात्रता

कोणत्याही विद्याशाखेतील बारावी उत्तीर्ण विद्यार्थी या कोर्ससाठी पात्र आहे. बारावीमधील किमान ५०% गुणांची अट जरी स्वाभाविकपणे लागू असली, तरी संस्थांच्या काही नियमांप्रमाणे यात अंशतः सवलत मिळू शकते. राष्ट्रीय स्तरावरील

सीयूईटीसारखी प्रवेशपरीक्षा उत्तीर्ण झाल्यावर विद्यार्थ्यांना प्रवेश मिळतो. काही खासगी विद्यापीठांच्या स्वतंत्र प्रवेशपरीक्षा असू शकतात.

अभ्यासक्रमाचे स्वरूप

हा अभ्यासक्रम थिअरी लेक्चर्सच्या माध्यमातून विद्यार्थ्यांना शिकवला जातो. त्याचबरोबर प्रॅक्टिकल्स आणि प्रकल्पभेटीही असतात. त्याकरिता प्रवासही करावा लागतो. सेमिस्टर पॅटर्न असणाऱ्या या कोर्समध्ये असाइन्मेंट्स, प्रोजेक्ट्स, केस स्टडीज, लेखी परीक्षा, तोंडी परीक्षा, गेस्ट लेक्चर्स, रिसर्च स्टडी, इंटर्नशिप या सर्व गोष्टी असतात.

अभ्यासक्रमातील विषय

ह्या अभ्यासक्रमात सामाजिक कामाची ओळख, समाजशास्त्र, मानसशास्त्र, भारतीय समाजरचना, पर्यावरण, संशोधन आणि सांख्यिकी, सामाजिक न्याय, मानवी हक्क, सामाजिक धोरणे आणि त्यांचे नियोजन, समुपदेशन, सामाजिक कामाचे प्रशिक्षण, व्यसनमुक्ती, युवकांचे प्रबोधन, सार्वजनिक आरोग्य, कायदा विषयाची तोंडओळख, सामाजिक संस्थांचे व्यवस्थापन, आपत्ती व्यवस्थापन, विविध सामाजिक घटकांच्या समस्या, समस्या निराकरणाचे प्रकार, अर्थशास्त्राची तोंडओळख, प्रोजेक्ट मॅनेजमेंट, सीएसआर (कॉर्पोरेट सोशल रिस्पॉन्सिबिलिटी), आदी विषय शिकवले जातात.

प्रवेश कोणी घ्यावा ?

सामाजिक कामाची आवड असणाऱ्या युवकांनी या पदवीचा विचार करावा. एखाद्या सामाजिक समस्येने व्यथित होणाऱ्या संवेदनशील व्यक्तींनी नक्कीच हे शिक्षण घ्यावे. समस्यांवर चर्चा करण्यापेक्षा समस्या सोडवणे महत्त्वाचे आहे, असे वाटणाऱ्यांनी हा मार्ग निवडावा. लहान मुले, महिला, अपंग, अनाथ, पीडित, शोषित, आदींसंदर्भात काम करावेसे वाटणारे विद्यार्थी या क्षेत्रात पाऊल ठेवतात. मग शैक्षणिक उपक्रम, आर्थिक सबलता उपक्रम, आपत्ती व्यवस्थापन, दीर्घकालीन कार्यनियोजन अशा कामांच्या माध्यमातून ते कार्यरत राहतात.

पदे

स्वयंसेवी संस्थांमध्ये सामाजिक कामाच्या संधी उपलब्ध असतात. त्याचबरोबर कॉर्पोरेट क्षेत्रात सीएसआरच्या माध्यमातूनदेखील कामाची संधी मिळते. सोशल वर्कर, प्रोजेक्ट कोऑर्डिनेटर, टीम लीडर, संशोधक, समुपदेशक, स्वयंसेवक, व्यवस्थापक, शिक्षक अशा अनेक पदांची उपलब्धता असते. अल्पशा मानधनावर काम करणारे हे स्वयंसेवक एक प्रकारे मोठे सत्कार्यच करत असतात. काही मंडळी कामाच्या अनुभवानंतर स्वतःची सामाजिक संस्था सुरू करून एखाद्या सामाजिक समस्येवर कार्य करतात. (दुर्दैवाने, सामाजिक कामाच्या नावाखाली स्वार्थ साधण्याचीही काहींची प्रवृत्ती असते. अर्थात, असे महाभाग आजकाल सर्वच क्षेत्रात आढळत असल्याने त्यावर अधिक भाष्य करण्याची गरज नाही. मात्र, उदात्त हेतू ठेवून काम करणाऱ्यांची संख्या त्यांच्यापेक्षा मोठी आहे.) विविध क्षेत्रांमध्ये सामाजिक योगदान देणाऱ्या अनेक संस्था आहेत. तिथेही बीएसडब्ल्यू पदवीधरांची गरज भासते.

उच्च शिक्षण

बीएसडब्ल्यू पदवीनंतर एमएसडब्ल्यू आणि पीएचडी या पदव्यांच्या माध्यमातून उच्च शिक्षण घेता येते.

अन्य क्षेत्रांतील वाव

विविध सामाजिक समस्या हाताळताना त्या-त्या विषयावर संशोधन करणे, वर्तमानपत्रांतून आणि पुस्तकांच्या माध्यमातून लेखन करणे, समुपदेशन करणे, व्याख्याने देणे, प्रबोधन करणे, आदी अनेक कामे करण्याची संधी या क्षेत्रात मिळते. काही मंडळींना त्यांच्या कार्याची पावती म्हणून सरकार पुरस्कार देऊन सन्मानित करते. समाजदेखील असे कार्य करणाऱ्यांना मोठा आदर देतो. फक्त पैसे म्हणजेच करिअर नसून आयुष्यात काहीएक ध्येय बाळगावे आणि इतरांच्या कल्याणासाठी आपल्याला सेवा देता यावी, असे वाटणाऱ्यांना खुणावणारे समाजकार्य हे क्षेत्र आहे.

❖❖❖

बीएससी (स्टॅटिस्टिक्स)

कोणतीही माहिती ही आकडेवारीमध्ये मोजली गेली, की त्या माहितीला नेमकेपणा येतो. सांख्यिकीमधील काम हे आकडेवारीसंदर्भातील शास्त्र-उपयोजित काम आहे. सांख्यिकी माहितीचा वापर संकलन करणे, विश्लेषण करणे, वर्णन करणे आणि अनुमान काढणे यांसाठी होतो. या माहितीचा निर्णयप्रक्रियेमध्ये अत्यंत अचूकपणे उपयोग होतो. त्यामुळे स्टॅटिस्टिक्स (संख्याशास्त्र) हे आधुनिक काळातील एक महत्त्वाचे क्षेत्र आहे. यातील तज्ज्ञ आणि प्रशिक्षित व्यक्ती प्रभावीपणे काम करून ह्या क्षेत्राच्या विकासासाठी योगदान देऊ शकतात. स्टॅटिस्टिक्ससाठीचे पारंपरिक पदवी शिक्षण आहे बीएससी इन स्टॅटिस्टिक्स.

कालावधी

बीएससी इन स्टॅटिस्टिक्स हा बारावीनंतर तीन वर्षांचा, पूर्णवेळ, पदवी अभ्यासक्रम आहे. काही विद्यापीठांमध्ये बीएससी इन स्टॅटिस्टिक्स (ऑनर्स) हा चार वर्षांचा अभ्यासक्रम उपलब्ध आहे.

पात्रता

या कोर्ससाठी फिजिक्स, केमिस्ट्री आणि मॅथेमॅटिक्ससह बारावी (सायन्स) उत्तीर्ण झालेले विद्यार्थी पात्र असतात. एकूण गुणांच्या मेरिटवर प्रवेश दिला जातो. इंजिनिअरिंग किंवा मेडिकलप्रमाणे स्वतंत्र आणि अनिवार्य प्रवेशपरीक्षा नसते. मात्र, काही महाविद्यालयांतील आणि विद्यापीठांमधील प्रवेशासाठी राष्ट्रीय स्तरावर परीक्षा घेतल्या जातात; उदाहरणार्थ, आयएटी (आयसर ॲप्टिट्यूड टेस्ट), सीयूईटी, जी-सॅट (गीतम सायन्स ॲडमिशन टेस्ट), आदी.

प्रवेश कोणी घ्यावा?

एका जागी चिकाटीने बसून अचूकपणे काम करणाऱ्यांना या क्षेत्रात मुबलक संधी आहेत. गणितीय कामांमध्ये रमणारे, काम करताना तार्किक विचार करणारे विद्यार्थी स्टॅटिस्टिक्स विषय शिकायला येणे अपेक्षित आहे. कामात एकाग्रता असणारे विद्यार्थी या क्षेत्रात अधिक यशस्वी होतात. वैचारिक गोंधळ न उडणाऱ्या, कठोर मेहनत करू शकणाऱ्या, संयमी आणि संतुलित व्यक्ती स्टॅटिस्टिक्समध्ये व्यवस्थित काम करू शकतात.

अभ्यासक्रमाचे स्वरूप

हा अभ्यासक्रम सेमिस्टर पॅटर्नचा असतो. थिअरी लेक्चर्सबरोबरच प्रॅक्टिकल्समधून अध्यापन केले जाते. असाइन्मेंट्स, लॅब वर्क, सबमिशन्स, ट्यूटोरियल्स, रिसर्च प्रोजेक्ट्स ह्या गोष्टी नियमितपणे करवून घेतल्या जातात. अभ्यासक्रमात ऐच्छिक विषय घ्यावे लागतात. प्रत्येक सेमिस्टरनंतर विद्यापीठ स्तरावरील परीक्षा असते. सेमिनार्स, प्रोजेक्ट्स आणि इंटर्नशिपच्या माध्यमातून विद्यार्थी घडवला जातो.

अभ्यासक्रमातील विषय

या अभ्यासक्रमात डिफरन्शियल कॅल्क्युलस, इक्वेशन थिअरीज, इनइक्वालिटीज, स्टॅटिस्टिकल मेथड्स, इंडेक्स नंबर्स, डिमांड ॲनॅलिसिस, प्रोबॅबिलिटी थिअरी, मॅथेमॅटिकल फायनान्स, टाइम सिरीज, सॅम्पल सर्व्हे, रँडम व्हेरिएबल्स, न्यूमरिकल ॲनॅलिसिस, सॅम्पलिंग मेथड्स, न्यूमरिकल इंटिग्रेशन, इन्व्हर्स इंटरपोलेशन, स्टॅटिस्टिकल सॉफ्टवेअर्स, प्रोग्रॅमिंग लँग्वेजेस, आदी विषय शिकवले जातात.

अभ्यासक्रमातून विकसित होणारी कौशल्ये

१. डेटाचा वापर करून निर्णय कसा घ्यावा, याचे ज्ञान
२. विश्लेषण करण्यासाठीच्या सर्व पद्धतींची माहिती
३. काम करताना प्राधान्यक्रम ठरवता येण्याचे कौशल्य
४. नेमक्या कोणत्या सॅम्पल्सना विचारात घ्यावे, याचे ज्ञान
५. स्टॅटिस्टिक्सशी संबंधित संगणककौशल्ये
६. उपलब्ध डेटाच्या साहाय्याने अन्वयार्थ लावण्याचे कसब

उच्च शिक्षण

स्टॅटिस्टिक्स, मॅथेमॅटिक्स, डेटा सायन्स, ॲक्चुरियल सायन्स, बायो-स्टॅटिस्टिक्स, इकॉनॉमेट्रिक्स, ॲप्लाइड स्टॅटिस्टिक्स, आदी विषयांमध्ये एमएससी करता येते. त्यानंतर पीएचडीचे शिक्षण घेता येते. एमसीएसारख्या कॉम्प्युटरशी संबंधित कोर्सला प्रवेश घेऊन, त्यानंतर आयटी क्षेत्रात काम करणेही शक्य आहे. विविध स्पेशलायझेशन्समधील एमबीएचे शिक्षणही घेता येऊ शकते.

पदे आणि कार्यक्षेत्रे

स्टॅटिस्टिशियन, बिझनेस ॲनॅलिस्ट, फायनान्शियल ॲनॅलिस्ट, डेटा ॲनॅलिस्ट, फायनान्शियल अकाउंटंट, क्रेडिट कंट्रोल एक्झिक्युटिव्ह, हवामानतज्ज्ञ, मार्केट ॲनॅलिस्ट, रिसर्च ॲनॅलिस्ट, ॲक्चुअरी एक्स्पर्ट, डायरेक्टर ऑफ ॲनॅलिटिक्स, आदी पदांवर काम करण्याची संधी मिळू शकते. सांख्यिकी विभाग, संशोधन विभाग, आरोग्य विभाग, शेती विभाग, विमा विभाग, नियोजन विभाग, हवामान खाते, अर्थ खाते, पोलिस खाते, कृषी खाते, आदी सरकारी विभागांत सांख्यिकीतज्ज्ञाला संधी उपलब्ध असतात. विविध सरकारी संस्था, कॉर्पोरेट क्षेत्र, बँकिंग क्षेत्र, आदींमध्येही सांख्यिकी पदवीधरांची गरज भासते. एमपीएससी, यूपीएससी यांच्याकडून घेतल्या जाणाऱ्या स्पर्धापरीक्षांमार्फत प्रशासकीय क्षेत्रातही जाता येते.

भविष्यातील वाव

जीवनाच्या सर्वच क्षेत्रांमध्ये परिपूर्ण आकडेवारीला आणि त्यातून निघणाऱ्या अचूक अनुमानाला महत्त्व आले आहे. योग्य निर्णयासाठी स्टॅटिस्टिक्सच्या तंत्रांचा वापर अपरिहार्य झाला आहे. या क्षेत्रामध्ये आता विविध कॉम्प्युटर सिस्टिम्स विकसित झाल्या आहेत. त्यांद्वारे स्टॅटिस्टिक्समधील काम अधिक सक्षम आणि वेगवान बनले आहे. हवामान आणि पाऊस यांचा अंदाज, पिकांचे नियोजन, आजारांवरील नियंत्रण, रस्ते अपघातांचे नियंत्रण, सरकारी योजनांची अंमलबजावणी यांपासून ते कॉर्पोरेट क्षेत्र, रेल्वे खाते, शिक्षण, संशोधन, आदी अनेक ठिकाणी स्टॅटिस्टिक्समधील तज्ज्ञ उपलब्ध असणे आवश्यक बनले आहे.

❖❖❖

बीएचएमसीटी

मनुष्यप्राणी जीवनात कितीही मोठी ध्येये ठेवत असला, तरी विषय शेवटी पोटापाण्यापाशी येऊन थांबतो. खवय्या माणूस घराइतकाच बाहेरदेखील रमतो. म्हणूनच हॉटेल व्यवसाय हा एक बरकतीचा उद्योग मानला जातो. हॉटेलबरोबरच हॉस्पिटॅलिटी, प्रवास, इव्हेंट्स, आदरातिथ्याच्या पद्धती, आदी सर्वांशी संबंधित असलेले क्षेत्र म्हणजे हॉटेल मॅनेजमेंट. ह्या क्षेत्रातील पदवी आहे बीएचएमसीटी म्हणजेच बॅचलर ऑफ हॉटेल मॅनेजमेंट अँड केटरिंग टेक्नॉलॉजी.

कालावधी

या पदवीचा कालावधी बारावीनंतर चार वर्षांचा आहे.

पात्रता

कोणत्याही शाखेतून बारावीचे शिक्षण पूर्ण केलेले असावे. बारावी उत्तीर्ण होताना ४५% (राखीव प्रवर्गांसाठी ४०%) गुण मिळालेले असावेत.

प्रवेशपरीक्षा

एमएएच एचएम सीईटी (महाराष्ट्र हॉटेल मॅनेजमेंट कॉमन एंट्रन्स टेस्ट) ही प्रवेशपरीक्षा द्यावी लागते. परीक्षेचा कालावधी ९० मिनिटांचा असतो. त्यात बहुपर्यायी आणि वस्तुनिष्ठ स्वरूपाचे प्रश्न विचारले जातात. परीक्षेचे माध्यम इंग्लिश असते आणि एकूण प्रश्न १०० असतात. प्रत्येक प्रश्नाला एक गुण असतो आणि चुकीच्या उत्तरासाठी निगेटिव्ह मार्किंग नसते. परीक्षेत इंग्लिश, चालू घडामोडी, संस्कृती, खेळ, व्यापार, पर्यटन, शास्त्रीय शोध, रीझनिंग, आदी विषयांवर आधारित प्रश्न विचारलेले असतात.

अभ्यासक्रमाचे स्वरूप

विद्यार्थ्यांना प्रशिक्षणसत्रे, इंटर्नशिप आणि उद्योगभेटींद्वारे प्रत्यक्ष कामाचा अनुभव दिला जातो. हे व्यावहारिक अनुभव विद्यार्थ्यांना, त्यांनी घेतलेले थिअरी स्वरूपातील ज्ञान वास्तव जगातील परिस्थितींमध्ये वापरण्यासाठी उपयुक्त ठरतात. यातून त्यांना हॉस्पिटॅलिटी क्षेत्रात आवश्यक असणारी कौशल्ये आणि क्षमता विकसित करता येतात. हॅाटेल आणि केटरिंग उद्योगाच्या विविध पैलूंचे ज्ञान आणि व्यावहारिक प्रशिक्षण या कोर्समध्ये दिले जाते. फूड प्रॉडक्शन, कुकिंग, केटरिंग, फ्रंट-डेस्क ऑपरेशन्स, हाउसकीपिंग, मार्केटिंग, इव्हेंट मॅनेजमेंट, फायनान्स, आदी विभागांतील कामाचे ज्ञान विद्यार्थ्यांना दिले जाते. अभ्यासक्रमात प्रॅक्टिकल्सचा अंतर्भाव अधिक असतो.

अभ्यासक्रमातील विषय

या अभ्यासक्रमात फूड प्रॉडक्शन, किचन ऑपरेशन्स मॅनेजमेंट, हाउसकीपिंग ऑपरेशन्स, फूड अँड बेव्हरेज सर्व्हिस, इंटरनॅशनल हॉस्पिटॅलिटी, मार्केटिंग मॅनेजमेंट, कलिनरी प्रॅक्टिसेस, हॅाटेल इकॉनॉमिक्स, फूड सायन्स अँड न्यूट्रिशन, ॲडव्हान्स्ड फूड प्रॉडक्शन, हॅाटेल इन्फर्मेशन सिस्टिम, बँक्वेट मॅनेजमेंट, टोटल क्वालिटी मॅनेजमेंट, इव्हेंट प्लॅनिंग, आदी विषय शिकवले जातात.

पदे

बीएचएमसीटी पदवी मिळाल्यानंतर हॅाटेल मॅनेजमेंट ट्रेनी, स्ट्युअर्ड, फ्रंट-ऑफिस मॅनेजर, सेल्स मॅनेजर, बारटेंडर, कस्टमर रिलेशन्स मॅनेजर, चीफ शेफ, युनिट मॅनेजर, फूड मॅनेजर, ह्यूमन रिसोर्सेस मॅनेजर, रेस्टॉरंट मॅनेजर, ऑपरेशन्स मॅनेजर, आदी पदांवर काम करता येते. काही पदे अनुभवातून मिळत जातात, तर काही पदे मिळणे हे कोर्समधील स्पेशलायझेशनवर अवलंबून असते. काही पदे ही संबंधित कामातील प्राविण्यावर मिळतात.

स्वाभाविकपणे अपेक्षित असलेली कौशल्ये

१. सेवावृत्ती, २. संवादकौशल्ये, ३. विनम्रता, ४. संबंधित कामाचे परिपूर्ण ज्ञान, ५. समस्यांवर मार्ग काढण्याची इच्छाशक्ती, ६. समन्वय, ७. संयम, ८. परिस्थिती हाताळण्याचे कसब, ९. नीटनेटकेपणा, १०. स्वच्छता, ११. वक्तशीरपणा, १२.

कष्ट करण्याची तयारी, १३. बारकाव्यांसह काम करता येणे, १४. छोटीसुद्धा चूक न करणे, १५. मल्टिटास्किंग, १६. टीमबरोबर काम करता येणे, आदी कौशल्ये विकसित झालेली असतील, तर हॉटेल मॅनेजमेंट, हॉस्पिटॅलिटी मॅनेजमेंट, इव्हेंट मॅनेजमेंट, टूर मॅनेजमेंट प्रभावीपणे करता येते.

भविष्यातील वाव

सध्या लोकांचा आर्थिक स्तर सातत्याने उंचावत जाताना दिसतो आहे. पैशांची वाढलेली उपलब्धता, बदलते जीवनमान, सामाजिक प्रतिष्ठेच्या बदललेल्या कल्पना, उपभोगवृत्तीत झालेली वाढ या सगळ्यांचा परिपाक म्हणजे हॉटेलिंग हे अनेकांसाठी नित्याचे झाले आहे. हॉटेलिंग हे आता पोट भरण्यासाठीच्या अपेक्षेच्या पुढे गेले आहे. तो आता एक मोठा व्यवसाय बनला आहे आणि अर्थकारणाचा महत्त्वाचा भाग झाला आहे. 'ग्राहक हेच दैवत,' हे थेटपणे मानणारा हा व्यवसाय आता आपल्या देशात अत्यंत वेगाने वाढू लागला आहे. त्यामुळे प्रशिक्षित कर्मचारी, अद्ययावत सुविधा, सर्वोत्तम दर्जाचे व्यवस्थापन अत्यंत निकडीचे झाले आहे. त्यामुळे शास्त्रशुद्ध आणि तांत्रिक ज्ञान असणारे बीएचएमसीटी पदवीधर या क्षेत्राला सातत्याने हवे आहेत. भारतातील महानगरांची वाढ आणि मध्यमवर्गाची झालेली प्रगती पाहता आगामी काळात हे क्षेत्र अधिकाधिक विस्तारणार आहे. ह्या कामामध्ये जागतिक पातळीवरही अनेक ठिकाणी नोकरीच्या संधी मिळू शकतात. थोडक्यात, बीएचएमसीटी पदवीधरांना असलेला वाव वाढतच जाणार आहे.

बीकॉम

बीकॉम म्हणजे बॅचलर ऑफ कॉमर्स ही पारंपरिक पदवी सर्वांच्याच परिचयाची आहे. कॉमर्स क्षेत्रातील भविष्यातील संधींची सुरुवात या पदवीपासून होणार असते. अर्थकारण हा देशाच्या प्रगतीचा प्रमुख आधारस्तंभ आहे. पैसे, चलन, व्यापार, व्यवहार, आर्थिक रचना या जगाचा कारभार चालवण्यासाठीच्या अत्यंत महत्त्वाच्या बाबी आहेत. ह्या विषयांचे सखोल ज्ञान ज्या शाखेत दिले जाते, त्या कॉमर्स शाखेला त्यामुळे निश्चितच महत्त्व आहे. एका बाजूला सायन्सवर आधारित असलेल्या करिअर्सचा बोलबाला असताना कॉमर्स कुठेही मागे हटलेले नाही, असे प्रत्यक्षातील चित्र आहे. त्याउलट, कॉमर्सची उपयुक्तता आणि या क्षेत्रातील संधींची व्यापकता वाढत जाताना दिसत आहे.

कालावधी

बारावीनंतर बीकॉम हा तीन वर्षांचा पदवी अभ्यासक्रम आहे.

पात्रता

बारावीचे शिक्षण कॉमर्स शाखेतून पूर्ण केलेले असणे अपेक्षित आहे. काही विद्यार्थी बारावी सायन्सनंतरदेखील कॉमर्सचा मार्ग निवडतात. बीकॉमसाठी केंद्रीय स्तरावर स्वतंत्र किंवा विशेष प्रवेशपरीक्षा नाही. बारावीमधील गुणांच्या मेरिटप्रमाणे महाविद्यालयीन स्तरावर प्रवेश दिले जातात.

अभ्यासक्रमातील विषय

बीकॉमच्या अभ्यासक्रमात विद्यार्थी फायनान्शियल अकाउंटिंग, मायक्रो-इकॉनॉमिक्स, फॉरिन एक्स्चेंज, मॅक्रो-इकॉनॉमिक्स, कंपनी लॉ, अकाउंट्स,

फायनान्स, टॅक्सेशन, इंडियन इकॉनॉमी, बँकिंग, कॉर्पोरेट अकाउंटिंग, ई-कॉमर्स, स्टॉक मार्केट, कॉस्ट अकाउंटिंग, स्ट्रॅटेजिक मॅनेजमेंट, इंटरनॅशनल बिझनेस, बिझनेस कम्युनिकेशन, ऑडिटिंग, बिझनेस ऑर्गनायझेशन अँड मॅनेजमेंट, बिझनेस लॉ, ॲडव्हान्स्ड इकॉनॉमिक्स, कन्झ्युमर लॉ, फायनान्शियल मॅनेजमेंट, आदी विषय शिकतात.

प्रवेश कोणी घ्यावा?

१. आपले व्यवहारज्ञान उत्तम आहे, अशी स्वतःविषयी खात्री असणारे विद्यार्थी
२. आकडेमोड आवडीने करणारे विद्यार्थी
३. कामात अचूकता असणारे विद्यार्थी
४. जबाबदारी घेऊन काम करणारे विद्यार्थी
५. अर्थक्षेत्राची आवड असणारे विद्यार्थी
६. पैशांसंदर्भात विशेष ज्ञान मिळवू इच्छिणारे विद्यार्थी
७. व्यवसाय क्षेत्रात कर्तबगारी गाजवावी, असे वाटणारे विद्यार्थी
८. फायनान्स, बँकिंग, अकाउंटिंग, इकॉनॉमिक्स यांमध्ये काम करण्यास उत्सुक असणारे विद्यार्थी
९. बैठे काम करण्याची आवड असणारे विद्यार्थी

भविष्यातील वाव

बीकॉमनंतर एमकॉम (मास्टर ऑफ कॉमर्स) हे पारंपरिक उच्च शिक्षण आहे; परंतु अन्य उपयुक्त परीक्षा, पदवी किंवा संधी त्याहीपेक्षा महत्त्वाच्या मानल्या जातात. सीए म्हणजेच चार्टर्ड अकाउंटंट बनणे हे सर्वोत्तम करिअर्सपैकी एक करिअर कॉमर्स क्षेत्रात उपलब्ध आहे. या करिअरची पायाभरणी बीकॉम पदवीच्या स्तरावरच करणे अपेक्षित असते. सातत्य, कष्ट आणि नियमितपणा ठेवल्यास सीए होणे विद्यार्थ्याला जमू शकते. सीएस म्हणजे कंपनी सेक्रेटरी आणि सीएमए म्हणजे कॉस्ट अँड मॅनेजमेंट अकाउंटंट (पूर्वीचे आयसीडब्ल्यूए) ही दोन करिअर्सदेखील बीकॉमच्या विद्यार्थ्यांकरिता उपलब्ध असतात.

याव्यतिरिक्त एमबीए इन फायनान्स करण्याचा विचार करणारे कॉमर्स पदवीधर आधीपासूनच एमबीएच्या प्रवेशपरीक्षांची शिस्तबद्ध तयारी करतात. सीएफए (चार्टर्ड फायनान्शियल ॲनॅलिस्ट) या करिअरचीसुद्धा सध्या कॉमर्स पदवीधरांमध्ये

चांगलीच क्रेझ आहे. देशविदेशातील दर्जेदार संधी या पदवीनंतर मिळू शकतात. अलीकडे फायनान्शियल मॅनेजमेंट, इन्व्हेस्टमेंट्स मॅनेजमेंट, पोर्टफोलिओ मॅनेजमेंट यांच्या अनुषंगाने एक नवीन करिअर संधी निर्माण झाली आहे, ती म्हणजे सीएफपी. सीएफपी (सर्टिफाईड फायनान्शियल प्लॅनर) हा व्यक्तिगत स्तरावरील फायनान्शियल मॅनेजमेंटमध्ये काम करतो. टॅक्सेशन, ऑडिटिंग, इन्शुरन्स, ॲक्चुअरी, शेअर मार्केट याही क्षेत्रांमध्ये कॉमर्स पदवीधर सहजपणे काम करू शकतात. बीकॉम केल्यानंतर बँकिंग क्षेत्र तर स्वाभाविकपणे उपलब्ध होते. त्यासाठी विद्यार्थ्याला संबंधित परीक्षांची तयारी करावी लागते. एमपीएससी, यूपीएससी यांच्याकडून घेतल्या जाणाऱ्या स्पर्धापरीक्षांच्या माध्यमातून सरकारी अधिकारी होण्यासाठीची संधी उपलब्ध आहेच. उद्योजकता हादेखील एक मोठा करिअरचा पर्याय कॉमर्स पदवीधरांसमोर असतो; कारण ज्याला अकाउंट्स, इकॉनॉमिक्स, बिझनेस मॅनेजमेंट, फायनान्स या विषयांचे ज्ञान आहे, त्याला व्यवसाय करता येणे अवघड नसते. काही पदवीधर बीएड, सेट/नेट किंवा पीएचडीचे शिक्षण घेऊन अध्यापनात करिअर करतात. कोणत्याही इतर पदवीनंतर उपलब्ध होणाऱ्या संधी बीकॉमनंतरसुद्धा असतातच, जसे की, वकिली, पत्रकारिता, सोशल मीडिया, इव्हेंट्स मॅनेजमेंट, एमबीए (एचआर/मार्केटिंग/इंटरनॅशनल बिझनेस), एक्स्पोर्ट-इम्पोर्ट ट्रेडिंग, आदी.

❖❖❖

बीटेक (ॲग्रिकल्चर)

भारत हा कृषिप्रधान देश आहे. अन्नोत्पादन, सिंचनव्यवस्था, शेतीचे यांत्रिकीकरण, जलव्यवस्थापन, मृदासंवर्धन आणि कृषी उत्पादनांवरील प्रक्रिया या गोष्टींत तंत्रज्ञानाची भूमिका दिवसेंदिवस विस्तारत आहे. शेती आणि अभियांत्रिकी यांचा संगम असलेली शाखा म्हणजे ॲग्रिकल्चरल इंजिनिअरिंग. आधुनिक तंत्रज्ञानाच्या साहाय्याने शेती अधिक उत्पादनक्षम आणि शाश्वत बनवण्यासाठी झटणारे तज्ज्ञ म्हणजे ॲग्रिकल्चरल इंजिनिअर्स.

पदवीचे नाव

बीटेक (बॅचलर ऑफ टेक्नॉलॉजी) इन ॲग्रिकल्चर

कालावधी

चार वर्षे (आठ सेमिस्टर्स)

पात्रता

- बारावी (सायन्स) पीसीएम ग्रूपसह उत्तीर्ण
- काही संस्थांमध्ये पीसीबी ग्रूपसह बारावी (सायन्स) उत्तीर्ण झालेल्या विद्यार्थ्यांनाही प्रवेश मिळतो
- राज्यस्तरीय किंवा राष्ट्रीय स्तरावरील प्रवेशपरीक्षा

प्रवेशप्रक्रिया

- राज्यस्तरीय सीईटी परीक्षा
- राष्ट्रीय स्तरावरील प्रवेशपरीक्षा

- काही कृषी विद्यापीठांची स्वतंत्र प्रवेशपरीक्षा

प्रवेश कोणी घ्यावा?

१. शेती आणि तंत्रज्ञान या दोन्हींमध्ये रस असलेले विद्यार्थी
२. ग्रामीण भागाच्या विकासात योगदान देण्याची इच्छा असलेले विद्यार्थी
३. प्रत्यक्ष मातीत काम करण्याची तयारी असलेले विद्यार्थी
४. पर्यावरण रक्षणाविषयी तसेच नैसर्गिक स्रोतांबद्दल जागरूक असलेले विद्यार्थी

अभ्यासक्रमाचे स्वरूप

- थिअरी लेक्चर्स
- शेतीतील प्रात्यक्षिके
- प्रयोगशाळेतील प्रशिक्षण
- कृषी-उपकरणांची हाताळणी
- प्रकल्पकार्य
- औद्योगिक प्रशिक्षण

विद्यार्थ्यांना शेतीतील आधुनिक यंत्रणा आणि तंत्रज्ञान प्रत्यक्ष वापरण्याचे प्रशिक्षण दिले जाते.

अभ्यासक्रमातील विषय

- फार्म मशीनरी
- सॉइल मेकॅनिक्स
- इरिगेशन इंजिनिअरिंग
- ॲग्रिकल्चरल प्रोसेसिंग
- रिन्युएबल एनर्जी इन ॲग्रिकल्चर
- वॉटर रिसोर्स मॅनेजमेंट
- फार्म पॉवर
- पोस्ट-हार्वेस्ट टेक्नॉलॉजी
- ॲग्रिकल्चरल स्ट्रक्चर्स
- प्रिसिजन फार्मिंग
- फूड इंजिनिअरिंग

अभ्यासक्रमातून विकसित होणारी कौशल्ये

१. कृषी यंत्रसामुग्री डिझाइन करण्याची क्षमता
२. जलव्यवस्थापन कौशल्य
३. मृदाविश्लेषण कौशल्य
४. उत्पादनप्रक्रिया व्यवस्थापन कौशल्य
५. समस्या सोडवण्याची क्षमता
६. ग्रामीण प्रकल्प व्यवस्थापन कौशल्य

उच्च शिक्षणाचे पर्याय

- एमटेक इन ॲग्रिकल्चरल इंजिनिअरिंग
- एमटेक इन इरिगेशन ॲंड वॉटर मॅनेजमेंट
- एमटेक इन फूड टेक्नॉलॉजी
- एमटेक इन एन्व्हायरन्मेंटल इंजिनिअरिंग
- एमटेक इन ॲग्रि-बिझनेस मॅनेजमेंट
- पीएचडी

सरकारी क्षेत्रातील संधी

- कृषी विभाग
- जलसंपदा विभाग
- ग्रामविकास विभाग
- संशोधन संस्था
- सार्वजनिक क्षेत्रातील कृषी उद्योग
- बँकांचे कृषी-कर्ज विभाग

खासगी क्षेत्रातील संधी

- कृषी-उपकरणे बनवणाऱ्या कंपन्या
- इरिगेशन सिस्टिम्स (सिंचनप्रणाली) बनवणाऱ्या कंपन्या
- अन्नप्रक्रिया उद्योग
- कृषी-तंत्रज्ञान कंपन्या/स्टार्टअप्स
- सल्लागार म्हणून स्वतंत्र व्यवसाय

वेतनमान

- प्रारंभी ₹२५,००० ते ₹३५,००० दरमहा
- अनुभवानुसार वाढ
- स्वतःचा कृषी-तंत्रज्ञान प्रकल्प/स्टार्टअप सुरू केल्यास मोठी संधी

भविष्यातील वाव

स्मार्ट शेती, ड्रोन तंत्रज्ञान, प्रिसिजन फार्मिंग, सौरऊर्जेचा वापर, जलसंवर्धन, अन्नप्रक्रिया उद्योग यांमुळे ॲग्रिकल्चर इंजिनिअरिंग क्षेत्राचा विस्तार होत आहे. हवामानबदल आणि अन्नसुरक्षेची गरज ह्या पार्श्वभूमीवर या शाखेचे महत्त्व दिवसेंदिवस वाढतच जाणार आहे. कृषी क्षेत्रात आर्टिफिशियल इंटेलिजन्स (कृत्रिम बुद्धिमत्ता) आणि डेटा विश्लेषण यांचा वापर वाढतो आहे. त्यामुळे भविष्यात तांत्रिकदृष्ट्या सक्षम कृषी-अभियंत्यांची मागणी वाढणार आहे.

निष्कर्ष

ॲग्रिकल्चर इंजिनिअरिंग ही ग्रामविकास आणि आधुनिक तंत्रज्ञान यांचा संगम साधणारी विज्ञानशाखा आहे. देशाच्या अन्नसुरक्षेला आणि शाश्वत विकासाला हातभार लावू इच्छिणाऱ्या विद्यार्थ्यांसाठी ही पदवी एक योग्य निवड ठरू शकते. शेतीला विज्ञानाची जोड देऊन परिवर्तन घडवण्याची क्षमता या शिक्षणातून विद्यार्थ्यांत निर्माण होते.

❖❖❖

ॲनिमेशनची पदवी

आजचे युग हे दृश्य माध्यमांचे युग आहे. स्थिर चित्रांना हालचाल देणे, कल्पनांना दृश्य रूप देणे आणि डिजिटल माध्यमातून प्रभावी संवाद साधणे याची कला म्हणजे ॲनिमेशन अँड मल्टिमीडिया. सृजनशीलता आणि तंत्रज्ञान यांचा संगम या कलेमध्ये घडतो. ह्या क्षेत्रात जाण्यासाठी बीएससी इन ॲनिमेशन अँड मल्टिमीडिया ही पदवी घ्यावी लागते. आजघडीला चित्रपट, जाहिराती, सोशल मीडिया, वेब सिरीज, गेम्स, मोबाइल ॲप्स, शैक्षणिक व्हिडिओज, डॉक्युमेंटरीज (माहितीपट) अशा सर्वच ठिकाणी ॲनिमेशन आणि मल्टिमीडिया तंत्रज्ञानाचा वापर मोठ्या प्रमाणावर होतो आहे.

पदवीचे नाव

बॅचलर ऑफ सायन्स इन ॲनिमेशन अँड मल्टिमीडिया
(बीएससी – ॲनिमेशन अँड मल्टिमीडिया)

कालावधी

- तीन वर्षे (बारावीनंतर)
- काही संस्थांमध्ये चार वर्षांचा विस्तारित अभ्यासक्रम

पात्रता

- बारावी उत्तीर्ण (कोणतीही शाखा)
- कला, रेखाटन किंवा कॉम्प्युटरची आवड असल्यास उत्तम

प्रवेशप्रक्रिया

- बारावीच्या गुणांवर आधारित प्रवेश
- काही महाविद्यालयांमध्ये प्रवेशपरीक्षा / पोर्टफोलिओ सादर करणे
- मुलाखत

प्रवेश कोणी घ्यावा?

१. चित्रकलेची आणि रेखाटनाची आवड असलेले विद्यार्थी
२. प्रबळ कल्पनाशक्ती असलेले विद्यार्थी
३. कॉम्प्युटरचा आणि डिजिटल साधनांचा वापर आवडणारे विद्यार्थी
४. गोष्ट सांगण्याची कला अवगत असलेले विद्यार्थी
५. बारकाईने निरीक्षण करू शकणारे विद्यार्थी
६. सृजनशील विचार करू शकणारे विद्यार्थी
७. तांत्रिक गोष्टी शिकण्याची तयारी असलेले विद्यार्थी

अभ्यासक्रमाचे स्वरूप

हा अभ्यासक्रम प्रॅक्टिकल्सवर आधारित असतो. त्यात खालील घटक असतात.

- कॉम्प्युटर लॅबमधील काम
- स्टुडिओ प्रकल्प
- लघुपटनिर्मिती
- पोर्टफोलिओ तयार करणे
- टीम वर्कवर आधारित प्रकल्प

सेमिस्टर पद्धतीनुसार परीक्षा घेतल्या जातात. अंतिम वर्षात विद्यार्थ्यांनी स्वतःचा एक सृजनशील प्रकल्प सादर करणे अपेक्षित असते.

अभ्यासक्रमातील विषय

- टू-डी ॲनिमेशन
- थ्री-डी ॲनिमेशन
- ग्राफिक डिझाइन
- व्हीएफएक्स
- मल्टिमीडिया टेक्नॉलॉजी

- कॅरेक्टर डिझाइन
- स्टोरीबोर्डिंग
- व्हिडिओ एडिटिंग
- साउंड डिझाइन
- वेब डिझाइन
- गेम डिझाइन बेसिक्स
- डिजिटल इमेजिंग

अभ्यासक्रमातून विकसित होणारी कौशल्ये

१. सृजनशील विचारसरणी
२. दृश्यरचना कौशल्य
३. डिजिटल साधनांचा प्रभावी वापर
४. कथामांडणीचे कौशल्य
५. टीममध्ये काम करण्याची क्षमता
६. वेळेचे नियोजन आणि प्रकल्प व्यवस्थापन

उच्च शिक्षणाचे पर्याय

- एमएससी इन ॲनिमेशन
- एमए/एमएससी इन मल्टिमीडिया
- व्हीएफएक्समधील विशेष कोर्सेस
- गेम डिझाइनचे विशेष प्रशिक्षण
- फिल्ममेकिंगमधील (चित्रपटनिर्मिती) कोर्सेस
- व्हिज्युअल कम्युनिकेशनमधील कोर्सेस

सरकारी क्षेत्रातील संधी

- माहिती व प्रसारण विभाग
- सरकारी डिजिटल मीडिया प्रकल्प
- कला व सांस्कृतिक विभाग
- शैक्षणिक संस्था

खासगी क्षेत्रातील संधी

जाहिरात, चित्रपट आणि दूरचित्रवाणी ह्या माध्यमांत तसेच डिजिटल मार्केटिंग कंपन्यांमध्ये खालील पदे मिळू शकतात :

- ॲनिमेटर
- ग्राफिक डिझायनर
- गेम डिझायनर
- वेब डिझायनर
- व्हीएफएक्स आर्टिस्ट
- व्हिडिओ एडिटर
- क्रिएटिव्ह डायरेक्टर

वेतनमान

- प्रारंभी ₹२०,००० ते ₹३०,००० दरमहा
- अनुभवानुसार आणि कौशल्यांनुसार मोठी वाढ
- फ्रीलान्सिंग केल्यास उत्पन्न अमर्याद असू शकते

भविष्यातील वाव

डिजिटल माध्यमांचा विस्तार झपाट्याने होत आहे. ओटीटी (ओव्हर-द-टॉप) प्लॅटफॉर्म्स, गेमिंग उद्योग, व्हीआर (व्हर्च्युअल रिॲलिटी), एआर (ऑगमेंटेड रिॲलिटी), सोशल मीडिया प्लॅटफॉर्म्स अशा सर्वच ठिकाणी ॲनिमेशन आणि मल्टिमीडियाची मागणी वाढते आहे. आर्टिफिशियल इंटेलिजन्सचा (एआय) वापर काही तांत्रिक प्रक्रिया सुलभ करू शकतो; परंतु कल्पनाशक्ती, गोष्ट सांगण्याची कला आणि सृजनशीलता या मानवीच राहणार आहेत. त्यामुळे या क्षेत्रातील मागणी सातत्याने वाढत राहील.

निष्कर्ष

बीएससी (ॲनिमेशन अँड मल्टिमीडिया) ही पदवी कला आणि तंत्रज्ञान यांचा समन्वय साधणारी आहे. सृजनशीलता, डिजिटल कौशल्ये आणि गोष्ट सांगण्याचे कौशल्य यांच्या आधारे विद्यार्थी जागतिक स्तरावरही आपली ओळख निर्माण करू शकतो. कल्पनांना जिवंत रूप देऊ इच्छिणाऱ्या विद्यार्थ्यांसाठी हा करिअरचा एक अत्यंत आकर्षक आणि भविष्योन्मुख पर्याय आहे.

❖❖❖

अॅस्ट्रॉनॉमीची पदवी

रात्रीच्या निरभ्र आकाशात असंख्य तारे चमकत असतात. काही स्थिर भासतात, तर काही हालचाल करताना दिसतात. चंद्राचा आकार दररोज बदलतो. या दृश्यांमागील विज्ञान काय आहे? विश्वाची सुरुवात कशी झाली? कृष्णविवर म्हणजे काय? आकाशगंगा किती आहेत? या आणि अशा प्रश्नांची वैज्ञानिक उत्तरे शोधणारी शाखा म्हणजे अॅस्ट्रॉनॉमी अँड अॅस्ट्रोफिजिक्स. बीएससी इन अॅस्ट्रॉनॉमी अँड अॅस्ट्रोफिजिक्स ही पदवी म्हणजे विश्व समजून घेण्याचा वैज्ञानिक आणि गणितीय प्रवास आहे.

अॅस्ट्रॉनॉमीमध्ये विश्वातील खगोलीय वस्तूंचे निरीक्षण केले जाते, तर अॅस्ट्रोफिजिक्स त्या निरीक्षणामागील भौतिक नियमांचा अभ्यास करते. ताऱ्यांची निर्मिती, त्यांचा मृत्यू, ग्रहांची रचना, आकाशगंगांची गती, गुरुत्वाकर्षण, विकीरण, आदींचा सखोल अभ्यास या पदवी अभ्यासक्रमामध्ये केला जातो. या कोर्ससाठी मॅथेमॅटिक्स, फिजिक्स आणि संगणकीय विश्लेषण यांचा पाया मजबूत असणे आवश्यक आहे.

पदवीचे नाव

बॅचलर ऑफ सायन्स इन अॅस्ट्रॉनॉमी अँड अॅस्ट्रोफिजिक्स
(बीएससी – अॅस्ट्रॉनॉमी अँड अॅस्ट्रोफिजिक्स)

कालावधी

- तीन वर्षे (बारावीनंतर)
- काही संस्थांमध्ये चार वर्षांचा विस्तारित अभ्यासक्रम

पात्रता व प्रवेशप्रक्रिया

- बारावी (सायन्स) पीसीएम ग्रूपसह उत्तीर्ण
- मॅथेमॅटिक्स आणि फिजिक्समध्ये चांगले गुण
- काही संस्थांमध्ये प्रवेशपरीक्षा

प्रवेश कोणी घ्यावा?

- ज्यांना मॅथेमॅटिक्स आणि फिजिक्स आवडते असे विद्यार्थी
- ज्यांना विश्वाविषयी कमालीचे कुतूहल आहे असे विद्यार्थी
- ज्यांची जटिल संकल्पना समजून घेण्याची तयारी आहे असे विद्यार्थी
- ज्यांना संशोधनाची ओढ आहे असे विद्यार्थी
- ज्यांच्याकडे संयम, चिकाटी आणि अभ्यासाची तयारी आहे असे विद्यार्थी

अभ्यासक्रमाचे स्वरूप

या शाखेत केवळ वर्गातील (थिअरी) लेक्चर्स पुरेशी नसतात, तर खालील कृतींना विशेष महत्त्व असते :

- दुर्बिणीद्वारे प्रत्यक्ष आकाशनिरीक्षण
- कॉम्प्युटेशनल सिम्युलेशन
- खगोलीय डेटाचे विश्लेषण
- संशोधनाधारित प्रकल्प

काही संस्थांमध्ये वेधशाळा भेटी आणि रात्रीची आकाशनिरीक्षण सत्रे आयोजित केली जातात.

अभ्यासक्रमातील विषय

- क्लासिकल मेकॅनिक्स
- इलेक्ट्रोमॅग्नेटिझम
- क्वांटम फिजिक्स
- ॲस्ट्रोफिजिक्स
- स्टेलर स्ट्रक्चर
- कॉस्मॉलॉजी
- सेलेस्टियल मेकॅनिक्स

- ऑब्झर्व्हेशनल ॲस्ट्रॉनॉमी
- स्पेस सायन्स
- कॉम्प्युटेशनल फिजिक्स
- मॅथेमॅटिकल मेथड्स इन फिजिक्स

हे विषय विद्यार्थ्यांना विश्वातील घटनांचे गणितीय आणि वैज्ञानिक विश्लेषण करण्यास सक्षम बनवतात.

अभ्यासक्रमातून विकसित होणारी कौशल्ये

- उच्च दर्जाची गणितीय आणि विश्लेषणात्मक क्षमता
- वैज्ञानिक डेटा हाताळण्याचे कौशल्य
- संगणकीय मॉडेलिंग
- संशोधनपर लेखन
- समस्या सोडवण्याची क्षमता
- दीर्घकाळ लक्ष केंद्रित करण्याची सवय

उच्च शिक्षणाचे पर्याय

- एमएससी इन ॲस्ट्रॉनॉमी
- एमएससी इन ॲस्ट्रोफिजिक्स
- एमएससी इन स्पेस सायन्स
- पीएचडी
- राष्ट्रीय/आंतरराष्ट्रीय संशोधनासाठीची फेलोशिप

हो विज्ञानशाखा प्रामुख्याने उच्च शिक्षणाभिमुख आणि संशोधनाभिमुख आहे.

करिअरच्या संधी

सरकारी आणि संशोधन क्षेत्र

- अवकाश संशोधनसंस्था
- वेधशाळा
- संरक्षण संशोधन केंद्रे
- राष्ट्रीय वैज्ञानिक संस्था
- विद्यापीठे आणि संशोधन प्रयोगशाळा

खासगी आणि तांत्रिक क्षेत्र

- डेटा विश्लेषण कंपन्या
- वैज्ञानिक सॉफ्टवेअर विकासक कंपन्या
- तंत्रज्ञान कंपन्या
- कंपन्यांचे संशोधन व विकास विभाग
- शैक्षणिक तंत्रज्ञान क्षेत्र

वेतनमान

- संशोधन सहायक म्हणून सुरुवातीला ₹३०,००० ते ₹५०,००० दरमहा
- उच्च शिक्षणानंतर अधिक वेतन
- परदेशातील संशोधनाच्या संधींमध्ये आकर्षक वेतन

भविष्यातील वाव

अवकाश संशोधन, उपग्रह तंत्रज्ञान, ग्रहमोहिमा आणि अंतराळ निरीक्षण या आघाड्यांवर सातत्याने संशोधन सुरू आहे. मोठ्या प्रमाणातील खगोलीय डेटाचा अभ्यास करण्यासाठी आर्टिफिशियल इंटेलिजन्स आणि संगणकीय विश्लेषणाचा वापर केला जात आहे. त्यामुळे गणित उत्तम असलेल्या आणि तांत्रिकदृष्ट्या सक्षम अशा संशोधकांची या क्षेत्रातील गरज भविष्यात वाढतच जाणार आहे.

निष्कर्ष

बीएससी इन ॲस्ट्रॉनॉमी अँड ॲस्ट्रोफिजिक्स ही केवळ एक पदवी नव्हे, तर ती विश्वाच्या गूढतेचा शोध घेण्याची वैज्ञानिक साधना आहे. ही शाखा लोकप्रियतेसाठी नव्हे, तर ज्ञानासाठी निवडली जाते. विश्वाचा शोध घेण्याची जिज्ञासा आणि चिकाटीने संशोधन करण्याची तयारी असेल, तर ही पदवी आयुष्याला एका वेगळ्या उंचीवर नेऊ शकते.

❖❖❖

आयआयटीमधील बीटेक

भारतात इंजिनिअरिंग शिक्षणाच्या क्षेत्रात सर्वोच्च स्थान मिळालेली संस्था म्हणजे आयआयटी (इंडियन इन्स्टिट्यूट ऑफ टेक्नॉलॉजी). या संस्थेमध्ये मिळणारे शिक्षण हे केवळ पदवीपुरते मर्यादित नसून ते संशोधन, नवनिर्मिती, नेतृत्व आणि जागतिक स्पर्धात्मकता घडवणारे असते. आयआयटीमधील बीटेक पदवी विद्यार्थ्याला केवळ इंजिनिअर बनवत नाही, तर समस्या सोडवणारा तज्ज्ञ, संशोधक, उद्योजक आणि जागतिक नागरिक बनवते.

प्रमुख आयआयटीज

- इंडियन इन्स्टिट्यूट ऑफ टेक्नॉलॉजी, मुंबई
- इंडियन इन्स्टिट्यूट ऑफ टेक्नॉलॉजी, दिल्ली
- इंडियन इन्स्टिट्यूट ऑफ टेक्नॉलॉजी, मद्रास
- इंडियन इन्स्टिट्यूट ऑफ टेक्नॉलॉजी, कानपूर
- इंडियन इन्स्टिट्यूट ऑफ टेक्नॉलॉजी, खरगपूर

कालावधी

चार वर्षे (आठ सेमिस्टर्स)

पात्रता व प्रवेशप्रक्रिया

- बारावी (सायन्स) पीसीएम ग्रूपसह उत्तीर्ण
- जेईई (मेन्स) उत्तीर्ण
- जेईई ॲडव्हान्स्डमध्ये कट-ऑफपेक्षा जास्त गुण

आयआयटीची प्रवेशप्रक्रिया अत्यंत स्पर्धात्मक असून, त्यातून देशातील सर्वोच्च गुणवत्तेचे विद्यार्थीच निवडले जातात.

आयआयटीमधील अभ्यासक्रमाची वैशिष्ट्ये

(इतर महाविद्यालयांपेक्षा अधिक दर्जेदार बाबी)

१. संशोधनाधारित अध्यापन

आयआयटीमध्ये पदवीच्या पहिल्या वर्षापासूनच विद्यार्थ्यांची संशोधनाशी ओळख करून दिली जाते. अनेक विद्यार्थी हे प्राध्यापकांबरोबर संशोधन प्रकल्पांमध्ये सहभागी होतात. इतर महाविद्यालयांमध्ये संशोधन प्रामुख्याने पदव्युत्तर स्तरावर असते; परंतु आयआयटीमध्ये पदवी स्तरावरच संशोधन संस्कृती रुजवली जाते.

२. अत्याधुनिक प्रयोगशाळा

- प्रगत रोबॉटिक्स लॅब
- आर्टिफिशियल इंटेलिजन्स संशोधन केंद्र
- नॅनोटेक्नॉलॉजीशी संबंधित सुविधा
- उच्च दर्जाच्या कॉम्प्युटर लॅब्ज

आयआयटीतील प्रयोगशाळांमध्ये आंतरराष्ट्रीय दर्जाची उपकरणे उपलब्ध असतात.

३. उद्योगांबरोबर सहकार्य

- मोठ्या उद्योगांबरोबर थेट सहकार्य
- उद्योग-प्रायोजित प्रकल्प
- लाइव्ह इंडस्ट्री प्रॉब्लेम सॉल्व्हिंग
- कॅम्पसवर तज्ज्ञांची व्याख्याने

विद्यार्थ्यांना औद्योगिक आस्थापनांतील समस्यांवर प्रत्यक्ष काम करून त्या सोडवण्याची संधी मिळते.

४. इनोव्हेशन आणि स्टार्टअप संस्कृती

प्रत्येक आयआयटीमध्ये इनक्युबेशन सेंटर, स्टार्टअप सेल, उद्योजकता विकास केंद्र हे कार्यरत असतात. आजचे अनेक यशस्वी स्टार्टअप्स हे आयआयटी कॅम्पसमधूनच सुरू झालेले आहेत. विद्यार्थ्यांना खालील गोष्टी पुरवल्या जातात :

- स्वतःचा उद्योग सुरू करण्यासाठीचे मार्गदर्शन

- आर्थिक मदत
- प्राध्यापकांचे मार्गदर्शन

ह्या सुविधा इतर बहुतांश महाविद्यालयांमध्ये मर्यादित प्रमाणात असतात.

५. जागतिक स्तरावरील अनुभव

- परदेशी विद्यापीठांशी विद्यार्थी-विनिमय कार्यक्रम
- परदेशात इंटर्नशिप
- जागतिक परिषदांमध्ये सहभाग

आयआयटीच्या विद्यार्थ्यांना आंतरराष्ट्रीय स्तरावर काम करण्याचा अनुभव मिळतो.

६. बहुआयामी अभ्यासक्रम

विद्यार्थी केवळ तांत्रिकदृष्ट्या विकसित न होता त्याचा सर्वांगीण व्यक्तिमत्त्व विकास व्हावा, यासाठी इंजिनिअरिंगबरोबरच खालील विषय शिकवले जातात :

- ह्यूमॅनिटीज
- मॅनेजमेंट
- डिझाइन थिंकिंग
- पॉलिसी स्टडीज

७. कठोर शैक्षणिक शिस्त

- नियमित असाइन्मेंट्स
- सततचे मूल्यमापन
- उच्च दर्जाचे प्रश्न
- कठोर ग्रेडिंग प्रणाली

यांच्या आधारे कडक शैक्षणिक शिस्त निर्माण केली जाते. त्यातून विद्यार्थ्यांमध्ये उत्कृष्टतेची सवय निर्माण होते.

८. उत्कृष्ट प्लेसमेंट व्यवस्था

आयआयटीजमध्ये देशविदेशातील अग्रगण्य कंपन्या कॅम्पस प्लेसमेंटसाठी येतात. सरासरी वेतनमान इतर महाविद्यालयांपेक्षा लक्षणीयरीत्या जास्त असते.

अभ्यासक्रमातून विकसित होणारी कौशल्ये

१. जटिल समस्या सोडवण्याची क्षमता

२. संशोधनात्मक दृष्टिकोन

३. नेतृत्वगुण
४. जागतिक स्तरावरील स्पर्धेत उतरण्याची तयारी
५. नाविन्याला पोषक अशी विचारसरणी

वेतनमान

- सुरुवातीचे सरासरी वार्षिक वेतन : ₹१२ लाख ते ₹२५ लाख
- काही विद्यार्थ्यांना एक कोटी रुपयांपर्यंतची ऑफर
- परदेशी कंपन्यांमध्ये भरपूर वेतन

भविष्यातील वाव

आयआयटीमधील शिक्षण विद्यार्थ्यांना खालील क्षेत्रांत काम करण्यास सक्षम बनवते :

- आर्टिफिशियल इंटेलिजन्स
- डेटा सायन्स
- रोबॉटिक्स
- अवकाश संशोधन
- ऊर्जा तंत्रज्ञान
- राष्ट्रीय व आंतरराष्ट्रीय स्तरावरील संशोधन

निष्कर्ष

आयआयटीमधील बीटेक ही केवळ इंजिनिअरिंगची पदवी नव्हे, तर ती उत्कृष्टतेची पावती आहे. संशोधन, नवनिर्मिती, उद्योगांचे सहकार्य आणि जागतिक स्तरावरील दृष्टिकोन यांच्या संगमातून तयार होणारा विद्यार्थी भविष्यातील नेतृत्वासाठी सज्ज होतो. कठोर परिश्रम करणाऱ्या, सातत्य ठेवणाऱ्या आणि उच्च ध्येय बाळगणाऱ्या विद्यार्थ्यांसाठी आयआयटी हा स्वप्न साकार करण्यासाठीचा एक मंच आहे.

❖❖❖

बी. डिझाइन (इंटिरिअर डिझाइन)

घरे, ऑफिसेस, हॉटेल्स, हॉस्पिटल्स, शोरूम्स, मॉल्स यांतील कोणतीच वास्तू केवळ भिंतींनी आणि छतांनी तयार होत नाही, तर त्या जागेला सौंदर्य आणि समतोल प्रदान करणारी रचना करावी लागते. हे काम करणारा तज्ज्ञ म्हणजे इंटिरिअर डिझायनर. जागेचा उपयोग, त्यातील प्रकाशयोजना, रंगसंगती, फर्निचरची मांडणी, साहित्याची निवड आणि मानवी हालचालींचा सौंदर्यपूर्ण आणि शास्त्रीय दृष्टिकोनातून अभ्यास इंटिरिअर डिझाइनमध्ये केला जातो. बी. डिझाइन इन इंटिरिअर डिझाइन ही ह्या क्षेत्रातील पदवी आहे. आजच्या शहरीकरणाच्या युगात इंटिरिअर डिझाइन हे एक वेगाने वाढणारे तसेच सृजनशील क्षेत्र मानले जाते.

पदवीचे नाव

बॅचलर ऑफ डिझाइन इन इंटिरिअर डिझाइन
(बी. डिझाइन – इंटिरिअर डिझाइन)

कालावधी

चार वर्षे (आठ सेमिस्टर्स)

पात्रता

- बारावी उत्तीर्ण (कोणतीही शाखा)
- कला आणि डिझाइन यांची आवड असल्यास उत्तम
- काही नामांकित संस्थांमध्ये प्रवेशपरीक्षा

प्रवेशप्रक्रिया

- डिझाइन विषयाची प्रवेशपरीक्षा
- पोर्टफोलिओ सादर करणे
- रेखाटन चाचणी
- मुलाखत

प्रवेश कोणी घ्यावा?

१. सौंदर्यदृष्टी विकसित असलेले विद्यार्थी
२. रेखाटन आणि डिझाइनची आवड असलेले विद्यार्थी
३. सृजनशील विचार करण्याची क्षमता असलेले विद्यार्थी
४. जागेचे नियोजन करण्याची क्षमता असलेले विद्यार्थी
५. संयम आणि बारकाई असलेले विद्यार्थी
६. ग्राहकांशी प्रभावी संवाद साधू शकणारे विद्यार्थी

अभ्यासक्रमाचे स्वरूप

- स्टुडिओ-आधारित अध्यापन
- साइट्सना प्रत्यक्ष भेटी
- कॉम्प्युटर डिझाइनचे प्रशिक्षण
- डिझाइन प्रकल्प
- मॉडेल तयार करणे
- मोठा प्रकल्प (अंतिम वर्षात)

विद्यार्थ्यांना जागेचे नियोजन करण्याचे आणि डिझाइन सादर करण्याचे प्रशिक्षण दिले जाते.

अभ्यासक्रमातील विषय

- डिझाइन फंडामेंटल्स
- बिल्डिंग मटेरियल्स
- लायटिंग डिझाइन
- कॅड
- सस्टेनेबल डिझाइन
- एरगॉनॉमिक्स
- इंटिरिअर स्पेस प्लॅनिंग
- फर्निचर डिझाइन
- कलर थिअरी
- थ्री-डी मॉडेलिंग
- बिल्डिंग सर्व्हिसेस
- प्रोजेक्ट मॅनेजमेंट

अभ्यासक्रमातून विकसित होणारी कौशल्ये

१. जागेचे नियोजन करण्याचे कौशल्य
२. सौंदर्यदृष्टी आणि रचनाकौशल्य

३. कॉम्प्युटर डिझाइन सॉफ्टवेअर वापरण्याची क्षमता
४. ग्राहकांशी संवाद साधण्याचे कौशल्य
५. प्रकल्प व्यवस्थापन
६. समस्या सोडवण्याची क्षमता

उच्च शिक्षणाचे पर्याय

- एम. डिझाइन इन इंटिरिअर डिझाइन
- एम. डिझाइन इन अर्बन डिझाइन
- एम. डिझाइन इन फर्निचर डिझाइन
- एम. डिझाइन इन सस्टेनेबल डिझाइन
- आर्किटेक्चरशी संबंधित कोर्सेस
- कन्स्ट्रक्शन/डिझाइन क्षेत्रातील मॅनेजमेंटचे कोर्सेस

सरकारी क्षेत्रातील संधी

- सार्वजनिक बांधकाम विभाग
- सांस्कृतिक व पर्यटन विभाग
- सरकारी वास्तुनियोजन प्रकल्प
- सरकारी गृहनिर्माण संस्था

खासगी क्षेत्रातील संधी

- इंटिरिअर डिझाइन फर्म्स
- रिअल इस्टेट कंपन्या
- फर्निचर उद्योग
- आर्किटेक्चर कंपन्या
- हॉटेल आणि हॉस्पिटॅलिटी उद्योग
- स्वतःची डिझाइन सल्लासेवा फर्म

वेतनमान

- प्रारंभी ₹२०,००० ते ₹३०,००० दरमहा
- अनुभवानुसार आणि प्रकल्पांनुसार वाढ
- स्वतंत्र व्यवसाय केल्यास उत्पन्नात वाढीची शक्यता

भविष्यातील वाव

वाढते शहरीकरण, आरामदायी जीवनशैलीचा अंगीकार, कार्यालयीन जागांचे आधुनिकीकरण आणि पर्यावरणपूरक बांधकामाकडील कल यांमुळे इंटिरिअर

डिझाइन सेवेची मागणी वाढत आहे. टिकाऊ डिझाइन आणि स्मार्ट होम तंत्रज्ञानाच्या आगमनामुळे या शाखेचे महत्त्व आणखी वाढले आहे. आता आर्टिफिशियल इंटेलिजन्सवर आधारित डिझाइन्सही उपलब्ध होऊ लागली आहेत. असे असले, तरी सृजनशीलता, सौंदर्यदृष्टी आणि माणसांच्या गरजांची समज ह्या गोष्टी मानवीच राहणार आहेत.

निष्कर्ष

इंटिरिअर डिझाइन क्षेत्रात सृजनशीलता आणि कार्यक्षमता यांचा सुंदर मिलाफ आहे. जागेला जीवन देण्याची क्षमता असलेल्या विद्यार्थ्यांसाठी ही पदवी करिअरच्या उत्कृष्ट संधी निर्माण करू शकते. सौंदर्य, तंत्रज्ञान आणि व्यवस्थापन यांचा समतोल साधता येणाऱ्यांसाठी हे करिअर एक आकर्षक पर्याय आहे.

❖❖❖

बीए (हिस्ट्री)

मानवजातीचा आजवरचा प्रवास समजून घ्यायचा असेल, तर इतिहासाचा अभ्यास अपरिहार्य आहे. प्राचीन संस्कृती, साम्राज्ये, युद्धे, सामाजिक बदल, क्रांती, विचारप्रवाह, स्वातंत्र्यलढे आणि आधुनिक राष्ट्रनिर्मिती या सर्वांचा अभ्यास म्हणजे इतिहास. इतिहास हा केवळ भूतकाळातील घटनांचा संग्रह नसून ती वर्तमान समजून घेण्याची आणि भविष्याचा अंदाज बांधण्याची एक शास्त्रीय पद्धत आहे. घटनांचा तर्कशुद्ध अभ्यास करण्याची, माहितीच्या स्रोतांचे विश्लेषण करण्याची आणि विचारसरणींचा मागोवा घेण्याची हातोटी या विषयाच्या अभ्यासातून विकसित होते.

पदवीचे नाव

बॅचलर ऑफ आर्ट्स इन हिस्ट्री (बीए – हिस्ट्री)

कालावधी

- तीन वर्षे (बारावीनंतर)
- काही विद्यापीठांमध्ये चार वर्षांचा ऑनर्स अभ्यासक्रम

पात्रता

- बारावी उत्तीर्ण (कोणतीही शाखा)
- कला शाखेतील विद्यार्थ्यांना इतिहासाची प्राथमिक ओळख असल्यास उत्तम

प्रवेशप्रक्रिया

- बारावीच्या गुणांवर आधारित प्रवेश
- काही नामांकित विद्यापीठांमध्ये प्रवेशपरीक्षा

प्रवेश कोणी घ्यावा ?

१. वाचनाची आवड असलेले विद्यार्थी
२. भूतकाळातील घटनांबद्दल जिज्ञासा असलेले विद्यार्थी
३. विश्लेषणात्मक विचार करू शकणारे विद्यार्थी
४. लेखनकौशल्य असलेले विद्यार्थी
५. सामाजिक आणि राजकीय घडामोडींमध्ये रस असलेले विद्यार्थी
६. संयमाने अभ्यास करण्याची तयारी असलेले विद्यार्थी

अभ्यासक्रमाचे स्वरूप

- थिअरी लेक्चर्स
- संदर्भग्रंथांचा अभ्यास
- निबंधलेखन
- सादरीकरणे
- संशोधन प्रकल्प

सेमिस्टर पद्धतीनुसार परीक्षा घेतल्या जातात. विद्यार्थ्यांना ऐतिहासिक स्रोतांचे विश्लेषण आणि तर्कशुद्ध मूल्यमापन करण्याचे प्रशिक्षण दिले जाते.

अभ्यासक्रमातील विषय

- एन्शंट हिस्ट्री
- मिडिव्हल हिस्ट्री
- मॉडर्न हिस्ट्री
- इंडियन हिस्ट्री
- वर्ल्ड हिस्ट्री
- हिस्टोरिओग्राफी
- आर्किऑलॉजी
- कल्चरल हिस्ट्री
- पोलिटिकल हिस्ट्री
- इकॉनॉमिक हिस्ट्री

अभ्यासक्रमातून विकसित होणारी कौशल्ये

१. विश्लेषणात्मक विचारसरणी
२. संशोधन
३. प्रभावी लेखन
४. घटनांचे तुलनात्मक विश्लेषण
५. तथ्यपडताळणी
६. ऐतिहासिक दृष्टिकोन

उच्च शिक्षणाचे पर्याय

- एमए इन हिस्ट्री
- एमए इन आर्किऑलॉजी
- एमए इन म्युझिऑलॉजी
- एमए इन पोलिटिकल सायन्स

- एमए इन सोशिऑलॉजी
- एलएलबी
- एमए इन जर्नालिझम
- पीएचडी

सरकारी क्षेत्रातील संधी

- भारतीय पुरातत्त्व सर्वेक्षण विभाग
- अभिलेखागार विभाग
- संग्रहालये
- केंद्रीय सांस्कृतिक मंत्रालय

खासगी क्षेत्रातील संधी

- पत्रकारिता
- प्रकाशनसंस्था
- पर्यटन मार्गदर्शन
- संशोधनसंस्था
- सांस्कृतिक प्रकल्प
- कॉंटेंट रायटिंग

वेतनमान

- प्रारंभी ₹१५,००० ते ₹२०,००० दरमहा
- स्पर्धापरीक्षा उत्तीर्ण झाल्यास अधिक वेतन

भविष्यातील वाव

इतिहास हा राष्ट्रनिर्मितीचा पाया आहे. सांस्कृतिक वारशाचे जतन, धोरणनिर्मिती, सामाजिक अभ्यास, संशोधन आणि शिक्षण अशा सर्वच आघाड्यांवर इतिहास विषयाचे महत्त्व आजही कायम आहे. डिजिटल अर्काइव्ह्ज, ऐतिहासिक संशोधन आणि माहितीपट निर्मिती यांमुळे या क्षेत्रात नव्या संधी निर्माण होत आहेत.

निष्कर्ष

बीए (हिस्ट्री) ही केवळ एक पदवी नसून समाज, राष्ट्र आणि मानवजातीचा आजवरचा प्रवास समजून घेण्याची ती एक संधी आहे. विचार, विश्लेषण आणि संशोधन यांची आवड असलेल्या विद्यार्थ्यांसाठी इतिहास ही शाखा एक अर्थपूर्ण आणि व्यापक पर्याय आहे. भूतकाळाचा अभ्यास करून भविष्य घडवण्याची क्षमता इतिहासाचे शिक्षण विद्यार्थ्यांमध्ये निर्माण करते.

❖❖❖

बीटेक (एअरोस्पेस इंजिनिअरिंग)

आकाशात झेपावणारी विमाने, अंतराळात फिरणारे कृत्रिम उपग्रह, रॉकेट्सची प्रक्षेपणे आणि अवकाश संशोधनातील नवनवीन प्रयोग या सर्वांच्या पाठीशी असते एक अत्यंत प्रगत इंजिनिअरिंग शाखा; तिचे नाव आहे एअरोस्पेस इंजिनिअरिंग. एअरोडायनॅमिक्स, फ्लाइट मेकॅनिक्स, स्पेसक्राफ्ट डिझाइन आणि प्रोपल्शन सिस्टिम्स यांचा सखोल अभ्यास या शाखेत केला जातो. विज्ञान, गणित आणि तांत्रिक कल्पकता यांचा संगम असलेली ही शाखा अत्यंत आव्हानात्मक आणि प्रतिष्ठेची मानली जाते.

पदवीचे नाव

बॅचलर ऑफ टेक्नॉलॉजी इन एअरोस्पेस इंजिनिअरिंग
(बीटेक –एअरोस्पेस इंजिनिअरिंग)

कालावधी

चार वर्षे (आठ सेमिस्टर्स)

पात्रता व प्रवेशपरीक्षा

- बारावी (सायन्स) पीसीएम ग्रूपसह उत्तीर्ण
- कट-ऑफपेक्षा जास्त गुण
- राज्यस्तरीय / राष्ट्रीय स्तरावरील प्रवेशपरीक्षा

प्रवेशप्रक्रिया

- केंद्रीय संस्थांसाठी जेईई (मेन्स) / जेईई (ॲडव्हान्स्ड)
- राज्यस्तरीय सीईटी परीक्षा
- काही खासगी विद्यापीठांची स्वतंत्र प्रवेशपरीक्षा

प्रवेश कोणी घ्यावा?

१. फिजिक्स आणि मॅथेमॅटिक्समध्ये विशेष प्राविण्य असलेले विद्यार्थी
२. विमान आणि अवकाश तंत्रज्ञानाबद्दल कुतूहल असलेले विद्यार्थी
३. संशोधनात्मक दृष्टिकोन तसेच उच्च ध्येय बाळगलेले विद्यार्थी
४. जटिल समस्या सोडवण्याची क्षमता असलेले विद्यार्थी
५. शिस्तबद्ध परंतु संयमी स्वभाव असलेले विद्यार्थी
६. कठोर परिश्रमाची तयारी असलेले विद्यार्थी

अभ्यासक्रमाचे स्वरूप

- थिअरी लेक्चर्स
- प्रगत प्रयोगशाळांत प्रात्यक्षिके
- एअरोडायनॅमिक्स चाचण्या
- डिझाइन प्रकल्प
- सिम्युलेशनवर आधारित अभ्यास
- औद्योगिक प्रशिक्षण
- अंतिम वर्षात प्रकल्प

विद्यार्थ्यांना विमानाच्या किंवा रॉकेटच्या डिझाइनशी संबंधित एखादी नवी संकल्पना विकसित करण्याची संधी दिली जाते.

अभ्यासक्रमातील विषय

- एअरोडायनॅमिक्स
- फ्लाइट मेकॅनिक्स
- एअरक्राफ्ट स्ट्रक्चर्स
- प्रोपल्शन सिस्टिम्स
- एव्हिऑनिक्स

- थर्मोडायनॅमिक्स
- फ्लुइड मेकॅनिक्स
- स्पेस टेक्नॉलॉजी
- रॉकेट प्रोपल्शन
- कंट्रोल सिस्टिम्स
- सीएफडी (कॉम्प्युटेशनल फ्लुइड डायनॅमिक्स)
- मटेरियल्स सायन्स

अभ्यासक्रमातून विकसित होणारी कौशल्ये

१. विश्लेषणात्मक आणि गणितीय कौशल्ये
२. डिझाइन करण्याची आणि मॉडेलिंगची क्षमता
३. कॉम्प्युटेशनल सिम्युलेशन कौशल्य
४. संशोधन आणि नवनिर्मिती क्षमता
५. टीम वर्क आणि नेतृत्वगुण
६. तांत्रिक अचूकता

उच्च शिक्षणाचे पर्याय

- एमटेक इन एअरोस्पेस इंजिनिअरिंग
- एमएस (परदेशात)
- पीएचडी
- स्पेस सायन्स, एव्हिऑनिक्समधील स्पेशलायझेशन कोर्सेस
- एमबीए

सरकारी क्षेत्रातील संधी

- अवकाश संशोधनसंस्था
- संरक्षण संशोधनसंस्था
- विमान-उत्पादक कंपन्या
- सार्वजनिक क्षेत्रातील विमान वाहतूक उद्योग
- संरक्षण दलांतील तांत्रिक विभाग

खासगी क्षेत्रातील संधी

- विमाननिर्मिती उद्योग
- एअरलाइन्सचे तांत्रिक विभाग
- ड्रोन तंत्रज्ञान कंपन्या
- उपग्रह तंत्रज्ञान संस्था
- कंपन्यांचे संशोधन आणि विकास विभाग
- विमान वाहतूक स्टार्टअप्स

वेतनमान

- प्रारंभी ₹४०,००० ते ₹८०,००० दरमहा (आस्थापनानुसार बदल)
- उच्च शिक्षण आणि संशोधनानंतर अधिक आकर्षक वेतन
- परदेशी कंपन्यांमध्ये भरपूर वेतन

भविष्यातील वाव

अवकाश संशोधन, संरक्षण तंत्रज्ञान, ड्रोन उद्योग, उपग्रह प्रणाली, पुनर्वापरास योग्य रॉकेट्स, हायपरसॉनिक विमाने या आघाड्यांवर येणाऱ्या काळात मोठी प्रगती अपेक्षित आहे. आर्टिफिशियल इंटेलिजन्स, रोबॉटिक्स आणि प्रगत अशा कॉम्प्युटेशनल सिम्युलेशन तंत्रज्ञानामुळे एअरोस्पेस इंजिनिअरिंगचे क्षेत्र दिवसेंदिवस विकसित होत आहे. भविष्यात अंतराळ पर्यटन, चांद्रमोहीम आणि मंगळमोहीम यांसारख्या संकल्पना प्रत्यक्षात आणण्यात एअरोस्पेस इंजिनिअर्सची मोठी भूमिका असणार आहे.

निष्कर्ष

एअरोस्पेस इंजिनिअरिंग ही एक अत्यंत प्रतिष्ठित आणि तितकीच आव्हानात्मक शाखा आहे. विज्ञानाचे सखोल ज्ञान, तांत्रिक कौशल्ये आणि नाविन्यपूर्ण दृष्टिकोन असणाऱ्या विद्यार्थ्यांसाठी ही पदवी शब्दशः आकाशाइतकी विस्तृत संधी निर्माण करू शकते. ज्यांचे स्वप्न आकाशाला गवसणी घालण्याचे आहे, त्यांच्यासाठी ही शाखा योग्य आहे.

❖❖❖

बीएससी (गेमिंग टेक्नॉलॉजी)

आजघडीला मोबाइल गेम्स, कॉम्प्युटर गेम्स, व्हर्च्युअल रिॲलिटी, ई-स्पोर्ट्स आणि ऑनलाइन मनोरंजन यांचा झपाट्याने विस्तार होत आहे. आज गेमिंग ही केवळ एक करमणूक राहिलेली नसून, ती अब्जावधी रुपयांची जागतिक बाजारपेठ बनली आहे. गेमची संकल्पना तयार करणे, पात्रांची रचना करणे, स्तर डिझाइन करणे आणि ग्राफिक्स, साउंड, कोडिंग तसेच वापरकर्त्यांचा अनुभव यांचा अभ्यास करणे हे गेमिंग टेक्नॉलॉजीमध्ये मोडते. सृजनशीलता आणि कॉम्प्युटर टेक्नॉलॉजी यांचा संगम असलेली ही पदवी भविष्योन्मुख मानली जाते.

पदवीचे नाव

बॅचलर ऑफ सायन्स इन गेमिंग टेक्नॉलॉजी
(बीएससी – गेमिंग टेक्नॉलॉजी)

कालावधी

- तीन वर्षे (बारावीनंतर)
- काही संस्थांमध्ये चार वर्षांचा अभ्यासक्रम

पात्रता

- बारावी उत्तीर्ण (कोणतीही शाखा)
- मॅथेमॅटिक्स आणि कॉम्प्युटर विषय असल्यास उत्तम
- काही संस्थांमध्ये प्रवेशपरीक्षा/मुलाखत

प्रवेशप्रक्रिया

- बारावीच्या गुणांवर आधारित प्रवेश
- काही महाविद्यालयांमध्ये कौशल्यचाचणी
- पोर्टफोलिओ सादर करणे

प्रवेश कोणी घ्यावा?

१. कॉम्प्युटर आणि टेक्नॉलॉजी यांची आवड असलेले विद्यार्थी
२. गेम्स डिझाइन करण्याविषयी कुतूहल असलेले विद्यार्थी
३. सृजनशीलता आणि कल्पनाशक्ती लाभलेले विद्यार्थी
४. गणित आणि तर्कशक्ती चांगली असलेले विद्यार्थी
५. प्रोग्रॅमिंग शिकण्याची तयारी असलेले विद्यार्थी
६. टीममध्ये काम करण्याचे कौशल्य असलेले विद्यार्थी
७. डिजिटल माध्यमात करिअर करू इच्छिणारे विद्यार्थी

अभ्यासक्रमाचे स्वरूप

- कॉम्प्युटर लॅब्जमध्ये प्रशिक्षण
- छोटे गेम प्रोजेक्ट्स
- टीम प्रोजेक्ट्स
- अंतिम वर्षात गेम डेव्हलपमेंट प्रोजेक्ट्स
- प्रेझेंटेशन्स (सादरीकरणे)

अभ्यासक्रमातील विषय

- गेम डिझाइन
- गेम प्रोग्रॅमिंग
- टू-डी आणि थ्री-डी ग्राफिक्स
- गेम इंजिन टेक्नॉलॉजी
- ॲनिमेशन बेसिक्स
- आर्टिफिशियल इंटेलिजन्स इन गेम्स
- व्हीआर (व्हर्च्युअल रिॲलिटी)
- एआर (ऑगमेंटेड रिॲलिटी)

- यूजर इंटरफेस डिझाइन
- कॉम्प्युटर ग्राफिक्स
- सॉफ्टवेअर डेव्हलपमेंट फंडामेंटल्स

अभ्यासक्रमातून विकसित होणारी कौशल्ये

१. गेम डिझाइनचे कौशल्य
२. प्रोग्रॅमिंगची क्षमता
३. ग्राफिक्स आणि दृश्यरचना कौशल्ये
४. समस्या सोडवण्याची क्षमता
५. सृजनशील विचार
६. प्रकल्प व्यवस्थापन
७. वापरकर्त्यांच्या अनुभवांचे विश्लेषण करण्याची क्षमता

उच्च शिक्षणाचे पर्याय

- एमएससी इन गेमिंग टेक्नॉलॉजी
- एमएससी इन आर्टिफिशियल इंटेलिजन्स
- गेम डिझाइनमधील विशेष कोर्सेस
- ॲनिमेशन अँड मल्टिमीडिया कोर्स
- सॉफ्टवेअर डेव्हलपमेंट कोर्स
- एमबीए इन डिजिटल मीडिया

सरकारी क्षेत्रातील संधी

- शैक्षणिक गेम्स विकसित करणे
- संरक्षण प्रशिक्षणाचे सिम्युलेशन
- सरकारी डिजिटल प्रकल्प

खासगी क्षेत्रातील संधी

- गेम डेव्हलपर
- गेम डिझायनर
- गेम टेस्टर

- गेम लेव्हल डिझायनर
- थ्री-डी आर्टिस्ट
- ॲनिमेशन स्पेशालिस्ट
- एआर/व्हीआर डेव्हलपर

याशिवाय मोबाइल गेमिंग कंपन्यांत तसेच ई-स्पोर्ट्स उद्योगात काम करण्याची संधी मिळू शकते. स्वतःचा गेम स्टुडिओही उभा करता येऊ शकतो.

वेतनमान

- प्रारंभी ₹२०,००० ते ₹३०,००० दरमहा
- अनुभवानुसार वेतनात झपाट्याने वाढ
- स्वतंत्र गेम्स विकसित केल्यास मोठा आर्थिक फायदा शक्य

भविष्यातील वाव

गेमिंग उद्योगाचा जागतिक पातळीवर सातत्याने विस्तार होतो आहे. मोबाइल गेम्स, शैक्षणिक गेम्स, व्हर्च्युअल रिॲलिटी, मेटाव्हर्स आणि ई-स्पोर्ट्स या क्षेत्रांमध्ये मोठ्या प्रमाणावर संधी निर्माण होत आहेत. गेम डिझाइनमध्ये आर्टिफिशियल इंटेलिजन्सचा वापर वाढत असला, तरी कल्पनाशक्ती, कथाकथन आणि सृजनशीलता या मानवी कौशल्यांची गरज कायम राहणार आहे.

निष्कर्ष

गेमिंग टेक्नॉलॉजी ही आधुनिक डिजिटल युगातील आकर्षक आणि वेगाने वाढणारी विद्याशाखा आहे. तंत्रज्ञान आणि सृजनशीलता यांच्या माध्यमातून जागतिक स्तरावर आपली ओळख निर्माण करू इच्छिणाऱ्या विद्यार्थ्यांसाठी ही पदवी म्हणजे करिअरचा एक उत्तम पर्याय आहे.

❖❖❖

बीए (फिलॉसॉफी)

"मी कोण आहे?", "जीवनाचा अर्थ काय?", "सत्य म्हणजे काय?", "नैतिकता म्हणजे काय?" अशा मानवी इतिहासातील सर्वांत जुन्या आणि गंभीर प्रश्नांची उत्तरे शोधणारी विद्याशाखा म्हणजे तत्त्वज्ञान (फिलॉसॉफी). विचार करण्याची कला, तर्कशुद्ध विश्लेषण, नैतिक मूल्यांची मांडणी, ज्ञानाचे स्वरूप, मानवी अस्तित्व, समाजरचना, राज्य, धर्म, विज्ञान या सर्वांचा अभ्यास तत्त्वज्ञानात केला जातो. तत्त्वज्ञान ही केवळ सैद्धांतिक विद्याशाखा नसून, ती विचार करण्याची एक शास्त्रीय पद्धत आहे.

पदवीचे नाव

बॅचलर ऑफ आर्ट्स इन फिलॉसॉफी (बीए – फिलॉसॉफी)

कालावधी

- तीन वर्षे (बारावीनंतर)
- काही विद्यापीठांमध्ये चार वर्षांचा ऑनर्स अभ्यासक्रम

पात्रता

- बारावी उत्तीर्ण (कोणतीही शाखा)
- कला शाखेतील विद्यार्थ्यांना तत्त्वज्ञान विषयाची ओळख असल्यास उत्तम

प्रवेशप्रक्रिया

- बारावीच्या गुणांवर आधारित प्रवेश
- काही राष्ट्रीय विद्यापीठांमध्ये प्रवेशपरीक्षा

प्रवेश कोणी घ्यावा?

१. सखोल विचार करण्याची आवड असलेले विद्यार्थी
२. वाचनाची आणि लेखनाची तयारी असलेले विद्यार्थी
३. तर्कशुद्ध चर्चा आवडणारे विद्यार्थी
४. नैतिक आणि सामाजिक प्रश्नांबद्दल संवेदनशील असलेले विद्यार्थी
५. संयमी आणि चिंतनशील स्वभावाचे विद्यार्थी
६. विश्लेषणात्मक बुद्धिमत्ता असलेले विद्यार्थी

अभ्यासक्रमाचे स्वरूप

- थिअरी लेक्चर्स
- संदर्भग्रंथांचा अभ्यास
- निबंधलेखन
- चर्चासत्रे
- सादरीकरणे

सेमिस्टर पद्धतीनुसार परीक्षा घेतल्या जातात. विद्यार्थ्यांना विचार मांडण्याची आणि ते तर्कशुद्धपणे सिद्ध करण्याची सवय लावली जाते.

अभ्यासक्रमातील विषय

- इंडियन फिलॉसॉफी
- वेस्टर्न फिलॉसॉफी
- लॉजिक
- एथिक्स
- मेटाफिजिक्स
- एपिस्टेमॉलॉजी
- पोलिटिकल फिलॉसॉफी
- फिलॉसॉफी ऑफ रिलिजन
- फिलॉसॉफी ऑफ माइंड
- सोशल अँड काँटेम्पररी फिलॉसॉफी

अभ्यासक्रमातून विकसित होणारी कौशल्ये

१. तर्कशुद्ध विचारसरणी
२. विश्लेषणात्मक क्षमता
३. प्रभावी लेखन करण्याचे कौशल्य
४. नैतिक निर्णय घेण्याची क्षमता
५. संवादकौशल्ये
६. सखोल चिंतन

उच्च शिक्षणाचे पर्याय

- एमए इन फिलॉसॉफी
- एमए इन पोलिटिकल सायन्स
- एमए इन सोशिऑलॉजी
- एमए इन जर्नालिझम
- पीएचडी
- एलएलबी

स्पर्धापरीक्षा संधी

- यूपीएससी/एमपीएससी
- नेट/सेट

सरकारी क्षेत्रातील संधी

- प्राध्यापक
- संशोधक
- प्रशासकीय अधिकारी
- धोरण-विश्लेषक

खासगी क्षेत्रातील संधी

- लेखन आणि संपादन
- वर्तमानपत्रे आणि अन्य माध्यमे
- कॉर्पोरेट एथिक्स सल्लासेवा

- सामाजिक संस्था
- व्यक्तिमत्त्व-विकास प्रशिक्षण

वेतनमान

- प्रारंभी ₹१५,००० ते ₹२५,००० दरमहा (क्षेत्रानुसार बदल)
- प्रशासकीय सेवेत निवड झाल्यास भरपूर वेतन

भविष्यातील वाव

आजघडीला सगळीकडे तंत्रज्ञान, जैवतंत्रज्ञान, कृत्रिम बुद्धिमत्ता आणि समाजमाध्यमांचा बोलबाला आहे. त्यातून अनेक नैतिक आणि तात्त्विक प्रश्न निर्माण होत आहेत. त्यामुळे तत्त्वज्ञांची गरज निर्माण होणार आहे. नैतिक धोरणे, सामाजिक न्याय, मानवी मूल्ये आणि विचारशक्ती यांचा पाया मजबूत करण्यासाठी तत्त्वज्ञान अत्यंत उपयुक्त ठरते.

निष्कर्ष

तत्त्वज्ञान ही केवळ एक पदवी नसून, ती विचार करण्याची शिस्त आहे. जीवन, समाज आणि मूल्ये यांचा सखोल अभ्यास करू इच्छिणाऱ्या विद्यार्थ्यांसाठी ही विद्याशाखा अत्यंत अर्थपूर्ण आहे. नैतिकता आणि नेतृत्व विकसित करण्याच्या दृष्टीने तत्त्वज्ञानाचा अभ्यास हा दीर्घकालीन परिणाम करणारा ठरतो.

❖❖❖

बीएससी (नॅनोटेक्नॉलॉजी)

विज्ञान आणि तंत्रज्ञान यांच्या प्रगतीमुळे आपण अतिसूक्ष्मतेच्या पातळीवर काम करू लागलो आहोत. नॅनोमीटर म्हणजे एक मीटरचा अब्जावा भाग. या अतिसूक्ष्म स्तरावर पदार्थांच्या गुणधर्मांमध्ये बदल होतात. त्यांचा अभ्यास करणाऱ्या अत्याधुनिक विज्ञानशाखेला नॅनोटेक्नॉलॉजी असे म्हणतात. औषधनिर्मिती, इलेक्ट्रॉनिक्स, ऊर्जा, पर्यावरण, वैद्यकीय उपकरणे, संरक्षण अशा अनेक क्षेत्रांमध्ये नॅनोटेक्नॉलॉजीचा वापर वाढतो आहे. त्यामुळे बीएससी इन नॅनोटेक्नॉलॉजी ही पदवी भविष्योन्मुख आणि संशोधनप्रधान मानली जात आहे.

पदवीचे नाव

बॅचलर ऑफ सायन्स इन नॅनोटेक्नॉलॉजी
(बीएससी – नॅनोटेक्नॉलॉजी)

कालावधी

- तीन वर्षे (बारावीनंतर)
- काही विद्यापीठांमध्ये चार वर्षांचा विस्तारित अभ्यासक्रम

पात्रता

- बारावी (सायन्स) पीसीएम/पीसीबी ग्रूपसह उत्तीर्ण
- कट-ऑफ पेक्षा जास्त गुण
- काही संस्थांमध्ये प्रवेशपरीक्षा

प्रवेशप्रक्रिया

- बारावीच्या गुणांवर आधारित प्रवेश
- काही नामांकित संस्थांमध्ये प्रवेशपरीक्षा/मुलाखत

प्रवेश कोणी घ्यावा?

१. सायन्स विषयात विशेष रस असलेले विद्यार्थी
२. सूक्ष्म स्तरावर संशोधन करण्याची आवड असलेले विद्यार्थी
३. प्रयोगशाळेत काम करण्याची तयारी असलेले विद्यार्थी
४. मॅथेमॅटिक्स आणि फिजिक्स समजून घेण्याची क्षमता असलेले विद्यार्थी
५. संशोधन आणि नवनिर्मिती यांत रुची असलेले विद्यार्थी
६. बारकाईने निरीक्षण करणारे आणि संयमी विद्यार्थी

अभ्यासक्रमाचे स्वरूप

- थिअरी लेक्चर्स
- अत्याधुनिक प्रयोगशाळांमध्ये प्रात्यक्षिके (उदाहरणार्थ, नॅनोमटेरियल्सचे संश्लेषण)
- उपकरणे हाताळण्याचे प्रशिक्षण
- प्रकल्पकार्य

सेमिस्टर पद्धतीनुसार परीक्षा घेतल्या जातात. प्रॅक्टिकल्स हा अभ्यासक्रमाचा महत्त्वाचा भाग असतो.

अभ्यासक्रमातील विषय

- नॅनोसायन्स
- नॅनोमटेरियल्स
- बेसिक्स ऑफ क्वांटम मेकॅनिक्स
- सॉलिड-स्टेट फिजिक्स
- मटेरियल्स सायन्स
- नॅनोइलेक्ट्रॉनिक्स
- नॅनोबायोटेक्नॉलॉजी
- सरफेस सायन्स

- इन्स्टुमेंटेशन टेक्निक्स
- रिसर्च मेथडॉलॉजी

अभ्यासक्रमातून विकसित होणारी कौशल्ये

१. सूक्ष्म विश्लेषणाची क्षमता
२. संशोधनात्मक दृष्टिकोन
३. समस्या सोडवण्याची क्षमता
४. वैज्ञानिक लेखन (उदाहरणार्थ, अहवाल) करण्याची कौशल्ये
५. आंतरविद्याशाखीय समन्वय

उच्च शिक्षणाचे पर्याय

- एमएससी इन नॅनोटेक्नॉलॉजी
- एमटेक इन नॅनोटेक्नॉलॉजी
- एमएससी इन मटेरियल्स सायन्स
- एमएससी इन नॅनोबायोटेक्नॉलॉजी
- पीएचडी
- परदेशातील संशोधनपर कार्यक्रम

सरकारी क्षेत्रातील संधी

- संशोधनसंस्था
- संरक्षण संशोधन प्रयोगशाळा
- ऊर्जा संशोधन केंद्रे
- राष्ट्रीय वैज्ञानिक संस्था
- सार्वजनिक क्षेत्रातील उद्योग

खासगी क्षेत्रातील संधी

- इलेक्ट्रॉनिक्स कंपन्या
- औषधनिर्मिती कंपन्या
- बायोटेक्नॉलॉजी कंपन्या
- सेमीकंडक्टर कंपन्या

- कंपन्यांचे संशोधन आणि विकास विभाग
- टेक्नॉलॉजी स्टार्टअप्स

वेतनमान

- प्रारंभी ₹२५,००० ते ₹३५,००० दरमहा
- उच्च शिक्षणानंतर आणि संशोधनातील अनुभवानंतर अधिक वेतन
- परदेशातील नोकऱ्यांमध्ये आकर्षक वेतन

भविष्यातील वाव

नॅनोटेक्नॉलॉजी हे 'भविष्याचे विज्ञान' मानले जाते. ऊर्जासाठवण, कर्करोगावरील उपचार, जलशुद्धीकरण, वजनाने हलक्या परंतु मजबूत पदार्थांची निर्मिती, स्मार्ट इलेक्ट्रॉनिक्स अशा अनेक ठिकाणी याचा मोठा वापर होणार आहे. आर्टिफिशियल इंटेलिजन्स आणि नॅनोटेक्नॉलॉजी यांचा संगम भविष्यात नवनवीन शोध जन्माला घालू शकतो. संशोधनाच्या क्षेत्रात करिअर करू इच्छिणाऱ्यांसाठी हे क्षेत्र अत्यंत आशादायक आहे.

निष्कर्ष

नॅनोटेक्नॉलॉजी ही अतिसूक्ष्मतेच्या पातळीवर मोठे परिवर्तन घडवून आणणारी विद्याशाखा आहे. कुतूहल व प्रयोगशीलता बाळगणाऱ्या आणि संशोधनाची तयारी असणाऱ्या विद्यार्थ्यांसाठी ही पदवी म्हणजे करिअरसाठीचा एक उत्कृष्ट पर्याय आहे. भविष्यातील तंत्रज्ञान घडवण्यात योगदान देण्याची संधी या शिक्षणातून मिळू शकते.

❖❖❖

एमबीबीएस

एमबीबीएस म्हणजे बॅचलर ऑफ मेडिसिन अँड बॅचलर ऑफ सर्जरी. आधुनिक वैद्यकशास्त्र (मॉडर्न मेडिसिन) शिकण्यासाठीचा हा सर्वांत प्रतिष्ठेचा आणि लोकप्रिय पदवी अभ्यासक्रम आहे. मानवी शरीराची रचना, आजारांचे निदान, औषधोपचार, शस्त्रक्रिया आणि रुग्णसेवा यांचे सखोल ज्ञान या अभ्यासक्रमामध्ये दिले जाते. देशातील सरकारी आणि खासगी वैद्यकीय महाविद्यालयांमध्ये हा अभ्यासक्रम उपलब्ध आहे. या कोर्समध्ये आधुनिक वैद्यकशास्त्राच्या मदतीने विविध आजारांचे निदान आणि त्यांवर उपचार करण्यासाठी विद्यार्थ्यांना प्रशिक्षित केले जाते.

पात्रता

- किमान वयोमर्यादा : १७ वर्षे
- पीसीबी ग्रूपसह बारावी (सायन्स) उत्तीर्ण असणे आवश्यक
- 'नीट' या परीक्षेत संबंधित प्रवर्गानुसार आवश्यक तितके पर्सेंटाइल
- 'नीट'मध्ये पात्र झाल्यानंतर केंद्रीय/राज्यस्तरीय समुपदेशन फेरीत सहभाग

अभ्यासक्रमाचे स्वरूप

एमबीबीएस हा बारावीनंतर (सायन्स) साडेपाच वर्षांचा अभ्यासक्रम आहे. यामध्ये साडेचार वर्षांचे शिक्षण आणि एका वर्षाची अनिवार्य इंटर्नशिप असते. अभ्यासक्रमामध्ये थिअरी लेक्चर्स, प्रॅक्टिकल्स, डिसेक्शन्स, क्लिनिकल पोस्टिंग, सेमिनार्स, केस स्टडीज, हॉस्पिटल ट्रेनिंग, अंतर्गत मूल्यमापन आणि विद्यापीठ स्तरावरील परीक्षा यांचा समावेश असतो.

अभ्यासक्रमातील विषय

एमबीबीएसच्या अभ्यासक्रमातील विषय खालीलप्रमाणे विविध टप्प्यांमध्ये विभागलेले असतात :

पहिला टप्पा : ॲनाटॉमी (शरीररचना), फिजिऑलॉजी (शरीरक्रिया) आणि बायोकेमिस्ट्री (जैवरसायनशास्त्र)

दुसरा टप्पा : पॅथॉलॉजी (रोगविज्ञान), फार्माकॉलॉजी (औषधिविज्ञान), मायक्रोबायोलॉजी (सूक्ष्मजीवशास्त्र) आणि फॉरेन्सिक मेडिसिन (न्यायवैद्यकशास्त्र)

तिसरा टप्पा : जनरल मेडिसिन (सर्वसाधारण वैद्यकशास्त्र), जनरल सर्जरी (सर्वसाधारण शस्त्रक्रियाशास्त्र), ऑब्स्टेट्रिक्स अँड गायनॅकॉलॉजी (प्रसूती व स्त्री-रोगशास्त्र), पेडिॲट्रिक्स (बालरोगशास्त्र), ऑर्थोपेडिक्स (अस्थिरोगशास्त्र), ईएनटी (कान-नाक-घसा) रोगशास्त्र, ऑफ्थॅल्मॉलॉजी (नेत्ररोगशास्त्र), सायकिॲट्री (मनोविकारशास्त्र), डर्माटॉलॉजी (त्वचारोगशास्त्र) आणि कम्युनिटी मेडिसिन (सामुदायिक वैद्यकशास्त्र)

एमबीबीएसचे महत्त्व

एमबीबीएस पदवी घेतलेले डॉक्टर्स हे आरोग्यव्यवस्थेचे मुख्य आधारस्तंभ असतात. आजारांचे अचूक निदान करणे, त्यांवर योग्य उपचार देणे, रुग्णाचा जीव वाचवणे, आरोग्याबाबत जनजागृती करणे आणि संशोधनाच्या माध्यमातून वैद्यकीय क्षेत्राची प्रगती घडवून आणणे, ही त्यांची प्रमुख जबाबदारी असते. आधुनिक वैद्यकशास्त्रामुळे अनेक गंभीर आणि जीवघेणे आजार नियंत्रित करणे किंवा पूर्णपणे बरे करणे शक्य झाले आहे. त्यामुळे समाजामध्ये एमबीबीएस डॉक्टर्सना विशेष मान आणि प्रतिष्ठा मिळते.

उच्च शिक्षण

एमबीबीएसनंतर पुढील पदव्युत्तर अभ्यासक्रम पूर्ण करता येतात : एमडी, एमएस (मास्टर ऑफ सर्जरी), डीएनबी (डिप्लोमाट ऑफ नॅशनल बोर्ड), एमसीएच (मॅजिस्टर चिरुर्गिए), डीएम (डॉक्टरेट ऑफ मेडिसिन), एमपीएच आणि एमबीए (हॉस्पिटल मॅनेजमेंट / क्लिनिकल रिसर्च / हेल्थ ॲडमिनिस्ट्रेशन).

एमडीसाठी स्पेशलायझेशन्स

मेडिसिन, पेडिॲट्रिक्स, रेडिओलॉजी, ॲनेस्थेशिया, डर्माटॉलॉजी, सायकिॲट्री, पॅथॉलॉजी आणि फिजिऑलॉजी

एमएससाठी स्पेशलायझेशन्स

जनरल सर्जरी, ऑर्थोपेडिक्स, ईएनटी रोगशास्त्र, ऑफ्थॅल्मॉलॉजी आणि ऑब्स्टेट्रिक्स अँड गायनॅकॉलॉजी

करिअरच्या संधी

- जनरल फिजिशियन / फॅमिली डॉक्टर
- मेडिकल ऑफिसर
- सरकारी आरोग्यसेवा
- लष्कर, नौदल आणि हवाई दलातील वैद्यकीय सेवा
- संशोधन संस्था
- वैद्यकीय महाविद्यालये
- सार्वजनिक आरोग्य क्षेत्र
- कॉर्पोरेट हॉस्पिटल्स
- हेल्थ इन्शुरन्स कंपन्या
- क्लिनिकल रिसर्च ऑर्गनायझेशन्स

याशिवाय एमबीबीएस पदवीधरांना स्वतःचे क्लिनिक, नर्सिंग होम, हॉस्पिटल किंवा डायग्नोस्टिक सेंटर सुरू करता येते.

❖❖❖

बीए (फाइन आर्ट्स)

एखाद्या कलेची जोपासना हा केवळ छंद नसून, ते अभिव्यक्तीचे एक साधन असते. रंग, रेषा, आकार, कल्पना आणि भावना यांच्या माध्यमातून विचार मांडण्याची शक्ती ज्याच्याकडे आहे, त्याच्यासाठी फाइन आर्ट्स हे क्षेत्र एका सृजनशील विश्वाचे दरवाजे उघडते. आजच्या डिजिटल आणि दृश्यप्रधान युगात चित्रकला, शिल्पकला, दृश्यसंवाद, ॲनिमेशन, इलस्ट्रेशन, इन्स्टॉलेशन आर्ट अशा विविध माध्यमांद्वारे कलाकारांना व्यक्त होण्याची संधी उपलब्ध आहे. कला आणि व्यावसायिकता यांचा संगम म्हणजे बीए इन फाइन आर्ट्स ही पदवी.

पदवीचे नाव

बॅचलर ऑफ आर्ट्स इन फाइन आर्ट्स (बीए – फाइन आर्ट्स)
[काही विद्यापीठांकडून बॅचलर ऑफ फाइन आर्ट्स (बीएफए) अशी पदवी दिली जाते.]

कालावधी

- तीन वर्षे (बारावीनंतर)
- नव्या शैक्षणिक धोरणानुसार चार वर्षांचा पर्याय काही ठिकाणी उपलब्ध

पात्रता

- बारावी उत्तीर्ण (कोणतीही शाखा)
- काही नामांकित महाविद्यालयांमध्ये प्रवेशपरीक्षा / कला कौशल्यचाचणी

प्रवेशप्रक्रिया

- काही महाविद्यालये ड्रॉइंग टेस्ट (रेखाटन चाचणी) घेतात
- पोर्टफोलिओ सादर करणे आवश्यक असू शकते
- मुलाखत

प्रवेश कोणी घ्यावा?

१. चित्रकला, रेखाटन, रंगकाम यांची आवड असलेले विद्यार्थी
२. प्रबळ कल्पनाशक्ती असलेले विद्यार्थी
३. सौंदर्यदृष्टी विकसित झालेले विद्यार्थी
४. अचूक निरीक्षण असलेले विद्यार्थी
५. संयम आणि सातत्य असलेले विद्यार्थी
६. स्वतंत्र विचारसरणीचे विद्यार्थी
७. दृश्य माध्यमातून संवाद साधू इच्छिणारे विद्यार्थी

अभ्यासक्रमाचे स्वरूप

हा अभ्यासक्रम प्रामुख्याने प्रात्यक्षिकाधारित असतो. त्यात खालील गोष्टी मोडतात :

- स्टुडिओ वर्क
- लाइफ स्केचिंग
- आर्ट एक्झिबिशन्समध्ये सहभाग
- प्रोजेक्ट सबमिशन
- पोर्टफोलिओ तयार करणे

तोंडी परीक्षा तसेच सेमिस्टर पद्धतीनुसार लेखी परीक्षा घेतल्या जातात. विद्यार्थ्यांनी स्वतःची वेगळी शैली विकसित करणे अपेक्षित असते.

अभ्यासक्रमातील विषय

- ड्रॉइंग
- स्कल्प्चर
- आर्ट हिस्ट्री
- इलस्ट्रेशन
- पेंटिंग
- ॲप्लाइड आर्ट
- व्हिज्युअल कम्युनिकेशन
- ग्राफिक डिझाइन

- प्रिंटमेकिंग
- डिजिटल आर्ट
- बेसिक्स ऑफ ॲनिमेशन
- ॲस्थेटिक्स

अभ्यासक्रमातून विकसित होणारी कौशल्ये

१. सृजनशील विचारसरणी
२. रंगसंगतीचे ज्ञान
३. दृश्यरचना कौशल्य
४. अभिव्यक्तीची क्षमता आणि सौंदर्यदृष्टी
५. संकल्पना विकसित करण्याची क्षमता
६. डिजिटल माध्यमांमध्ये काम करण्याची तयारी

उच्च शिक्षणाचे पर्याय

- एमए इन फाइन आर्ट्स किंवा मास्टर ऑफ फाइन आर्ट्स (एमएफए)
- ग्राफिक डिझाइनमधील विशेष कोर्सेस
- पोस्टग्रॅज्युएट कोर्स इन ॲनिमेशन अँड मल्टिमीडिया
- पोस्टग्रॅज्युएट कोर्स इन आर्ट एज्युकेशन
- पोस्टग्रॅज्युएट कोर्स इन व्हिज्युअल कम्युनिकेशन
- पोस्टग्रॅज्युएट कोर्स इन इंटिरिअर डिझाइन
- पोस्टग्रॅज्युएट कोर्स इन आर्ट क्युरेशन

स्पर्धापरीक्षा संधी

- नेट/सेट
- सरकारी कलाशिक्षक भरती परीक्षा

सरकारी क्षेत्रातील संधी

- सरकारी कलाशिक्षक
- कला महाविद्यालयात प्राध्यापक
- संग्रहालय अधिकारी
- सांस्कृतिक विभागातील अधिकारी
- ललित कला अकादमीतील संबंधित पदे

खासगी क्षेत्रातील संधी

- ग्राफिक डिझायनर
- इलस्ट्रेटर
- ॲनिमेटर
- आर्ट डायरेक्टर
- क्रिएटिव्ह हेड
- व्हिज्युअलायझर

बीए (फाइन आर्ट्स) पदवीधर हे जाहिरात क्षेत्र, चित्रपट उद्योग, माध्यमे आणि गेम डिझाइन क्षेत्रात काम करू शकतात.

वेतनमान

- प्रारंभी साधारण ₹१५,००० ते ₹२०,००० दरमहा
- अनुभवानुसार आणि कौशल्यानुसार मोठी वाढ शक्य
- स्वतंत्र कलाकार म्हणून स्थिरावल्यावर उत्पन्न अमर्याद असू शकते

भविष्यातील वाव

डिजिटल माध्यमांच्या वाढत्या प्रभावामुळे फाइन आर्ट्स क्षेत्रात मोठ्या प्रमाणात संधी निर्माण होत आहेत. सोशल मीडिया, डिजिटल मार्केटिंग, गेमिंग, चित्रपट, ॲनिमेशन, जाहिरात उद्योग या सर्व क्षेत्रांना कुशल कलाकारांची गरज असते. आज आर्टिफिशियल इंटेलिजन्सवर आधारित साधने उपलब्ध झाली असली, तरी सृजनशीलता, कल्पनाशक्ती आणि भावनिक अभिव्यक्ती ही मानवीच राहणार आहे. त्यामुळे या क्षेत्राचा विस्तार कायमच होत राहणार आहे.

निष्कर्ष

फाइन आर्ट्स हे केवळ शिक्षण नसून, ते अभिव्यक्तीचा आविष्कार करण्याचे एक माध्यम आहे. कला ही मनाला समृद्ध करते आणि प्रेक्षकाला सौंदर्यदृष्टी देण्याचा प्रयत्न करते. सृजनशीलतेला व्यावसायिक रूप देऊ इच्छिणाऱ्या विद्यार्थ्यांकरिता बीए (फाइन आर्ट्स) ही पदवी करिअरसाठीचा एक उत्कृष्ट पर्याय आहे.

❖❖❖

बीएससी (फूड सायन्स)

अन्न हे केवळ पोट भरण्याचे साधन नाही. त्याचा थेट संबंध आरोग्य, पोषण आणि जीविताशी आहे. अन्नपदार्थांची निर्मिती, साठवण, त्यांवरील प्रक्रिया, गुणवत्त नियंत्रण आणि सुरक्षितता यांचा शास्त्रीय अभ्यास म्हणजे फूड सायन्स. आज निर्यातीच्या दृष्टीने असलेला अन्नाचा दर्जा, त्यातील पोषणमूल्ये आणि अन्नसुरक्षा यांविषयीचे नियम काटेकोर झाले आहेत. फूड सायन्स क्षेत्राचे महत्त्व झपाट्याने वाढत आहे. बीएससी इन फूड सायन्स ही पदवी उद्योगाभिमुख आणि संशोधनाधारित मानली जाते.

पदवीचे नाव

बॅचलर ऑफ सायन्स इन फूड सायन्स
(बीएससी – फूड सायन्स)

कालावधी

- तीन वर्षे (बारावीनंतर)
- काही विद्यापीठांमध्ये चार वर्षांचा पर्याय

पात्रता

- बारावी (सायन्स) पीसीबी/पीसीएम ग्रूपसह उत्तीर्ण
- कट-ऑफपेक्षा जास्त गुण
- काही संस्थांमध्ये प्रवेशपरीक्षा

प्रवेशप्रक्रिया

- बारावीच्या गुणांवर आधारित प्रवेश
- काही महाविद्यालयांमध्ये प्रवेशपरीक्षा/मुलाखत

प्रवेश कोणी घ्यावा ?

१. विज्ञान विषयात प्राविण्य मिळवलेले विद्यार्थी
२. अन्न आणि पोषण या विषयांत रस असलेले विद्यार्थी
३. प्रयोगशाळेतील कामाची आवड असलेले विद्यार्थी
४. गुणवत्ता नियंत्रणाची जाणीव असलेले विद्यार्थी
५. संशोधनाची आवड असलेले विद्यार्थी
६. सूक्ष्म निरीक्षणशक्ती असलेले विद्यार्थी

अभ्यासक्रमाचे स्वरूप

- थिअरी लेक्चर्स
- प्रयोगशाळेतील प्रात्यक्षिके
- अन्नप्रक्रिया उद्योगांना भेटी
- गुणवत्ता तपासणी प्रकल्पांना भेटी
- इंटर्नशिप

सेमिस्टर पद्धतीनुसार परीक्षा घेतल्या जातात. विद्यार्थ्यांना अन्नपदार्थांची गुणवत्ता तपासणे, अन्नाचे सूक्ष्मजीव विश्लेषण करणे आणि अन्नप्रक्रिया पद्धती विकसित करणे शिकवले जाते.

अभ्यासक्रमातील विषय

- फूड केमिस्ट्री
- फूड मायक्रोबायोलॉजी
- फूड प्रोसेसिंग टेक्नॉलॉजी
- फूड प्रिझर्व्हेशन
- फूड क्वालिटी कंट्रोल
- न्यूट्रिशन सायन्स
- फूड पॅकेजिंग

- फूड सेफ्टी स्टँडर्ड्स
- बायोकेमिस्ट्री
- सेन्सरी इव्हॅल्युएशन

अभ्यासक्रमातून विकसित होणारी कौशल्ये

१. अन्नाची गुणवत्ता तपासण्याचे कौशल्य
२. अन्नाचे सूक्ष्मजीव विश्लेषण करण्याचे कौशल्य
३. अन्नप्रक्रिया तंत्रज्ञानाबद्दलची समज
४. अन्नसुरक्षा नियमांची माहिती
५. संशोधन आणि प्रयोग कौशल्ये
६. उत्पादन व्यवस्थापन क्षमता

उच्च शिक्षणाचे पर्याय

- एमएससी इन फूड सायन्स
- एमएससी इन फूड टेक्नॉलॉजी
- पोस्टग्रॅज्युएट डिप्लोमा इन न्यूट्रिशन अँड डाएटेटिक्स
- पोस्टग्रॅज्युएट डिप्लोमा इन फूड सेफ्टी मॅनेजमेंट
- एमबीए इन फूड अँड ॲग्रि-बिझनेस
- पीएचडी

सरकारी क्षेत्रातील संधी

- अन्न व औषध प्रशासन विभाग
- सार्वजनिक आरोग्य प्रयोगशाळा
- संशोधनसंस्था
- सरकारी अन्नप्रक्रिया प्रकल्प

खासगी क्षेत्रातील संधी

- अन्नप्रक्रिया उद्योग
- डेअरी उद्योग
- बेव्हरेजेस उद्योग

- पॅकेजिंग उद्योग
- कंपन्यांचे गुणवत्ता नियंत्रण विभाग
- कंपन्यांचे संशोधन व विकास विभाग
- अन्ननिर्यात करणारे उद्योग

वेतनमान

- प्रारंभी ₹१५,००० ते ₹२५,००० दरमहा
- अनुभवानंतर ₹५०,०००पेक्षा अधिक वेतन
- व्यवस्थापकीय पदांवर अधिक वेतन

भविष्यातील वाव

सुरक्षित, पौष्टिक आणि दीर्घकाळ टिकणाऱ्या अन्नपदार्थांची मागणी वाढतच चालली आहे. प्रक्रिया केलेले अन्न, निर्यात-दर्जाचे उत्पादन, सेंद्रिय अन्न, आरोग्यपूरक उत्पादने यांच्या आगमनामुळे फूड सायन्स या क्षेत्राचा विस्तार होत आहे. आर्टिफिशियल इंटेलिजन्सवर आधारित गुणवत्ता तपासणीच्या प्रणाली विकसित होत असल्या, तरी वैज्ञानिक विश्लेषण आणि मानवी निर्णय यांचे महत्त्व कायम राहणार आहे.

निष्कर्ष

फूड सायन्सचे शिक्षण म्हणजे आरोग्य, विज्ञान आणि उद्योग यांचा संगम आहे. अन्नसुरक्षा आणि गुणवत्ता यांमध्ये योगदान देऊ इच्छिणाऱ्या विद्यार्थ्यांसाठी ही पदवी म्हणजे स्थिर करिअरची एक संधी आहे. अन्नसुरक्षिततेसाठी आणि पोषण सुधारण्यासाठी केले जाणारे काम हे या शिक्षणाचे मोठे सामाजिक योगदान ठरते. बीएससी इन फूड सायन्स पदवीधरांची मागणी दिवसेंदिवस वाढतच जाणार आहे.

❖❖❖

बीएफटी

आजचे जग हे जागतिक व्यापाराच्या आधारावर उभे आहे. एका देशात तयार झालेले उत्पादन दुसऱ्या देशात विकले जाते; कच्चा माल एका खंडातून येतो आणि तयार माल दुसऱ्या खंडात पोहोचतो. आयात–निर्यात, चलनविनिमय, आंतरराष्ट्रीय करार, सीमाशुल्क, लॉजिस्टिक्स, परकीय बाजारपेठ यांचा अभ्यास म्हणजे फॉरिन ट्रेड. भारताची अर्थव्यवस्था वेगाने वाढत असताना जागतिक व्यापार ह्या क्षेत्रात मोठ्या प्रमाणात संधी निर्माण होत आहेत. या पार्श्वभूमीवर बीएफटी (बॅचलर ऑफ फॉरिन ट्रेड) ही पदवी विद्यार्थ्यांना आंतरराष्ट्रीय व्यापाराच्या क्षेत्रात करिअर घडवण्याची संधी देते.

पदवीचे नाव

बॅचलर ऑफ फॉरिन ट्रेड (बीएफटी)

[काही विद्यापीठांमध्ये बीबीए इन फॉरिन ट्रेड, बीकॉम इन इंटरनॅशनल बिझनेस अशा स्वरूपातही हा कोर्स उपलब्ध आहे.]

कालावधी

- तीन वर्षे (बारावीनंतर)
- काही संस्थांमध्ये चार वर्षांचा विस्तारित अभ्यासक्रम

पात्रता

- बारावी उत्तीर्ण (कोणतीही शाखा)
- प्रामुख्याने कॉमर्सची पार्श्वभूमी असल्यास उत्तम
- काही संस्थांमध्ये प्रवेशपरीक्षा/मुलाखत

प्रवेशप्रक्रिया

- बारावीच्या गुणांवर आधारित प्रवेश
- काही नामांकित संस्थांमध्ये प्रवेशपरीक्षा
- गटचर्चा आणि मुलाखत

प्रवेश कोणी घ्यावा?

१. आंतरराष्ट्रीय व्यापार या विषयात रस असलेले विद्यार्थी
२. परकीय बाजारपेठांविषयी जिज्ञासा असलेले विद्यार्थी
३. इंग्लिश भाषेवर प्रभुत्व असलेले विद्यार्थी
४. प्रभावी संवादकौशल्ये असलेले विद्यार्थी
५. आर्थिक घडामोडी समजून घेण्याची आवड असलेले विद्यार्थी
६. विश्लेषणात्मक विचार करू शकणारे विद्यार्थी
७. जागतिक पातळीवर काम करण्याची तयारी असलेले विद्यार्थी

अभ्यासक्रमाचे स्वरूप

- थिअरी लेक्चर्स
- केस स्टडीज
- प्रोजेक्ट वर्क
- उद्योगांना भेटी
- निर्यात–आयातविषयक दस्तऐवजांचा अभ्यास

सेमिस्टर पद्धतीनुसार परीक्षा घेतल्या जातात. विद्यार्थ्यांना आयात–निर्यात प्रक्रियेमागची धोरणे आणि त्यातील व्यवहार समजावून सांगितले जातात.

अभ्यासक्रमातील विषय

- इंटरनॅशनल ट्रेड
- एक्स्पोर्ट मॅनेजमेंट
- इंटरनॅशनल फायनान्स
- फॉरिन एक्स्चेंज मॅनेजमेंट
- लॉजिस्टिक्स मॅनेजमेंट
- इकॉनॉमिक्स
- इंटरनॅशनल मार्केटिंग
- इम्पोर्ट प्रोसिजर्स
- कस्टम्स लॉ
- सप्लाय चेन मॅनेजमेंट
- बिझनेस कम्युनिकेशन
- अकाउंटिंग

अभ्यासक्रमातून विकसित होणारी कौशल्ये

१. आंतरराष्ट्रीय व्यवहार समजण्याची क्षमता
२. दस्तऐवजांचे व्यवस्थापन करण्याचे कौशल्य
३. परकीय चलन व्यवहारांबद्दलची समज
४. बाजारपेठेचे विश्लेषण करण्याचे कौशल्य
५. संवाद साधण्याचे आणि वाटाघाटी करण्याचे कौशल्य
६. जोखमींचे व्यवस्थापन करण्याची क्षमता

उच्च शिक्षणाचे पर्याय

- एमबीए इन इंटरनॅशनल बिझनेस
- एमबीए इन फायनान्स
- एमकॉम
- पोस्टग्रॅज्युएट डिप्लोमा इन फॉरिन ट्रेड
- सप्लाय चेन मॅनेजमेंटशी संबंधित कोर्सेस

स्पर्धापरीक्षा संधी

- बँकिंग सेवा परीक्षा
- यूपीएससी/एमपीएससी
- कस्टम्स (सीमाशुल्क) आणि महसूल विभागांतील परीक्षा
- सार्वजनिक क्षेत्रातील उपक्रमांसाठीच्या परीक्षा

सरकारी क्षेत्रातील संधी

- कस्टम्स विभाग
- निर्यात–आयात विभाग
- वाणिज्य मंत्रालय
- परकीय व्यापार महासंचालनालय
- सार्वजनिक क्षेत्रातील बँका

खासगी क्षेत्रातील संधी

- एक्स्पोर्ट मॅनेजर

- इम्पोर्ट कोऑर्डिनेटर
- लॉजिस्टिक्स अधिकारी
- इंटरनॅशनल मार्केटिंग एक्झिक्युटिव्ह
- सप्लाय चेन मॅनेजर
- ट्रेड ॲनॅलिस्ट

बीएफटी पदवीधरांना मल्टिनॅशनल कंपन्या तसेच शिपिंग आणि फ्रेट फॉरवर्डिंग कंपन्या यांत काम करण्याची संधी मिळू शकते.

वेतनमान

- प्रारंभी ₹२०,००० ते ₹३०,००० दरमहा
- अनुभवानंतर आणि परकीय व्यापारातील कौशल्यानुसार वेतनात मोठी वाढ
- आंतरराष्ट्रीय कंपन्यांमध्ये अधिक आकर्षक वेतन

भविष्यातील वाव

जागतिकीकरणामुळे आंतरराष्ट्रीय व्यापाराचे महत्त्व सतत वाढत आहे. ई-कॉमर्स प्लॅटफॉर्म्स आणि डिजिटल पेमेंट सिस्टिम्सचे आगमन तसेच भारतातील वाढती परकीय गुंतवणूक यांमुळे या क्षेत्रात दीर्घकालीन संधी आहेत. व्यापारविषयक विश्लेषणात आर्टिफिशियल इंटेलिजन्स आणि डेटा विश्लेषण यांचा वापर वाढत असला, तरी निर्णयप्रक्रिया, वाटाघाटी आणि जागतिक संबंधांचे व्यवस्थापन यांमध्ये मानवी कौशल्य अत्यावश्यक राहणार आहे.

निष्कर्ष

फॉरिन ट्रेड ही पदवी विद्यार्थ्यांना जागतिक पातळीवर काम करण्याची संधी देते. निर्यात–आयात, परकीय चलन, आंतरराष्ट्रीय करार आणि जागतिक बाजारपेठ यांचा अभ्यास करून विद्यार्थी एक सक्षम व्यापार व्यावसायिक बनू शकतो. जागतिक व्यापारविषयक दृष्टी आणि व्यवस्थापन कौशल्ये विकसित करू इच्छिणाऱ्या विद्यार्थ्यांसाठी ही पदवी अत्यंत उपयुक्त ठरू शकते.

❖❖❖

बीए (जिओग्राफी)

आपण ज्या पृथ्वीवर राहतो, तिची रचना, तिच्यावरील हवामान, नद्या, पर्वत, समुद्र, मानवी वस्ती, साधनसंपत्तीचे वितरण आणि पर्यावरणीय बदल या सर्वांचा शास्त्रीय अभ्यास म्हणजे जिओग्राफी (भूगोल). भूगोल हा केवळ नकाशांचा अभ्यास नसून, ते पृथ्वीवरील नैसर्गिक आणि मानवी घटकांच्या परस्परसंबंधांचे अध्ययन आहे. पर्यावरणीय संतुलन, हवामानबदल, शहरीकरण, लोकसंख्या नियंत्रण, आपत्ती व्यवस्थापन अशा अनेक विषयांच्या अभ्यासामध्ये भूगोलाचे ज्ञान अत्यंत आवश्यक ठरते.

पदवीचे नाव

बॅचलर ऑफ आर्ट्स इन जिओग्राफी (बीए – जिओग्राफी)

कालावधी

- तीन वर्षे (बारावीनंतर)
- काही विद्यापीठांमध्ये चार वर्षांचा ऑनर्स अभ्यासक्रम

पात्रता

- बारावी उत्तीर्ण (कोणतीही शाखा)
- कला शाखेतील विद्यार्थ्यांना भूगोल विषयाची ओळख असल्यास उत्तम

प्रवेशप्रक्रिया

- बारावीच्या गुणांवर आधारित प्रवेश
- काही नामांकित विद्यापीठांमध्ये प्रवेशपरीक्षा

प्रवेश कोणी घ्यावा?

१. नकाशे आणि स्थानिक माहिती समजून घेण्याची आवड असलेले विद्यार्थी
२. पर्यावरण आणि हवामान ह्या विषयांत रस असलेले विद्यार्थी
३. विश्लेषणात्मक विचार करू शकणारे विद्यार्थी
४. क्षेत्रभेटींवर जाण्याची तयारी असलेले विद्यार्थी
५. नैसर्गिक आणि मानवी घटकांतील बदलांचा अभ्यास करू इच्छिणारे विद्यार्थी
६. चांगली निरीक्षणशक्ती असलेले विद्यार्थी

अभ्यासक्रमाचे स्वरूप

- थिअरी लेक्चर्स
- नकाशा रेखाटन
- साइट व्हिजिट्स
- सर्वेक्षण प्रकल्प
- जीआयएसवर आधारित संगणकीय प्रशिक्षण

सेमिस्टर पद्धतीनुसार परीक्षा घेतल्या जातात. विद्यार्थ्यांना प्रत्यक्ष सर्वेक्षण करण्याचे आणि नकाशा तयार करण्याचे प्रशिक्षण दिले जाते.

अभ्यासक्रमातील विषय

- फिजिकल जिओग्राफी
- ह्यूमन जिओग्राफी
- जिओमॉरफॉलॉजी
- क्लायमेटॉलॉजी
- ओशनोग्राफी
- इकॉनॉमिक जिओग्राफी
- पॉप्युलेशन जिओग्राफी
- एन्व्हायरन्मेंटल जिओग्राफी
- रिमोट सेन्सिंग टेक्नॉलॉजी
- जीआयएस (जिओग्राफिक इन्फर्मेशन सिस्टिम)
- कार्टोग्राफी

अभ्यासक्रमातून विकसित होणारी कौशल्ये

१. नकाशावाचन आणि नकाशा-विश्लेषण
२. स्थानिक माहितीचे व्यवस्थापन
३. पर्यावरणीय विश्लेषण
४. सांख्यिकी माहितीचा वापर
५. जीआयएस सॉफ्टवेअरची हाताळणी
६. संशोधनकौशल्ये

उच्च शिक्षणाचे पर्याय

- एमए इन जिओग्राफी
- जीआयएस आणि रिमोट सेन्सिंगवरील विशेष कोर्सेस
- पोस्टग्रॅज्युएट डिप्लोमा इन अर्बन प्लॅनिंग
- पोस्टग्रॅज्युएट डिप्लोमा इन एन्व्हायरन्मेंटल स्टडीज
- पोस्टग्रॅज्युएट डिप्लोमा / एमबीए इन डिझास्टर मॅनेजमेंट
- पीएचडी

स्पर्धापरीक्षा संधी

- यूपीएससी/एमपीएससी
- फॉरेस्ट सर्व्हिसेस
- रेव्हेन्यू सर्व्हिसेस
- नेट/सेट

सरकारी क्षेत्रातील संधी

- महसूल विभाग
- नगररचना विभाग
- पर्यावरण विभाग
- आपत्ती व्यवस्थापन विभाग
- वन विभाग
- भारतीय सर्वेक्षण विभाग

खासगी क्षेत्रातील संधी

- जीआयएस ॲनॅलिस्ट
- अर्बन प्लॅनर
- एन्व्हायरन्मेंटल कन्सल्टंट

बीए (जिओग्राफी) पदवीधरांना संशोधनसंस्था, भूसंपदा कंपन्या, मॅपिंग ऑर्गनायझेशन्स (नकाशानिर्मिती संस्था) यांत काम करण्याची संधी मिळू शकते.

वेतनमान

- प्रारंभी ₹१५,००० ते ₹२५,००० दरमहा
- जीआयएस तज्ज्ञ म्हणून काम मिळाल्यास अधिक वेतन
- अनुभवानंतर आणि विशेष कौशल्यांनुसार वेतनात वाढ

भविष्यातील वाव

हवामानातील बदलांचा अभ्यास, नैसर्गिक आपत्तींचे व्यवस्थापन, जलसंपदा व्यवस्थापन, पर्यावरण संरक्षण या सर्व आघाड्यांवर भूगोलतज्ज्ञांची गरज वाढत चालली आहे. जीआयएस आणि रिमोट सेन्सिंग तंत्रज्ञानामुळे या विद्याशाखेचे महत्त्व अधिकच वाढले आहे. अलीकडे आर्टिफिशियल इंटेलिजन्सच्या आणि डेटा विश्लेषणाच्या साहाय्याने स्थानिक माहितीचे सखोल विश्लेषण करणे शक्य होत आहे. त्यामुळे भूगोल हा भविष्यात एक अत्यंत उपयुक्त विषय ठरणार आहे.

निष्कर्ष

भूगोल ही पृथ्वी आणि मानव यांचा संबंध समजून घेणारी विद्याशाखा आहे. पर्यावरण संवर्धन, शाश्वत विकास आणि आपत्ती व्यवस्थापनामध्ये योगदान देऊ इच्छिणाऱ्या विद्यार्थ्यांसाठी बीए इन जिओग्राफी ही पदवी अत्यंत अर्थपूर्ण आहे. जग समजून घेण्याची आणि त्याच्या विकासात सहभागी होण्याची इच्छा असणाऱ्यांसाठी भूगोलातील पदवी हा करिअरचा एक उत्कृष्ट पर्याय ठरू शकतो.

❖❖❖

बीएससी (जिओग्राफी)

भूगोल हा फक्त देश–प्रदेशांचा अभ्यास नसून, ती पृथ्वी, पर्यावरण, हवामान, नैसर्गिक साधनसंपत्ती, लोकसंख्या आणि मानवी जीवन यांचा शास्त्रीय अभ्यास करणारी एक विद्याशाखा आहे. नियोजन, संशोधन आणि विकास यांच्या दृष्टीने हा विषय महत्त्वाचा आहे.

पदवीचे नाव

बॅचलर ऑफ सायन्स इन जिओग्राफी (बीएससी – जिओग्राफी)

कालावधी

बीएससी इन जिओग्राफी हा तीन वर्षांचा पदवी अभ्यासक्रम आहे. काही विद्यापीठांत चार वर्षांची ऑनर्स पदवीही उपलब्ध आहे.

पात्रता

बारावी (सायन्स) उत्तीर्ण असणे आवश्यक. बारावीला जिओग्राफी विषय घेतलेला असल्यास अधिक उत्तम.

प्रवेशप्रक्रिया

- बारावीच्या गुणांवर आधारित प्रवेश
- काही नामांकित विद्यापीठांमध्ये प्रवेशपरीक्षा

स्पेशलायझेशन्स

- फिजिकल जिओग्राफी
- ह्यूमन जिओग्राफी

- एन्व्हायरन्मेंटल जिओग्राफी
- क्लायमेटॉलॉजी
- जिओमॉरफॉलॉजी
- कार्टोग्राफी
- रिमोट सेन्सिंग टेक्नॉलॉजी
- अर्बन अँड रीजनल प्लॅनिंग
- जीआयएस (जिओग्राफिक इन्फर्मेशन सिस्टिम)

प्रवेश कोणी घ्यावा?

ज्यांना पृथ्वी, पर्यावरण, नकाशे, संशोधन, प्रवास, प्रशासन, नियोजन यांमध्ये रस आहे, अशा विद्यार्थ्यांनी बीएससी इन जिओग्राफीची निवड करावी. निरीक्षणशक्ती, विश्लेषणाची क्षमता आणि सामाजिक जाण असणाऱ्यांसाठी हा करिअरचा एक उत्तम पर्याय आहे. ही पदवी केवळ पारंपरिक नव्हे, तर आधुनिक संधी देणारी आहे. आजच्या बदलत्या जगात या क्षेत्राला उज्ज्वल भविष्य आहे. योग्य तयारी केल्यास या पदवीतून उत्तम करिअर घडवता येऊ शकते.

अभ्यासक्रमाचे स्वरूप

या अभ्यासक्रमात थिअरी लेक्चर्सबरोबरच प्रत्यक्ष काम, साइट व्हिजिट्स, सर्वेक्षणे, प्रोजेक्ट वर्क, नकाशांचा अभ्यास आणि संगणकाधारित भू-माहितीचे विश्लेषण यांचा समावेश असतो.

अभ्यासक्रमातील विषय

- स्ट्रक्चर ऑफ अर्थ अँड फिजिकल जिओग्राफी
- जिओग्राफी ऑफ इंडिया
- पॉप्युलेशन जिओग्राफी
- इकॉनॉमिक जिओग्राफी
- एन्व्हायरन्मेंटल स्टडीज
- ओशनोग्राफी
- क्लायमेटॉलॉजी
- कार्टोग्राफी
- डिझास्टर मॅनेजमेंट
- जीआयएस

पदे

- भूगोल शिक्षक
- भू-माहिती विश्लेषक
- भूमापन अधिकारी
- पर्यावरण अधिकारी
- हवामान विश्लेषक
- नगररचना अधिकारी
- प्रादेशिक नियोजन अधिकारी
- संशोधन सहायक
- जलसंपदा नियोजन अधिकारी
- वनक्षेत्र अधिकारी
- लोकसंख्या अभ्यासक
- भूगोलविषयक सल्लागार
- प्राध्यापक/अधिव्याख्याता
- नकाशाकार/नकाशातज्ज्ञ
- सर्वेक्षण अधिकारी
- पर्यावरण सल्लागार
- आपत्ती व्यवस्थापन अधिकारी
- नगर नियोजन अधिकारी
- संशोधन अधिकारी
- भू-संसाधन विश्लेषक
- ग्रामविकास अधिकारी
- भूसंवर्धन अधिकारी
- भूगोलविषयक डेटाचा विश्लेषक
- प्रकल्प समन्वयक (पर्यावरण/विकास)
- प्रशासकीय अधिकारी (स्पर्धा परीक्षांद्वारे)

उच्च शिक्षणाचे पर्याय

- एमएससी (जिओग्राफी)
- एमएससी (अर्बन प्लॅनिंग)
- पीएचडी
- एमएससी (एन्व्हायरन्मेंटल सायन्स)
- एमएससी (डिझास्टर मॅनेजमेंट)

भविष्यातील वाव

आज भूगोल विषयाला मोठे महत्त्व प्राप्त झाले आहे. पर्यावरण, हवामानबदलांचा अभ्यास, शहरनियोजन, आपत्ती व्यवस्थापन आणि संशोधन ह्या क्षेत्रांत बीएससी (जिओग्राफी) पदवीधरांना संधी आहेत. बीएससी इन जिओग्राफी पूर्ण केल्यानंतर काही पदांसाठी पदव्युत्तर पदवी (एमएससी) घेणे, संशोधनपर अभ्यास करणे किंवा भू-माहिती/दूरसंवेदन प्रणाली यातील सर्टिफिकेट कोर्सेस करणे उपयुक्त ठरते. प्राध्यापक बनण्यासाठी नेट/सेट आवश्यक आहे.

❖❖❖

बीए (पोलिटिकल सायन्स)

राजकारण हा शब्द ऐकताच निवडणुका, पक्ष, नेते आणि सत्तासंघर्ष डोळ्यांसमोर येतात; परंतु पोलिटिकल सायन्स (राज्यशास्त्र) हा विषय केवळ राजकारणापुरता मर्यादित नाही. राज्यघटना, शासनव्यवस्था, लोकशाही, सार्वजनिक धोरणे, आंतरराष्ट्रीय संबंध, राजकीय विचारधारा आणि नागरिकांचे अधिकार तसेच त्यांची कर्तव्ये यांचा सखोल अभ्यास या विद्याशाखेत केला जातो. ज्या विद्यार्थ्यांना समाजरचना आणि शासनव्यवस्था समजून घेऊन, प्रभावी प्रशासन घडवण्यात योगदान द्यायची इच्छा आहे, त्यांच्याकरिता बीए इन पोलिटिकल सायन्स ही पदवी दिशा देणारी ठरू शकते.

पदवीचे नाव

बॅचलर ऑफ आर्ट्स इन पोलिटिकल सायन्स (बीए – पोलिटिकल सायन्स)

कालावधी

- तीन वर्षे (बारावीनंतर)
- काही विद्यापीठांमध्ये चार वर्षांचा ऑनर्स अभ्यासक्रम

पात्रता

- बारावी उत्तीर्ण (कोणतीही शाखा)
- कला शाखेतील विद्यार्थ्यांना राज्यशास्त्र विषयाची ओळख असल्यास उत्तम

प्रवेशप्रक्रिया

- बारावीच्या गुणांवर आधारित प्रवेश

- काही राष्ट्रीय विद्यापीठांमध्ये प्रवेशपरीक्षा

प्रवेश कोणी घ्यावा ?

१. सामाजिक आणि राजकीय घडामोडींमध्ये रस असलेले विद्यार्थी
२. वाचनाची आणि चर्चेची आवड असलेले विद्यार्थी
३. विश्लेषणात्मक विचार करू शकणारे विद्यार्थी
४. सार्वजनिक जीवनात कार्य करण्याची इच्छा असलेले विद्यार्थी
५. नेतृत्वगुण असलेले विद्यार्थी

अभ्यासक्रमाचे स्वरूप

- थिअरी लेक्चर्स
- चर्चासत्रे
- निबंधलेखन
- सादरीकरणे
- संशोधन प्रकल्प

सेमिस्टर पद्धतीनुसार परीक्षा घेतल्या जातात. विद्यार्थ्यांना चालू घडामोडींचे विश्लेषण करण्याची सवय लावली जाते.

अभ्यासक्रमातील विषय

- पोलिटिकल थिअरी
- इंडियन कॉन्स्टिट्यूशन
- कम्पॅरेटिव्ह पॉलिटिक्स
- पब्लिक ॲडमिनिस्ट्रेशन
- इंटरनॅशनल रिलेशन्स
- पोलिटिकल आयडिऑलॉजीज
- पब्लिक पॉलिसी
- ह्यूमन राइट्स
- गव्हर्नन्स अँड डेव्हलपमेंट
- पोलिटिकल सोशिऑलॉजी

अभ्यासक्रमातून विकसित होणारी कौशल्ये

१. शासनव्यवस्थेचे सखोल ज्ञान
२. धोरणांचे विश्लेषण करण्याची क्षमता
३. तर्कशुद्ध मांडणी करण्याचे कौशल्य
४. प्रभावी लेखन आणि भाषण करण्याचे कौशल्य
५. नेतृत्व आणि संघटनकौशल्य
६. सामाजिक जाण

उच्च शिक्षणाचे पर्याय

- एमए इन पोलिटिकल सायन्स
- एमए इन पब्लिक ॲडमिनिस्ट्रेशन
- एमए इन इंटरनॅशनल रिलेशन्स
- एमए इन जर्नालिझम
- पीएचडी
- एलएलबी

स्पर्धापरीक्षा संधी

- यूपीएससी/एमपीएससी
- नेट/सेट

सरकारी क्षेत्रातील संधी

- प्रशासकीय अधिकारी
- धोरण विश्लेषक
- संशोधन अधिकारी
- निवडणूक आयोगातील अधिकारी
- सार्वजनिक प्रशासन विभागातील अधिकारी

खासगी क्षेत्रातील संधी

- राजकीय विश्लेषण करणाऱ्या एजन्सीज
- वर्तमानपत्रे आणि अन्य माध्यमे

- सामाजिक संस्था
- संशोधनसंस्था
- कंपन्यांचे कॉर्पोरेट गव्हर्नन्स विभाग
- सार्वजनिक धोरण सल्लागार म्हणून सेवा

वेतनमान

- प्रारंभी ₹१५,००० ते ₹२५,००० दरमहा
- प्रशासकीय सेवेत निवड झाल्यास भरपूर वेतन
- संशोधन आणि धोरण विश्लेषण या क्षेत्रांत चांगल्या संधी

भविष्यातील वाव

लोकशाही, शासनसुधारणा, सार्वजनिक धोरणे, आंतरराष्ट्रीय संबंध, मानवी हक्क, पर्यावरणीय राजकारण या आघाड्यांवर राज्यशास्त्राच्या अभ्यासाचे महत्त्व वाढत आहे. डिजिटल माध्यमे आणि जागतिकीकरणामुळे राजकीय विश्लेषणाची अधिक गरज निर्माण झाली आहे. अलीकडे आर्टिफिशियल इंटेलिजन्स आणि डेटा विश्लेषण यांचा वापर निवडणूक अभ्यासात होऊ लागला असला, तरी मानवी विचार, धोरणनिर्मिती आणि नेतृत्व यांची गरज अपरिहार्यच राहणार आहे.

निष्कर्ष

बीए इन पोलिटिकल सायन्स ही केवळ एक पदवी नसून, ते नेतृत्व, प्रशासन आणि समाजपरिवर्तनाची दिशा देणारे एक साधन आहे. सार्वजनिक जीवनात योगदान देऊ इच्छिणाऱ्या विद्यार्थ्यांसाठी ही शाखा अत्यंत प्रभावी आहे. जाणत्या नागरिकापासून ते सक्षम प्रशासकापर्यंतचा प्रवास घडवणारी ही पदवी भविष्यातही अत्यंत महत्त्वाची राहील, असेच सध्याचे चित्र आहे.

❖❖❖

बीएससी (रेडिओलॉजी)

आधुनिक वैद्यकशास्त्रात अचूक निदानाला खूप महत्त्व आहे. शरीरातील आजार, जखमा, अंतर्गत बदल किंवा विकृती ओळखण्यासाठी विविध प्रतिमा-तंत्रज्ञानांचा वापर केला जातो; उदाहरणार्थ, एक्स-रे, सीटी (कॉम्प्युटेड टोमोग्राफी) स्कॅन, एमआरआय (मॅग्नेटिक रेझोनन्स इमेजिंग), अल्ट्रासाउंड. ह्या तंत्रज्ञानांमागे कार्यरत असणारे प्रशिक्षित तज्ज्ञ म्हणजे रेडिओलॉजी तज्ज्ञ. वैद्यकीय प्रतिमांकन तंत्रज्ञानाचा अभ्यास करणारी पदवी म्हणजे बीएससी इन रेडिओलॉजी. ही शाखा वैद्यकीय क्षेत्राशी थेट संबंधित असून, अत्यंत जबाबदारीची तसेच कौशल्याधारित आहे.

पदवीचे नाव

बॅचलर ऑफ सायन्स इन रेडिओलॉजी (बीएससी – रेडिओलॉजी)
[काही ठिकाणी बॅचलर ऑफ सायन्स इन रेडिओलॉजी अँड इमेजिंग टेक्नॉलॉजी (बीएससी – रेडिओलॉजी अँड इमेजिंग टेक्नॉलॉजी) अशी पदवी दिली जाते.]

कालावधी

- तीन वर्षे (बारावीनंतर)
- काही अभ्यासक्रमांमध्ये एका वर्षाची अनिवार्य इंटर्नशिप

पात्रता

- बारावी (सायन्स) उत्तीर्ण
- किमान गुणांची अट

प्रवेशप्रक्रिया

- बारावीच्या गुणांवर आधारित प्रवेश
- काही संस्थांमध्ये प्रवेशपरीक्षा
- मुलाखत

प्रवेश कोणी घ्यावा?

१. वैद्यकीय क्षेत्रात काम करण्याची इच्छा असलेले विद्यार्थी
२. तांत्रिक उपकरणे हाताळण्याची आवड असलेले विद्यार्थी
३. जबाबदारीची जाणीव असलेले विद्यार्थी
४. अचूकतेने काम करू शकणारे आणि संयमी विद्यार्थी
५. रुग्णांशी संवाद साधण्याची क्षमता असलेले विद्यार्थी

अभ्यासक्रमाचे स्वरूप

- थिअरी लेक्चर्स
- प्रयोगशाळांतील प्रशिक्षण
- रुग्णालयांतील प्रात्यक्षिके
- वैद्यकीय उपकरणे हाताळण्याचे प्रशिक्षण
- क्लिनिकल इंटर्नशिप

सेमिस्टर पद्धतीनुसार परीक्षा घेतल्या जातात. रुग्णालयातील प्रत्यक्ष अनुभव हा अभ्यासक्रमाचा अत्यंत महत्त्वाचा भाग असतो.

अभ्यासक्रमातील विषय

- ह्यूमन ॲनाटॉमी
- ह्यूमन फिजिऑलॉजी
- रेडिओग्राफिक टेक्निक्स
- एक्स-रे टेक्नॉलॉजी
- सीटी स्कॅन टेक्नॉलॉजी
- एमआरआय टेक्नॉलॉजी
- अल्ट्रासाउंड इमेजिंग
- रेडिएशन फिजिक्स

- रेडिएशन प्रोटेक्शन
- पॅथॉलॉजी
- पेशंट केअर

अभ्यासक्रमातून विकसित होणारी कौशल्ये

१. वैद्यकीय प्रतिमांचे विश्लेषण करण्याची क्षमता
२. आधुनिक उपकरणे हाताळण्याचे कौशल्य
३. अचूकता आणि निरीक्षणशक्ती
४. रुग्णांशी व्यावसायिकदृष्ट्या संवाद साधण्याचे कौशल्य
५. सुरक्षिततताविषयक नियमांचे पालन
६. तांत्रिक समस्या सोडवण्याची क्षमता

उच्च शिक्षणाचे पर्याय

- एमएससी इन रेडिओलॉजी
- एमएससी इन मेडिकल इमेजिंग टेक्नॉलॉजी
- एमबीए इन हॉस्पिटल ॲडमिनिस्ट्रेशन
- पोस्टग्रॅज्युएट डिप्लोमा इन पब्लिक हेल्थ
- एमआरआय/सीटी स्कॅन तंत्रज्ञानाचे विशेष प्रशिक्षण देणारे कोर्सेस

सरकारी क्षेत्रातील संधी

- सरकारी रुग्णालये
- वैद्यकीय महाविद्यालये
- संरक्षण विभागातील वैद्यकीय सेवा आस्थापने
- सार्वजनिक आरोग्य विभाग
- रोगनिदान केंद्रे

खासगी क्षेत्रातील संधी

- खासगी रुग्णालये
- डायग्नोस्टिक सेंटर्स
- मल्टिस्पेशालिटी हॉस्पिटल्स

- इमेजिंग क्लिनिक्स
- वैद्यकीय उपकरणे तयार करणाऱ्या कंपन्या

वेतनमान

- प्रारंभी ₹१५,००० ते ₹२५,००० दरमहा
- अनुभवानंतर ₹५०,०००पेक्षा अधिक वेतन
- परदेशात अधिक आकर्षक संधी

भविष्यातील वाव

आरोग्यक्षेत्राचा विस्तार होत असल्यामुळे रेडिओलॉजी तज्ज्ञांची मागणी सतत वाढत आहे. आधुनिक निदान तंत्रज्ञानाच्या मदतीशिवाय वैद्यकीय उपचार आता शक्य नाहीत. त्यामुळे या शाखेला भविष्यात निश्चितच वाव आहे. आर्टिफिशियल इंटेलिजन्सवर आधारित प्रतिमा-विश्लेषण तंत्रज्ञान विकसित होत असले, तरी वैद्यकीय उपकरणांची हाताळणी, रुग्णसंवाद आणि अंतिम तांत्रिक निर्णय यांसाठी प्रशिक्षित तज्ज्ञांची गरज कायम राहणार आहे.

निष्कर्ष

रेडिओलॉजी ही वैद्यकीय क्षेत्रातील अत्यंत महत्त्वाची शाखा आहे. तांत्रिक कौशल्ये, जबाबदारीची जाणीव आणि सेवावृत्ती बाळगणाऱ्या विद्यार्थ्यांसाठी ही पदवी स्थिर करिअरचा एक उत्तम पर्याय देऊ शकते. आरोग्यसेवेच्या क्षेत्रात योगदान देण्याची इच्छा असणाऱ्यांसाठी करिअरचा हा मार्ग अत्यंत आश्वासक आहे.

❖❖❖

बीई/बीटेक (ई अँड टीसी)

इलेक्ट्रॉनिक्स आणि दूरसंचार तंत्रज्ञानाचा संगम म्हणजे ई अँड टीसी (इलेक्ट्रॉनिक्स अँड टेलिकम्युनिकेशन) इंजिनिअरिंग. आजच्या डिजिटल युगातील मोबाइल फोन, इंटरनेट, सॅटेलाइट कम्युनिकेशन, टीव्ही, रेडिओ, कॉम्प्युटर नेटवर्क्स, स्मार्ट उपकरणे, रोबॉटिक्स, ऑटोमेशन, आर्टिफिशियल इंटेलिजन्स (कृत्रिम बुद्धिमत्ता), आयओटी (इंटरनेट ऑफ थिंग्ज) आणि फाइव्ह जी तंत्रज्ञान या सर्वांच्या पायाभूत विकासामध्ये ई अँड टीसी इंजिनिअर्सचे महत्त्वपूर्ण योगदान आहे.इलेक्ट्रॉनिक उपकरणांचे डिझाइन, सिग्नल प्रोसेसिंग, कम्युनिकेशन नेटवर्क्स, एम्बेडेड सिस्टिम्स आणि आधुनिक डिजिटल तंत्रज्ञान विकसित करण्यासाठी ई अँड टीसी या इंजिनिअरिंग शाखेचे ज्ञान आवश्यक असते. त्यामुळे इलेक्ट्रॉनिक्स आणि दूरसंचार क्षेत्रामध्ये करिअर करू इच्छिणाऱ्या विद्यार्थ्यांसाठी बीई किंवा बीटेक इन इलेक्ट्रॉनिक्स अँड टेलिकम्युनिकेशन हा पदवीचा एक स्वाभाविक पर्याय आहे.

कालावधी

हा बारावीनंतर (सायन्स) चार वर्षांचा पदवी अभ्यासक्रम आहे. इलेक्ट्रॉनिक्स किंवा तत्सम शाखेतून डिप्लोमा पूर्ण केलेल्या विद्यार्थ्यांना थेट पदवीच्या द्वितीय वर्षात प्रवेश मिळू शकतो. अशा विद्यार्थ्यांना तीन वर्षांमध्ये इंजिनिअरिंगची पदवी पूर्ण करता येते.

पात्रता

विद्यार्थी जेईई (मेन्स) या परीक्षेद्वारे एनआयटीमधील, तर जेईई (ॲडव्हान्स्ड) या परीक्षेद्वारे आयआयटीमधील प्रवेशासाठी पात्र ठरतात. महाराष्ट्रातील अभियांत्रिकी महाविद्यालयांमध्ये प्रवेश घेण्यासाठी बारावीच्या परीक्षेमध्ये पीसीएम ग्रूपसह

किमान ४५% गुण (राखीव प्रवर्गांसाठी ४०% गुण) मिळणे आवश्यक असते. तसेच, एमएचटी-सीईटी ह्या परीक्षेत पीसीएम ग्रूपमध्ये शून्यापेक्षा जास्त पर्सेंटाइल असणे आवश्यक असते. प्रवेशप्रक्रियेमध्ये एमएचटी-सीईटी आणि जेईई (मेन्स) या दोन्ही परीक्षांच्या गुणांचा विचार केला जातो.

प्रवेश कोणी घ्यावा?

१. इलेक्ट्रॉनिक्स आणि तंत्रज्ञान यांची आवड असणारे विद्यार्थी
२. मॅथेमॅटिक्स आणि फिजिक्स या विषयांत रस असणारे विद्यार्थी
३. तार्किक विचारसरणी विकसित असणारे विद्यार्थी
४. संशोधन आणि नवकल्पना यांची आवड असणारे विद्यार्थी
५. कॉम्प्युटर आणि डिजिटल सिस्टिम्स समजून घेण्याची इच्छा असणारे विद्यार्थी
६. समस्या सोडवण्याची क्षमता असणारे विद्यार्थी

अभ्यासक्रमाचे स्वरूप

चार वर्षांच्या अभ्यासक्रमामध्ये आठ सेमिस्टर्स असतात. थिअरी लेक्चर्सबरोबरच प्रॅक्टिकल्स, लॅब वर्क, मिनी प्रोजेक्ट्स आणि मेजर प्रोजेक्ट्स असतात. विविध इलेक्ट्रॉनिक सर्किट्स, कम्युनिकेशन सिस्टिम्स आणि मायक्रोकंट्रोलर-आधारित उपकरणांवर प्रत्यक्ष काम करण्याची संधी मिळते. इंडस्ट्रियल व्हिजिट्स, वर्कशॉप्स, तांत्रिक स्पर्धा, इंटर्नशिप आणि संशोधन प्रकल्पांमधून विद्यार्थ्यांना उद्योगक्षेत्राचा अनुभव मिळतो. अंतिम वर्षामध्ये एखाद्या तांत्रिक समस्येवर उपाय शोधणारा प्रकल्प तयार करावा लागतो.

अभ्यासक्रमातील विषय

इलेक्ट्रॉनिक डिव्हायसेस अँड सर्किट्स, डिजिटल इलेक्ट्रॉनिक्स, नेटवर्क थिअरी, सिग्नल्स अँड सिस्टिम्स, ॲनालॉग कम्युनिकेशन, डिजिटल कम्युनिकेशन, मायक्रोप्रोसेसर्स, मायक्रोकंट्रोलर्स, एम्बेडेड सिस्टिम्स, व्हीएलएसआय डिझाइन, वायरलेस कम्युनिकेशन, मोबाइल कम्युनिकेशन, फायबर ऑप्टिक कम्युनिकेशन, अँटेना अँड वेव्ह प्रोपॅगेशन, डिजिटल सिग्नल प्रोसेसिंग, इंटरनेट ऑफ थिंग्ज, रडार इंजिनिअरिंग, सॅटेलाइट कम्युनिकेशन, आर्टिफिशियल इंटेलिजन्स आणि रोबॉटिक्स हे विषय अभ्यासासाठी असतात.

उच्च शिक्षण

मास्टर्स पदवीसाठी किंवा उच्च शिक्षणासाठी पुढील स्पेशलायझेशन्स उपलब्ध आहेत : कम्युनिकेशन इंजिनिअरिंग, व्हीएलएसआय डिझाइन, एम्बेडेड सिस्टिम्स, डिजिटल सिग्नल प्रोसेसिंग, मायक्रोइलेक्ट्रॉनिक्स, वायरलेस कम्युनिकेशन, ऑप्टिकल कम्युनिकेशन, रोबॉटिक्स, इंटरनेट ऑफ थिंग्ज, आर्टिफिशियल इंटेलिजन्स, मशीन लर्निंग, नेटवर्क इंजिनिअरिंग, सायबर सिक्युरिटी, ऑटोमेशन, कंट्रोल सिस्टिम्स आणि सॅटेलाइट कम्युनिकेशन.

पदे

बीई/बीटेक (ई अँड टीसी) ही पदवी घेतल्यानंतर कम्युनिकेशन इंजिनिअर, इलेक्ट्रॉनिक्स डिझाइन इंजिनिअर, एम्बेडेड सिस्टिम्स इंजिनिअर, व्हीएलएसआय इंजिनिअर, नेटवर्क इंजिनिअर, टेलिकॉम इंजिनिअर, आरएफ (रेडिओ फ्रिक्वेन्सी) इंजिनिअर, सिग्नल प्रोसेसिंग इंजिनिअर, सिस्टिम्स इंजिनिअर, हार्डवेअर इंजिनिअर, ऑटोमेशन इंजिनिअर, आयओटी इंजिनिअर, सायबर सिक्युरिटी स्पेशालिस्ट, प्रोजेक्ट इंजिनिअर, संशोधन अभियंता आणि तांत्रिक सल्लागार अशा पदांवर काम करता येते.

करिअरच्या संधी

बीईएल, इस्रो, डीआरडीओ, बीएसएनएल, बार्क, सी-डॅक यांसह विविध संशोधनसंस्थांत आणि दूरसंचार कंपन्यांमध्ये तसेच टाटा कन्सल्टन्सी सर्व्हिसेस, इन्फोसिस, विप्रो, टेक महिंद्रा, एरिक्सन, नोकिया, जिओ, एअरटेल, क्वालकॉम, इंटेल, सीमेन्स, हनीवेल, एल अँड टी, आदी खासगी कंपन्यांमध्ये ई अँड टीसी इंजिनिअर्सना नोकरीच्या संधी उपलब्ध आहेत. याशिवाय त्यांच्याकरिता टेलिकम्युनिकेशन, इलेक्ट्रॉनिक्स मॅन्युफॅक्चरिंग, सेमीकंडक्टर निर्मिती, संरक्षण, अवकाश संशोधन, ऑटोमोबाइल इलेक्ट्रॉनिक्स, इंडस्ट्रियल ऑटोमेशन, माहिती तंत्रज्ञान, आर्टिफिशियल इंटेलिजन्स, रोबॉटिक्स आणि इंटरनेट ऑफ थिंग्ज या क्षेत्रांमध्ये मोठ्या प्रमाणावर रोजगाराच्या संधी उपलब्ध आहेत.

❖❖❖

बीएससी (सायबर सिक्युरिटी)

आजचा काळ म्हणजे डिजिटल युग आहे. बँक व्यवहार, सरकारी नोंदी, उद्योगव्यवस्था, संरक्षण व्यवस्था, वैयक्तिक माहिती हे सर्व काही आता संगणकीय प्रणालींवर (सिस्टिम्स) आधारित झाले आहे. त्याचवेळी या प्रणालींवर होणाऱ्या हल्ल्यांपासून, माहितीच्या चोरीपासून आणि डिजिटल गुन्ह्यांपासून आपले संरक्षण करणे हे अत्यंत महत्त्वाचे झाले आहे. यासाठीचे प्रशिक्षित तज्ज्ञ घडवणारी विद्याशाखा म्हणजे सायबर सिक्युरिटी. डिजिटल सुरक्षा, नेटवर्क संरक्षण, डेटा सुरक्षा आणि सायबर गुन्ह्यांचा तपास यांचा अभ्यास करणारी ही विद्याशाखा आधुनिक काळातील एक अत्यंत मागणीची शाखा आहे.

पदवीचे नाव

बॅचलर ऑफ सायन्स इन सायबर सिक्युरिटी
(बीएससी – सायबर सिक्युरिटी)

कालावधी

- तीन वर्षे (बारावीनंतर)
- काही विद्यापीठांमध्ये चार वर्षांचा विस्तारित अभ्यासक्रम

पात्रता

- बारावी (सायन्स) उत्तीर्ण
- मॅथेमॅटिक्स आणि कॉम्प्युटर विषय असल्यास उत्तम
- काही संस्थांमध्ये प्रवेशपरीक्षा

प्रवेशप्रक्रिया

- बारावीच्या गुणांवर आधारित प्रवेश
- काही महाविद्यालयांमध्ये कौशल्यचाचणी/मुलाखत

प्रवेश कोणी घ्यावा ?

१. कॉम्प्युटरची आणि नेटवर्क सिस्टिम्सची आवड असलेले विद्यार्थी
२. तर्कशक्ती आणि विश्लेषणक्षमता चांगली असलेले विद्यार्थी
३. समस्या सोडवण्याची आवड असलेले विद्यार्थी
४. नैतिक जबाबदारीची जाणीव असलेले विद्यार्थी
५. सतत नवे तंत्रज्ञान शिकण्याची तयारी असलेले विद्यार्थी
६. एकाग्रता आणि संयम असलेले विद्यार्थी

अभ्यासक्रमाचे स्वरूप

- थिअरी लेक्चर्स
- कॉम्प्युटर लॅबमधील प्रात्यक्षिके
- सिम्युलेशनवर आधारित प्रशिक्षण
- सायबर हल्ल्यांच्या मॉडेलचे विश्लेषण
- प्रकल्पकार्य
- इंटर्नशिप

विद्यार्थ्यांना प्रत्यक्ष सायबर धोके ओळखण्याचे आणि त्यावर उपाय सुचवण्याचे प्रशिक्षण दिले जाते.

अभ्यासक्रमातील विषय

- नेटवर्क सिक्युरिटी
- एथिकल हॅकिंग
- क्रिप्टोग्राफी
- सायबर लॉ
- डिजिटल फॉरेन्सिक्स
- इन्फर्मेशन सिक्युरिटी
- क्लाउड सिक्युरिटी

- मालवेअर ॲनॅलिसिस
- रिस्क मॅनेजमेंट
- ऑपरेटिंग सिस्टिम्स
- प्रोग्रॅमिंग फंडामेंटल्स

अभ्यासक्रमातून विकसित होणारी कौशल्ये

१. नेटवर्क संरक्षण क्षमता
२. सायबर हल्ले ओळखण्याची क्षमता
३. डेटा एन्क्रिप्शन टेक्नॉलॉजीची समज
४. जोखीम विश्लेषण
५. डिजिटल तपास करण्याचे कौशल्य
६. एथिकल हॅकिंग करण्याचे कौशल्य

उच्च शिक्षणाचे पर्याय

- एमएससी इन सायबर सिक्युरिटी
- एमटेक इन इन्फर्मेशन सिक्युरिटी
- एमबीए इन इन्फर्मेशन सिक्युरिटी
- डिजिटल फॉरेन्सिक्समधील विशेष कोर्सेस
- क्लाउड सिक्युरिटीचे प्रशिक्षण देणारे कोर्सेस

सरकारी क्षेत्रातील संधी

- सायबर क्राइम विभाग
- संरक्षण दले
- राष्ट्रीय सुरक्षा संस्था
- सरकारी डेटा सुरक्षा विभाग
- सार्वजनिक क्षेत्रातील बँका

खासगी क्षेत्रातील संधी

आयटी कंपन्या, बहुराष्ट्रीय कंपन्या तसेच खासगी बँका आणि वित्तीय संस्था यांत खालील पदांवर काम करण्याची संधी मिळू शकते :

- सायबर सिक्युरिटी ॲनॅलिस्ट
- एथिकल हॅकर
- सायबर सिक्युरिटी कन्सल्टंट
- नेटवर्क सिक्युरिटी इंजिनिअर
- इन्फर्मेशन सिक्युरिटी ऑफिसर

वेतनमान

- प्रारंभी ₹२०,००० ते ₹३०,००० दरमहा
- अनुभवानुसार ₹८०,०००पेक्षा अधिक वेतन
- बहुराष्ट्रीय कंपन्यांमध्ये आकर्षक वेतन

भविष्यातील वाव

डिजिटल व्यवहारांचे प्रमाण वाढत असल्यामुळे सायबर सुरक्षा तज्ज्ञांची मागणी सातत्याने वाढते आहे. आर्टिफिशियल इंटेलिजन्स, क्लाउड कॉम्प्युटिंग आणि आयओटी (इंटरनेट ऑफ थिंग्ज) यांच्याशी संबंधित नवनवीन धोके निर्माण होत आहेत. त्यामुळे प्रशिक्षित आणि नैतिक सायबर सुरक्षा तज्ज्ञांची गरज येणाऱ्या काळात अधिकच वाढणार आहे. सायबर सुरक्षा ही भविष्यातील सर्वाधिक सुरक्षित आणि दीर्घकालीन अशा करिअरचा एक पर्याय ठरणार आहे.

निष्कर्ष

सायबर सिक्युरिटी हे आजच्या युगातील एक अत्यंत महत्त्वाचे क्षेत्र आहे. तांत्रिक कौशल्ये, तर्कशक्ती आणि नैतिकता यांची सांगड घालू शकणारे विद्यार्थी या क्षेत्रात उत्तम करिअर करू शकतात. डिजिटल जग सुरक्षित ठेवण्याची जबाबदारी स्वीकारू इच्छिणाऱ्यांसाठी ही पदवी म्हणजे करिअरचा एक उत्कृष्ट पर्याय आहे.

❖❖❖

बीए (पब्लिक ॲडमिनिस्ट्रेशन)

सरकार केवळ कायदे बनवत नाही, तर त्या कायद्यांची अंमलबजावणी करते, विविध योजना राबवते, साधनसंपत्तीचे व्यवस्थापन करते आणि नागरिकांना सेवा पुरवते. सरकारी यंत्रणेचे नियोजन, कायद्यांची अंमलबजावणी आणि संबंधित बाबी यांचा शास्त्रीय अभ्यास करणारी विद्याशाखा म्हणजे पब्लिक ॲडमिनिस्ट्रेशन (सार्वजनिक प्रशासन). लोकशाही व्यवस्थेत पारदर्शकता, जबाबदारी, कार्यक्षमता आणि उत्तरदायित्व यांचे महत्त्व वाढत असताना, सार्वजनिक प्रशासन ह्या विषयाची गरज अधिक प्रकर्षाने जाणवते आहे. शासनव्यवस्थेचा कणा समजून घेण्यासाठी हे शिक्षण अत्यंत उपयुक्त आहे.

पदवीचे नाव

बॅचलर ऑफ आर्ट्स इन पब्लिक ॲडमिनिस्ट्रेशन
(बीए – पब्लिक ॲडमिनिस्ट्रेशन)

कालावधी

- तीन वर्षे (बारावीनंतर)
- काही विद्यापीठांमध्ये चार वर्षांचा ऑनर्स अभ्यासक्रम

पात्रता

- कोणत्याही शाखेतून बारावी उत्तीर्ण
- कला शाखेतील विद्यार्थ्यांना विषयाची प्राथमिक ओळख असल्यास उत्तम

प्रवेशप्रक्रिया

- बारावीच्या गुणांवर आधारित प्रवेश
- काही राष्ट्रीय विद्यापीठांमध्ये प्रवेशपरीक्षा

प्रवेश कोणी घ्यावा ?

१. प्रशासन आणि शासन व्यवस्था यांत रस असलेले विद्यार्थी
२. संघटनकौशल्य असलेले विद्यार्थी
३. नेतृत्वगुण असलेले विद्यार्थी
४. विश्लेषणात्मक विचार करू शकणारे विद्यार्थी
५. सार्वजनिक जीवनात योगदान देण्याची इच्छा असलेले विद्यार्थी

अभ्यासक्रमाचे स्वरूप

- थिअरी लेक्चर्स
- केस स्टडीज
- चर्चासत्रे
- प्रकल्पकार्य

सेमिस्टर पद्धतीनुसार परीक्षा घेतल्या जातात. विद्यार्थ्यांना सरकारी योजनांचे विश्लेषण तसेच त्यांच्या अंमलबजावणीच्या प्रक्रियेचे अध्ययन करावे लागते.

अभ्यासक्रमातील विषय

- प्रिन्सिपल्स ऑफ पब्लिक ॲडमिनिस्ट्रेशन
- इंडियन ॲडमिनिस्ट्रेशन
- पब्लिक पॉलिसी
- फायनान्शियल ॲडमिनिस्ट्रेशन
- ॲडमिनिस्ट्रेटिव्ह लॉ
- लोकल गव्हर्नन्स
- ह्यूमन रिसोर्स मॅनेजमेंट
- डेव्हलपमेंट ॲडमिनिस्ट्रेशन
- ई-गव्हर्नन्स
- पब्लिक सेक्टर मॅनेजमेंट

अभ्यासक्रमातून विकसित होणारी कौशल्ये

१. प्रशासकीय नियोजनाचे कौशल्य
२. धोरणांचे विश्लेषण करण्याची क्षमता
३. आर्थिक व्यवस्थापनाबद्दलची समज
४. नेतृत्वगुण आणि संघटनकौशल्य
५. सार्वजनिक मंचांवर संवाद साधण्याचे कौशल्य
६. निर्णयक्षमता

उच्च शिक्षणाचे पर्याय

- एमए इन पब्लिक ॲडमिनिस्ट्रेशन
- एमए इन पोलिटिकल सायन्स
- एमबीए इन पब्लिक सिस्टिम्स/एचआर
- पीएचडी
- एलएलबी

स्पर्धापरीक्षा संधी

- यूपीएससी/एमपीएससी
- नेट/सेट

सरकारी क्षेत्रातील संधी

- प्रशासकीय अधिकारी
- तहसीलदार/उपजिल्हाधिकारी
- विकास अधिकारी

याव्यतिरिक्त स्थानिक स्वराज्य संस्था, सार्वजनिक क्षेत्रातील उपक्रम आणि सरकारी धोरण संशोधन विभागांत काम करण्याची संधी मिळू शकते.

खासगी क्षेत्रातील संधी

- कंपन्यांचे कॉर्पोरेट गव्हर्नन्स विभाग
- स्वयंसेवी संस्था
- विकास प्रकल्प संस्था

- संशोधनसंस्था
- सार्वजनिक धोरणांसंदर्भातील सल्लागार म्हणून स्वतंत्र काम

वेतनमान

- प्रारंभी ₹१५,००० ते ₹२०,००० दरमहा
- स्पर्धापरीक्षेत यश मिळाल्यास भरपूर वेतन
- व्यवस्थापकीय पदांवर आकर्षक वेतन

भविष्यातील वाव

डिजिटल प्रशासन आणि ई-गव्हर्नन्स यांच्या आगमनामुळे आणि सामान्य नागरिकांतील जागरूकता वाढत असल्यामुळे सार्वजनिक प्रशासन विषयातील तज्ज्ञांची गरजही वाढत चालली आहे. सरकारी यंत्रणेतील सुधारणा, धोरणनिर्मिती आणि विकासप्रकल्प यांमध्ये प्रशिक्षित व्यक्तींची मागणी कायमच असणार आहे. अलीकडे आर्टिफिशियल इंटेलिजन्स आणि डेटा विश्लेषण शासनव्यवस्थेत वापरले जाऊ लागले असले, तरी निर्णयप्रक्रिया, नैतिकता आणि नेतृत्व या मानवी गुणांची आवश्यकता कायम राहणार आहे.

निष्कर्ष

समाजपरिवर्तनाचा मार्ग सार्वजनिक प्रशासनातून जातो. शासनव्यवस्थेत कार्यक्षमतेने योगदान देऊ इच्छिणाऱ्या विद्यार्थ्यांसाठी बीए इन पब्लिक ॲडमिनिस्ट्रेशन ही पदवी अत्यंत योग्य आहे. नेतृत्वगुण, जबाबदारीचे भान आणि समाजसेवेची जाणीव असलेल्या विद्यार्थ्यांसाठी करिअरचा हा पर्याय दीर्घकालीन आणि अर्थपूर्ण ठरू शकतो.

❖❖❖

बीई/बीटेक (इलेक्ट्रिकल)

वीज ही आधुनिक जगाची मूलभूत गरज आहे. उद्योगधंदे, रेल्वे, मेट्रो, रुग्णालये यांमध्ये तसेच माहिती तंत्रज्ञान, दूरसंचार, शेती, पाणीपुरवठा, आदी अनेक क्षेत्रांमध्ये विजेचा वापर केला जातो. विजेची निर्मिती, तिचे प्रसारण, वितरण, नियंत्रण आणि विविध विद्युत उपकरणांची रचना व देखभाल यांचा अभ्यास करणारी अभियांत्रिकीची शाखा म्हणजे इलेक्ट्रिकल इंजिनिअरिंग. रिन्यूएबल एनर्जी (पुनर्नवीकरणीय ऊर्जा), इलेक्ट्रिक वाहने, स्मार्ट ग्रिड्स आणि औद्योगिक ऑटोमेशन यांच्या आगमनामुळे तसेच ऊर्जा क्षेत्रातील वाढत्या संधींमुळे इलेक्ट्रिकल इंजिनिअर्सची मागणी सातत्याने वाढत आहे. ह्या क्षेत्रातील व्यावसायिक शिक्षण म्हणजे बीई किंवा बीटेक इन इलेक्ट्रिकल इंजिनिअरिंग.

कालावधी

हा बारावीनंतर (सायन्स) चार वर्षांचा पदवी अभ्यासक्रम आहे. डिप्लोमा इन इलेक्ट्रिकल इंजिनिअरिंग पूर्ण केलेल्या विद्यार्थ्यांना थेट पदवीच्या दुसऱ्या वर्षाला प्रवेश घेता येतो. अशा विद्यार्थ्यांना तीन वर्षांमध्ये पदवी पूर्ण करता येते.

पात्रता

पीसीएम घेऊन बारावीची (सायन्स) परीक्षा उत्तीर्ण केलेली असावी. या परीक्षेत पीसीएम ग्रूपमध्ये ४५% (राखीव प्रवर्गांसाठी ४०%) गुण मिळालेले असणे आवश्यक आहे. हा निकष पूर्ण होत नसेल, तर केमिस्ट्रीऐवजी अन्य (व्होकेशनल) विषयाचे गुण विचारात घेतले जातात. एमएचटी-सीईटी ह्या परीक्षेत पीसीएम ग्रूपमध्ये शून्यापेक्षा अधिक पर्सेंटाइल असणे आवश्यक असते. प्रवेशासाठी एमएचटी-सीईटी किंवा जेईई (मेन्स) परीक्षेतील गुणांचा विचार केला जातो.

प्रवेश कोणी घ्यावा ?

१. फिजिक्स आणि मॅथेमॅटिक्स विषयांची आवड असणारे विद्यार्थी
२. विद्युतप्रणाली व विजेवर चालणाऱ्या उपकरणांविषयी कुतूहल असणारे विद्यार्थी
३. तार्किक विचारसरणी आणि समस्या सोडवण्याची क्षमता असणारे विद्यार्थी
४. तंत्रज्ञान क्षेत्रात करिअर करण्याची इच्छा असणारे विद्यार्थी
५. सुरक्षिततेचे नियम काटेकोरपणे पाळू शकणारे विद्यार्थी
६. ऊर्जा आणि पर्यावरण यांविषयी जागरूकता असणारे विद्यार्थी

अभ्यासक्रमाचे स्वरूप

चार वर्षांच्या अभ्यासक्रमामध्ये आठ सेमिस्टर्स असतात. थिअरी लेक्चर्सबरोबरच प्रॅक्टिकल्स, लॅब वर्क, डिझाइन असाइन्मेंट्स आणि प्रोजेक्ट्स असतात. विद्युतयंत्रणा, कंट्रोल सिस्टिम्स आणि पॉवर सिस्टिम्स यांवर प्रत्यक्ष काम करण्याची संधी मिळते. इंडस्ट्रियल व्हिजिट्स, वर्कशॉप्स, प्रशिक्षण कार्यक्रम आणि इंटर्नशिप यांच्या माध्यमातून विद्यार्थ्यांना उद्योगक्षेत्राचा अनुभव मिळतो. अंतिम वर्षामध्ये एखाद्या तांत्रिक समस्येवर उपाय शोधणारा प्रकल्प सादर करावा लागतो. संशोधन क्षेत्रामध्येही काम करण्याच्या संधी उपलब्ध होऊ शकतात.

अभ्यासक्रमातील विषय

इलेक्ट्रिकल सर्किट्स, नेटवर्क ॲनॅलिसिस, इलेक्ट्रिकल मशीन्स, पॉवर सिस्टिम्स, पॉवर इलेक्ट्रॉनिक्स, कंट्रोल सिस्टिम्स, इलेक्ट्रिकल मेझरमेंट्स, इलेक्ट्रोमॅग्नेटिक फील्ड्स, हाय-व्होल्टेज इंजिनिअरिंग, इलेक्ट्रिकल ड्राइव्ह्ज, मायक्रोप्रोसेसर्स, डिजिटल इलेक्ट्रॉनिक्स, ऊर्जा व्यवस्थापन, पुनर्नवीकरणीय ऊर्जाप्रणाली, सबस्टेशन इंजिनिअरिंग, स्मार्ट ग्रिड्स, इंडस्ट्रियल ऑटोमेशन, पीएलसी (प्रोग्रॅमेबल लॉजिक कंट्रोलर) आणि एससीएडीए (सुपरव्हायझरी कंट्रोल अँड डेटा ॲक्विझिशन) हे विषय अभ्यासक्रमात समाविष्ट असतात.

उच्च शिक्षण

बीई/बीटेकनंतर (इलेक्ट्रिकल) पॉवर सिस्टिम्स, कंट्रोल सिस्टिम्स, पॉवर इलेक्ट्रॉनिक्स, इलेक्ट्रिकल ड्राइव्ह्ज, एनर्जी सिस्टिम्स, रिन्यूएबल एनर्जी, हाय-व्होल्टेज इंजिनिअरिंग, स्मार्ट ग्रिड्स, इंडस्ट्रियल ऑटोमेशन, रोबॉटिक्स आणि

एम्बेडेड सिस्टिम्स यांपैकी कोणत्याही विषयामध्ये एमई/एमटेक करता येते. तसेच विविध सॉफ्टवेअर टूल्स, ऊर्जा व्यवस्थापन, औद्योगिक ऑटोमेशन आणि प्रोजेक्ट मॅनेजमेंट यांपैकी कोणत्याही विषयाचे विशेष प्रशिक्षण घेता येते. एमएस (परदेशात) किंवा एमबीए करून वरिष्ठ व्यवस्थापकीय पदांवरही काम करता येते.

पदे

इलेक्ट्रिकल इंजिनिअर, पॉवर सिस्टिम्स इंजिनिअर, डिझाइन इंजिनिअर, मेंटेनन्स इंजिनिअर, प्रोजेक्ट इंजिनिअर, कंट्रोल इंजिनिअर, सबस्टेशन इंजिनिअर, एनर्जी ऑडिटर, इलेक्ट्रिकल कन्सल्टंट, ऑटोमेशन इंजिनिअर, टेस्टिंग इंजिनिअर, क्वालिटी इंजिनिअर, साइट इंजिनिअर, प्लांट इंजिनिअर आणि ऑपरेशन्स इंजिनिअर अशा विविध पदांवर काम करता येते.

करिअरच्या संधी

महावितरण, महापारेषण, महानिर्मिती, एनटीपीसी, पॉवर ग्रिड कॉर्पोरेशन ऑफ इंडिया लिमिटेड, भेल, ओएनजीसी, इंडियन ऑइल, रेल्वे, डीआरडीओ, इस्रो, बार्क, एनएचपीसी (नॅशनल हायड्रोइलेक्ट्रिक पॉवर कॉर्पोरेशन), टाटा पॉवर, रिलायन्स एनर्जी आणि उद्योगक्षेत्रातील विविध कंपन्यांमध्ये तसेच मेट्रो प्रकल्पांत इलेक्ट्रिकल इंजिनिअर्सना मोठ्या प्रमाणात नोकरीच्या संधी उपलब्ध असतात. पुनर्नवीकरणीय ऊर्जा (सौर ऊर्जा, पवन ऊर्जा), औद्योगिक ऑटोमेशन, इलेक्ट्रिक वाहने आणि बांधकाम या क्षेत्रांत तसेच उत्पादन उद्योग, स्मार्ट सिटी प्रकल्प आणि संशोधन संस्थांमध्येही त्यांच्याकरिता रोजगाराच्या संधी उपलब्ध आहेत.

करिअरसाठीचा वाव बदलतोय का?

गेल्या काही वर्षांत इलेक्ट्रिकल इंजिनिअरिंग क्षेत्रामध्ये मोठ्या प्रमाणात बदल झाले आहेत. इलेक्ट्रिक वाहनांचा वाढता वापर, नवीन सौर/पवन ऊर्जा प्रकल्पांची निर्मिती आणि स्मार्ट ग्रिड्स व ऑटोमेशन यांच्या आगमनामुळे या क्षेत्रातील संधी वाढल्या आहेत. त्यामुळे आता या इंजिनिअर्सना डिजिटल तंत्रज्ञान, डेटा विश्लेषण, स्मार्ट कंट्रोल सिस्टिम्स आणि हरित ऊर्जा प्रकल्पांकडूनही ऑफर्स येत आहेत. भविष्यातही इलेक्ट्रिकल इंजिनिअरिंग ही करिअरला वाव असणारी शाखा राहणार आहे.

❖❖❖

बीएससी (फिजिक्स)

विश्वातील प्रत्येक घटना, हालचाल आणि त्यामागील नैसर्गिक नियम समजून घेण्यासाठी भौतिकशास्त्राचा (फिजिक्स) अभ्यास आवश्यक असतो. प्रकाश, ध्वनी, ऊर्जा, उष्णता, गुरुत्वाकर्षण, चुंबकत्व, अणू-रेणू, अवकाश, ग्रह-तारे आणि आधुनिक तंत्रज्ञान (कृत्रिम उपग्रह, संगणक, मोबाइल, आदी) यांमागच्या पायाभूत संकल्पना भौतिकशास्त्रावर आधारित आहेत. विज्ञान आणि तंत्रज्ञान यांच्या प्रगतीमध्ये फिजिक्समधील संशोधनाचा मोलाचा वाटा आहे. आजघडीला अवकाश संशोधन, इलेक्ट्रॉनिक्स, अणुऊर्जा, संरक्षण, कृत्रिम बुद्धिमत्ता, सेमीकंडक्टर, क्वांटम कॉम्प्युटिंग, नॅनोतंत्रज्ञान आणि डेटा सायन्स या क्षेत्रांमध्ये काम करण्यासाठी भौतिकशास्त्राचे ज्ञान अत्यंत आवश्यक आहे. पदवी स्तरावरील भौतिकशास्त्राचे शिक्षण म्हणजे बीएससी इन फिजिक्स.

कालावधी
हा बारावीनंतर (सायन्स) तीन वर्षांचा पदवी अभ्यासक्रम आहे. नवीन शैक्षणिक धोरणानुसार चार वर्षांचा ऑनर्स अभ्यासक्रमदेखील उपलब्ध आहे.

पात्रता
पीसीएम ग्रूपसह बारावीची (सायन्स) परीक्षा उत्तीर्ण केलेली असावी. काही विद्यापीठांमध्ये प्रवेशासाठी पात्र होण्याकरिता विशिष्ट निकष असू शकतात.

प्रवेशपरीक्षा
बहुतांश महाविद्यालये बारावीच्या गुणांवर प्रवेश देतात. काही विद्यापीठे स्वतःच्या प्रवेशपरीक्षा घेतात किंवा गुणवत्तायादीच्या माध्यमातून प्रवेशप्रक्रिया राबवतात.

अभ्यासक्रमाचे स्वरूप

अभ्यासक्रमामध्ये थिअरी लेक्चर्सबरोबरच प्रॅक्टिकल्सचा मोठा वाटा असतो. विविध भौतिक प्रयोग, मोजमापे, निरीक्षणे आणि घटनांचे विश्लेषण यांवर भर दिला जातो. सेमिस्टर पद्धतीनुसार लेखी परीक्षा, तोंडी परीक्षा, अंतर्गत मूल्यमापन, ट्यूटोरियल्स, प्रॅक्टिकल परीक्षा आणि जर्नल सबमिशन असते. इंडस्ट्रियल व्हिजिट्स, प्रोजेक्ट वर्क, संशोधनाधारित उपक्रम, सेमिनार्स, पेपर प्रेझेंटेशन्स आणि इंटर्नशिप यांमुळे विद्यार्थ्यांना विषयाचे सखोल ज्ञान मिळते.

अभ्यासक्रमातील विषय

मेकॅनिक्स, इलेक्ट्रिसिटी अँड मॅग्नेटिझम, थर्मोडायनॅमिक्स, ऑप्टिक्स, वेव्ह्ज अँड ऑसिलेशन्स, इलेक्ट्रॉनिक्स, क्वांटम मेकॅनिक्स, न्यूक्लिअर फिजिक्स, ॲटॉमिक फिजिक्स, सॉलिड-स्टेट फिजिक्स, डिजिटल इलेक्ट्रॉनिक्स, मॅथेमॅटिकल फिजिक्स, कॉम्प्युटेशनल फिजिक्स, ॲस्ट्रोफिजिक्स, प्लाझ्मा फिजिक्स, मटेरियल सायन्स, नॅनोसायन्स, इन्स्ट्रुमेंटेशन आणि रिसर्च मेथडॉलॉजी हे विषय अभ्यासक्रमात समाविष्ट असतात.

प्रवेश कोणी घ्यावा?

१. फिजिक्स विषयाची आवड असणारे विद्यार्थी
२. गणित आणि तर्कशक्ती चांगली असणारे विद्यार्थी
३. संशोधनवृत्ती आणि वैज्ञानिक दृष्टिकोन बाळगणारे विद्यार्थी
४. प्रयोग आणि निरीक्षण करण्याची आवड असणारे विद्यार्थी
५. समस्यांचे विश्लेषण करून त्यांवर उपाय शोधण्याची क्षमता असणारे विद्यार्थी
६. विज्ञान-तंत्रज्ञान क्षेत्रात करिअर करू इच्छिणारे विद्यार्थी

उच्च शिक्षण

बीएससीनंतर (फिजिक्स) एमएससी (फिजिक्स), एमएससी (ॲस्ट्रोफिजिक्स), एमएससी (इलेक्ट्रॉनिक्स), एमएससी (मेडिकल फिजिक्स), एमएससी (डेटा सायन्स), एमटेक, एमएस, एमबीए, बीएड किंवा पोस्टग्रॅज्युएट डिप्लोमा करता येतो. मास्टर्स डिग्रीनंतर पीएचडी करता येऊ शकते.

स्पेशलायझेशन्स

बीएससीनंतर (फिजिक्स) अॅस्ट्रोफिजिक्स, न्यूक्लिअर फिजिक्स, क्वांटम फिजिक्स, मेडिकल फिजिक्स, इलेक्ट्रॉनिक्स, मटेरियल सायन्स, सॉलिड-स्टेट फिजिक्स, ऑप्टिक्स, नॅनोसायन्स, प्लाझ्मा फिजिक्स, कॉम्प्युटेशनल फिजिक्स, पार्टिकल फिजिक्स, स्पेस सायन्स आणि रिन्यूएबल एनर्जी यांसारख्या विषयांमध्ये उच्च शिक्षण घेता येते.

पदे

फिजिसिस्ट, रिसर्च असिस्टंट, लॅबोरेटरी ऑफिसर, डेटा अॅनॅलिस्ट, क्वालिटी कंट्रोल एक्झिक्युटिव्ह, मेडिकल फिजिसिस्ट, सायंटिफिक ऑफिसर, रिसर्च असोसिएट, टेक्निकल ऑफिसर, इन्स्ट्रुमेंटेशन स्पेशालिस्ट, इलेक्ट्रॉनिक्स असिस्टंट, प्रोजेक्ट फेलो आणि सायन्स कम्युनिकेटर ह्या पदांवर काम करता येते. उच्च शिक्षण आणि अनुभव घेतल्यानंतर संशोधक, वैज्ञानिक, प्राध्यापक, प्रकल्प संचालक, तज्ज्ञ सल्लागार आणि संशोधन प्रमुख अशा पदांवरही काम करता येते.

करिअरच्या संधी

बार्क, इस्त्रो, डीआरडीओ, टीआयएफआर (टाटा इन्स्टिटट्यूट ऑफ फंडामेंटल रिसर्च), केंद्र सरकारचा अणुऊर्जा विभाग, वेधशाळा, विविध संशोधनसंस्था आणि विद्यापीठे तसेच इलेक्ट्रॉनिक्स उद्योग, सेमीकंडक्टर उद्योग, ऊर्जा क्षेत्र, दूरसंचार क्षेत्र, डेटा अॅनॅलिटिक्स क्षेत्र, संरक्षण क्षेत्र आणि शिक्षण क्षेत्र यांमध्ये फिजिक्स पदवीधरांसाठी नोकरीच्या संधी उपलब्ध असतात.

भविष्यातील वाव

कृत्रिम बुद्धिमत्ता, क्वांटम कॉम्प्युटिंग, नॅनोतंत्रज्ञान, अवकाश संशोधन, अणुऊर्जा, सेमीकंडक्टर, रोबॉटिक्स आणि ऊर्जा या क्षेत्रांचा भविष्यात मोठ्या प्रमाणावर विस्तार होणार आहे. या सर्व क्षेत्रांचा भौतिकशास्त्राशी निकटचा संबंध आहे. त्यामुळे फिजिक्स विषयातील पदवीधरांना आणि पदव्युत्तर पदवीधरांना संशोधन, उद्योग, शिक्षण, तंत्रज्ञान विकास आणि नवनिर्मिती ह्या आघाड्यांवर मोठ्या प्रमाणात संधी उपलब्ध होत राहतील.

❖❖❖

लेखक परिचय

प्रा. विजय नवले

शिक्षण : बीई (प्रॉडक्शन), एमई (मॅन्युफॅक्चरिंग), एमए (इतिहास), एमबीए (एचआर), बीजे

मोबाइल : ९८२२५०२९६९

वेबसाइट : www.careerseva.com

इ-मेल : vijay.navale@rediffmail.com

- गेली २७ वर्षे अध्यापन, करिअर मार्गदर्शन, व्यक्तिमत्त्व विकास, शैक्षणिक उपक्रम, कौशल्य विकसन आणि उद्योजकता विकास या क्षेत्रांत कार्यरत. (व्याख्याने, लेखन, वैयक्तिक समुपदेशन, शिक्षक प्रशिक्षण आणि करिअर विषयातील साहित्यनिर्मिती या माध्यमांमधून मार्गदर्शन)
- अभियांत्रिकी, व्यवस्थापन, करिअर, आदी विषयांवर २६ पुस्तकांचे लेखन
- करिअर विषयावरील 'करिअर पाथ फाईंडर©' या देशभर सुपरिचित, सुप्रसिद्ध तक्त्याचे लेखन. नुकतेच 'करिअर सेवा' या वेबसाइटसाठी ६७,५०० सूक्ष्म करिअरविषयक तक्त्यांचे संशोधन आणि निर्मिती. 'इंडिया बुक ऑफ रेकॉर्ड्स'मध्ये या विश्वविक्रमाची नोंद.
- **व्याख्याने :** राज्यभरात ४०००हून अधिक करिअरविषयक व्याख्याने
- **समुपदेशन :** १५,०००हून अधिक विद्यार्थ्यांना वैयक्तिक समुपदेशन
- **प्रशिक्षण कार्यक्रम :** विद्यार्थ्यांसाठी वक्तृत्व, सॉफ्ट स्किल्स, करिअरची निवड, उद्योजकता विकास आणि कौशल्य विकास प्रशिक्षण
- शिक्षक, राजकीय-सामाजिक कार्यकर्ते, उद्योजक यांच्यासाठी वक्तृत्व प्रशिक्षण
- खासगी कंपन्या आणि सरकारी विभागांतील कर्मचाऱ्यांसाठी लाइफ स्किल्स आणि व्यक्तिमत्त्व विकास प्रशिक्षण
- 'सकाळ'सह विविध वर्तमानपत्रांमधून विपुल लेखन
- आकाशवाणीच्या माध्यमातून ९०हून अधिक मुलाखती
- विविध दूरचित्रवाणी वाहिन्यांकडून करिअर मार्गदर्शनासाठी ७५हून अधिक वेळा निमंत्रित
- करिअर विषयावरील तीन वेबसाइट्ससाठी लेखन

सकाळ प्रकाशनाची इतर पुस्तके

- करिअर FAQs (विजय नवले)
- सर्वांसाठी करिअरचा वाटाड्या (डॉ. श्रीराम गीत)
- सर्वांसाठी करिअर प्लॅनिंग (डॉ. श्रीराम गीत)
- करिअर मार्गदर्शक (डॉ. श्रीराम गीत)
- शास्त्र-तंत्रज्ञान क्षेत्रातील करिअर (राजेंद्र ओव्हाळ / मुरलीधर पाटकर)

स्पर्धापरीक्षा

- सकाळ संयुक्त (Combined) PSI-STI-ASO (सकाळ)
- महाराष्ट्राची कला आणि संस्कृती (प्रा. भूषण देशमुख, निखिल दाते)
- भारतीय अर्थव्यवस्था (भूषण देशमुख, हेमंत जोशी)
- सकाळ संपूर्ण मराठी व्याकरण (प्रा. वैजयंती चिपळूणकर)
- मानव संसाधन विकास आणि मानवी हक्क (डॉ. नितीन देशपांडे)
- भारतीय कला आणि संस्कृती (प्रा. भूषण देशमुख, निखिल दाते)
- सकाळ करिअर गाइड (सकाळ)
- एमपीएससी/यूपीएससी सक्सेस गाइड (सकाळ)
- गीत संविधान (गुंजन खलाणे)

www.ingramcontent.com/pod-product-compliance
Lightning Source LLC
LaVergne TN
LVHW090322051026
849518LV00005B/1852